उल्का

वि. स. खांडेकर

मेहता पब्लिशिंग हाऊस

◆ *या पुस्तकातील लेखकाची मते, घटना, वर्णने ही त्या लेखकाची असून त्याच्याशी प्रकाशक सहमत असतीलच असे नाही.*

ULKA by V. S. KHANDEKAR

उल्का : वि. स. खांडेकर / कादंबरी

© मराठी पुस्तक प्रकाशनाचे हक्क मेहता पब्लिशिंग हाऊस, पुणे.

प्रकाशक : सुनील अनिल मेहता, मेहता पब्लिशिंग हाऊस, १९४१, सदाशिव पेठ, माडीवाले कॉलनी, पुणे ४११ ०३०.

अक्षरजुळणी : इफेक्ट्स, २१/६ब, आयडिअल कॉलनी, कोथरूड, पुणे ३८.

प्रकाशनकाल : १९३४ / १९३७ / १९४६ / १९५४ / १९६१ / १९६४ / १९७७ / १९८९ / १९९२ / १९९५ / १९९८ / २००२ / तेरावी आवृत्ती : मार्च, २००७ / चौदावी आवृत्ती : नोव्हेंबर, २००८/ नोव्हेंबर, २०१० / नोव्हेंबर, २०१२ / फेब्रुवारी, २०१५
पुनर्मुद्रण : डिसेंबर, २०१७

मुखपृष्ठ : चंद्रमोहन कुलकर्णी

P Book ISBN 9788177668063
E Book ISBN 9788184986402
E Books available on : play.google.com/store/books
m.dailyhunt.in/Ebooks/marathi
www.amazon.in

माझे प्रेमळ मातामह
कै. ती. बाबाकाका माईणकर
यांच्या पूज्य चरणी....

चार शब्द

१

वाचकांकडून कादंबरीकाराला कुतूहलाने विचारल्या जाणाऱ्या अगणित प्रश्नांत ज्याला अग्रपूजेचा मान दिला पाहिजे असा प्रश्न माझ्या दृष्टीने एकच आहे, तो म्हणजे 'तुम्हाला तुमची कुठली कादंबरी आवडते?' लेखक कादंबरीकार नसल्यास सदरहू प्रश्नांतल्या कादंबरी या शब्दाऐवजी नाटक, चित्रपट, लघुनिबंध एवढा फरक केला म्हणजे बस्स होते. या विचित्र प्रश्नाचा मारा ज्याच्यावर अद्याप झालेला नाही, असा लेखक मोठा भाग्यवान असला पाहिजे. आगगाडीतल्या पाच मिनिटांच्या ओळखीत आणि सभासमारंभानंतर चहापानाच्यावेळी होणाऱ्या औपचारिक संभाषणातसुद्धा 'तुमची आवडती कादंबरी कोणती?' या प्रश्नाला तोंड देण्याचा प्रसंग माझ्यावर वारंवार येतोच.

या प्रश्नाचे यथायोग्य उत्तर देणे किती अवघड आहे याची पृच्छकाला बहुधा कल्पना नसते. आईला जशी आपली सारीच अपत्ये प्रिय असतात, त्याप्रमाणे लेखकालाही आपल्या सर्व कृतींबद्दल एक प्रकारचे उत्कट प्रेम वाटत असते. आई कितीही समंजस असली, तरी आपल्या मुलांच्या कुरूपपणाची अथवा अवगुणांची फार फार तर तिच्या अंतर्मनाला जाणीव असते. ती त्यांची जाहीर चर्चा करू शकत नाही. लेखकाच्या बाबतीतही बहुधा हाच अनुभव येतो. त्याची टीकाबुद्धी कितीही तीव्र असली, त्याचा प्रामाणिकपणा अतिशय निर्विवाद असला तरी तो स्वतःच्या कृतीचा कठोर न्यायाधीश होऊ शकत नाही. वात्सल्य म्हणा अथवा अहंकार म्हणा, त्याच्या मूल्यमापनाच्या आड येतोच येतो. आपले वामनराव जोशी अत्यंत निगर्वी आणि निःस्पृह साहित्यिक होते. पण 'रागिणी'नंतर त्यांनी लिहिलेल्या 'नलिनी'ला टीकाकारांनी जेव्हा नाके मुरडली, तेव्हा 'नकटं व्हावं पण धाकटं होऊ नये' असे उद्गार काही त्यांच्या तोंडून बाहेर पडल्याशिवाय राहिले नाहीत!

अहंकारामुळे किंवा आपलेपणामुळे मनुष्य स्वतःचा न्यायाधीश होण्याला

अपात्र होतो ही या प्रश्नाची एक बाजू झाली. त्याची दुसरी बाजूही तितकीच मौजेची आणि महत्त्वाची आहे. लोकांना जी कलाकृती आवडते ती लेखकाची आवडती असेलच असे नाही. क्लिफर्ड ऑडेट्स या आधुनिक अमेरिकन नाटककाराने आपल्या पहिल्या सहा नाटकांच्या संग्रहाला प्रस्तावना लिहिताना ही गोष्ट अगदी स्पष्टपणे सांगितली आहे. तो म्हणतो, "रंगभूमीवर माझ्या ज्या नाटकाचे मुळीच स्वागत होऊ शकले नाही, ते 'पॅरेडाइज लॉस्ट' हे नाटकच माझे फार आवडते आहे. रचनेच्या दृष्टीने ते फार गोंडस नाही हे मी कबूल करतो. पण आजच्या प्रेक्षकांना काय किंवा टीकाकारांना काय, लेखकाच्या वैयक्तिक आणि सामाजिक अनुभूतीची तीव्रता, त्याच्या निरीक्षणाची सूक्ष्मता किंवा त्याची वैचारिक प्रेरकता यांची मातब्बरी वाटत नाही. खडीसाखरेचा खडा अथवा पेपरमिंटची वडी तोंडातल्या तोंडात आयासावाचून विरघळते ना? नाट्यकृतीही तशीच असावी अशी त्याची अपेक्षा असते."

(Paradise Lost, poorly received as a practical theatrework, remains my favourite play in this group. While not unmindful of its harsh and ungracious form, I must be permitted to say that our modern audiences, critics included, still must have their plays, like salt-water toffy, cut to fit the mouth. 'Paradise Lost' shares with 'Rocket to the moon' a depth of Perception, a web of sensory impressions and a level of both personal and social experience, not allotted to the other plays here.)

ऑडेट्सच्या या उद्‌गारात सत्य आहे यात मुळीच शंका नाही. मात्र ते अर्धसत्य आहे. ललित कृतीतील विचारप्रेरकता किंवा अनुभूतीची विशालता जेव्हा सर्वस्पर्शी भावनांच्या रूपाने आविष्कृत होते, तेव्हा तिच्यामध्ये अपूर्व आकर्षकता निर्माण होते– आणि तिचे आवाहन, स्वत:ला पुस्तकात पुरून घेणाऱ्या पंडितांपासून पोटापाठीमागे धावणाऱ्या उपाहारगृहातील पोऱ्यापर्यंत सर्वांच्या अंत:करणापर्यंत जाऊन पोहोचते. लोकाभिरुची ही कधी कधी मुलामा दिलेल्या पितळेला सोने मानण्याची चूक करते हे खरे. पण आत्माविष्काराच्या आनंदामुळे लेखकाला जी कृती अप्रतिम वाटते, ती आविष्कार परिणामकारक होण्याला आवश्यक अशा सौंदर्याची जोड जर तिला मिळाली नसेल, तर वाचकांना सामान्य वाटण्याचा संभव असतो हेही तितकेच खरे!

'उल्का' ही माझी सर्वांत आवडती कादंबरी आहे असे सांगण्यात माझी कदाचित चूक होत असेल! नाही कुणी म्हणावे?

२

जेव्हा जेव्हा 'तुम्हाला तुमची कोणती कादंबरी अधिक आवडते?' असा प्रश्न मला कोणीही विचारतो, तेव्हा एखाद्या पढविलेल्या पोपटाप्रमाणे क्षणाचाही विलंब न लावता मी उत्तर देतो, 'उल्का.'

ऐकणारा बहुधा आश्चर्याने माझ्याकडे पाहू लागतो. त्या आश्चर्याचा अर्थ मला कळत नाही असे नाही. तो जणू काही मला म्हणत असतो, 'तुमची ही निवड आपल्याला काही पसंत नाही बुवा! 'दोन ध्रुवा'ची पारायणे करणारे लोक तुम्हाला ठाऊक नाहीत वाटतं? आणि तुमची ती अलीकडची कादंबरी 'क्रौंचवध!'–

त्याला जे काही सांगायचे असते ते सारे मला पाठ असते. स्वतःच्या स्तुतीचे शब्द स्मृतिफलकावर सुवर्णाक्षरांनी लिहून ठेवायला मनुष्याला कोणी शिकवावे लागत नाही. पण 'दोन ध्रुव', 'हिरवा चाफा', 'क्रौंचवध' इत्यादी कादंबऱ्यांची लोकप्रियता पुरेपूर ठाऊक असूनही माझे मन अद्यापि 'उल्के'कडेच अधिक ओढ घेते.

याचे मूळ एक ललित कृती म्हणून तिच्या अंगी असलेल्या काही विशिष्ट वाङ्मयगुणांत आहे, का ही कादंबरी लिहिताना निर्मितीच्या अपूर्व आनंदाचा जो आस्वाद घेतला त्याच्या मधुर स्मृतीत आहे, याचा माझा मलाच निर्णय करता येत नाही.

मी कादंबरीकार आहे हा आत्मविश्वास माझ्यात 'उल्के'नेच निर्माण केला. तसे पाहिले तर ही माझी तिसरी कादंबरी. हिच्यापूर्वी लिहिलेल्या 'हृदयाची हाक' आणि 'कांचनमृग' या दोन्ही कादंबऱ्या आपापल्यापरी लोकप्रिय झाल्या होत्या. त्या प्रसिद्ध झाल्या तेव्हा कुठल्याही इंग्रजी शाळेत व्याख्यानाच्या निमित्ताने मी गेलो म्हणजे त्या शाळेचे मुख्याध्यापक मला सहावी-सातवीतल्या मुला-मुलींच्या वह्या आवर्जून दाखवीत असत. त्या वह्यांत माझ्या दोन कादंबऱ्यांतील अनेक अलंकारिक वाक्ये आणि सुभाषिते मोठ्या आवडीने टिपलेली मला दिसत. ती पाहून क्षणभर मला माझ्या लेखनशक्तीचा अभिमान वाटे.

पण तो क्षणभरच टिके! असल्या अभिमानाने फुगून जाणाऱ्या माझ्या एका मनाला डिवचणारे दुसरे मन त्याच्याजवळ उभे असे. या दोन्ही कादंबऱ्यांची लोकप्रियता पाहून माझ्यातील लेखकाला गुदगुल्या होऊ लागल्या, की ते त्याला हळूच चिमटे काढी. त्या चिमट्यांनी मला प्रथम प्रथम चीड येई. पण त्या चिमट्यांनी मला अंतर्मुख केले, मी आत्मपरीक्षक होण्याचा प्रयत्न करू लागलो. या प्रयत्नात एक गोष्ट मला स्पष्टपणे प्रचीत झाली. ती म्हणजे माझ्या कादंबऱ्यांतल्या

आत्माविष्कारावर असलेली संकेताची छाया. ही छाया 'हृदयाच्या हाके'पेक्षा 'कांचनमृगा'त कमी प्रमाणात दिसत होती हे खरे. या दुसऱ्या कादंबरीत ध्येयवादी शिक्षकाचे जे आंतरिक दु:ख सांगण्याचा मी प्रयत्न केला होता, त्याचा उगम माझ्या दहा वर्षांच्या अनुभवापोटी होता. ते दु:ख पुस्तकी नव्हते. पोटतिडकीचे होते. त्या कादंबरीला त्यावेळी जी लोकप्रियता प्राप्त झाली ती काही तिच्या कलागुणांमुळे नव्हे, तर सामाजिक जीवनातील एका महत्त्वाच्या दालनाचे प्रामाणिक चित्रण करण्याच्या प्रयत्नामुळे, ठिकठिकाणी तिच्यात जो जिव्हाळा प्रकट झाला होता त्यामुळे. पण असे असूनही मनातल्या मनात मी स्वत:वरच असंतुष्ट होतो. माझी अलंकारप्रचुर भाषाशैली माझे समाधान करू शकत नव्हती. मला ती सारी दिवाळीची रोषणाई वाटे. त्या झगझगाटाने वाचकांचे डोळे दिपले, तरी त्यांची अंत:करणे सतेज करण्याचे किंवा त्यांना मार्गदर्शन करण्याचे सामर्थ्य असल्या प्रकाशात असू शकत नाही. हे शल्य मला एकसारखे टोचू लागले. अनेक जिवंत स्वभावचित्रे आणि ज्वलंत प्रश्न आपल्याभोवती तांडवनृत्य करीत असताना प्रचलित लोकप्रिय मार्ग पत्करून, कल्पनारम्य कादंबऱ्या लिहीत बसायची कल्पना मला कशीशीच वाटू लागली. 'हृदयाची हाक' आणि 'कांचनमृग' या कादंबऱ्या १९३० साली सहा महिन्यांच्या अवधीत मी पुऱ्या केल्या होत्या! साहजिकच त्याच पद्धतीची चार-पाच कथानके माझ्या मनात त्यावेळी लगेच घोळू लागली. त्यातल्या दोन-तीन कथानकांचे मी आराखडे आखले. एका कादंबरीची तर घाईघाईने दोन प्रकरणेही लिहिली. पण माझे मन काही केल्या त्या संकल्पित कथानकांत पूर्वीसारखे रमेना.

माझ्यातील अपूर्णता मला राहून राहून अस्वस्थ करीत होती. नुसत्या नावीन्याच्या हौसेने मी बेचैन झालो होतो असे नाही. ललित कृतीला दिला जाणारा तंत्राचा किंवा तशाच प्रकारचा दुसरा कुठलाही मुलामा नावीन्याचा क्षणिक आभास सहज निर्माण करू शकतो. असला मुलामा पैदा करणे ही अभ्यासू वृत्तीच्या लेखकाला दु:साध्य अशी गोष्ट नाही. पण माझे मन नेमके या मुलाम्यालाच कंटाळले होते. आपल्या मनाला अस्वस्थ करून सोडणारे भोवतालचे खरेखुरे जीवन आपल्या कादंबऱ्यांत प्रतिबिंबित व्हायला हवे असे राहून राहून मला वाटत होते. आपल्या आर्ततेचा, क्षुब्धतेचा आणि चिंतनाचा आविष्कार जर आपल्या पुढल्या कादंबरीत आपण करू शकलो नाही तर–

तर कादंबरी-लेखनाची आपण रजा घेणेच इष्ट होईल असे मला तीव्रतेने वाटू लागले. या मन:स्थितीत मी जवळजवळ तीन-साडेतीन वर्षं मुका राहिलो.

३

मी 'कांचनमृग' १९३०च्या जून-जुलै महिन्यांत लिहिली. 'उल्के'चे लेखन १९३३च्या ऑक्टोबरात मी केले. या मधल्या काळात मी इतर सर्व प्रकारचे विपुल लेखन करीत होतो. पण कादंबरीचे मात्र एक पानसुद्धा माझ्या हातून या मुदतीत लिहून झाले नाही. कुठल्याही जुन्या संकल्पित कथानकाच्या चौकटीत माझ्या मनात तरळणाऱ्या कल्पना आणि उसळणाऱ्या भावना बसेनात. या कल्पना आणि भावना आपोआप साकार होतील, त्यांना एखाद्या कृत्रिम कथानकाच्या चौकटीत बसविणे हा कलेचा खून होईल, ही माझी श्रद्धा दिवसेंदिवस बळावू लागली. प्रकाशकांकडून कादंबरीची मागणी आली म्हणजे "शाळेच्या व्यापामुळे सध्या लेखनाला फुरसद मिळत नाही. पुढे पाहू या." असे ठराविक उत्तर मी प्रत्येक वेळी देत होतो. पण जसजशी वर्षांमागून वर्षे मागे पडू लागली तसतसे मला वाटू लागले– कादंबरीकाराला लागणारे गुण आपल्या अंगात नाहीत हेच खरे! जो लेखक साडेतीन वर्षांत एक छोटी कादंबरीसुद्धा लिहू शकत नाही, तो–

माझी प्रतिमा अतिशय अनियमित आणि लहरी आहे, अशी एका रसज्ञ वाङ्मय-निरीक्षकाने चार-पाच वर्षांपूर्वी माझ्यावर कुठे तरी टीका केली होती. ती टीका एका दृष्टीने सार्थ आणि सयुक्तिक आहे. गेल्या पंधरा वर्षांत मी बारा कादंबऱ्या लिहिल्या. पण या अवधीत कादंबरीचा वर्ष-दीड वर्षांत नियमीत असा पाळणा माझ्या घरात कधीच हलला नाही. एका वर्षात मी जशा चार कादंबऱ्या लिहिल्या आहेत, त्याप्रमाणे तीन-तीन, चार-चार वर्षांत एकसुद्धा कादंबरी मी लिहिली नाही, असेही घडले आहे. माझ्या अनियमितपणाची अनेक वाचकांना चीड येते. आपापल्या परीने ते त्यांची कारणे शोधू लागतात. गेली काही वर्षे चित्रपटलेखन हा माझा उपजीविकेचा व्यवसाय झाल्यामुळे माझ्या लहरीपणाचे खापर चित्रपटांच्या डोक्यावर अनेकांकडून फोडले जाते. कादंबरी-लेखनाला आवश्यक असलेले स्वास्थ्य मला अलीकडे चित्रपट-लेखनासारख्या अनेक कारणांनी मिळत नाही हे खरे असले, तरी ती सर्व कारणे मला दुय्यम वाटतात. माझ्या अनियमित लेखनाच्या मुळाशी असलेले प्रमुख कारण एकच आहे. 'हृदयाची हाक' व 'कांचनमृग' लिहिल्यावर मी साडेतीन वर्षे स्वस्थ राहिलो तो त्याच कारणामुळे. नंतर 'उल्का' व 'दोन ध्रुव' या कादंबऱ्या चार-पाच महिन्यांत संपवून रिप व्हॅन विंकलप्रमाणे मी दोन वर्षे झोपी गेलो. १९४२ मध्ये 'क्रौंचवध' लिहिल्यानंतर अनेक कथानकांना मी मोठ्या उत्साहाने हात घातला. पण गेल्या चार वर्षांत त्यांपैकी एकही कादंबरी मी पुरी करू शकलो नाही. नवनवीन

अनुभूती– विशेषत: उदात्त, करुण आणि प्रक्षोभक अशा अनेक सूक्ष्म सामाजिक अनुभूती– यथार्थतेने व्यक्त करायला आपण असमर्थ आहो या जाणिवेने माझे मन गोंधळून गेले की माझे कादंबरीलेखन थांबते. केवळ रचनाकौशल्याने किंवा भाषाविलासाने सजीव आणि सुंदर साहित्य निर्माण होऊ शकत नाही, असे मला नेहमीच वाटत आले आहे. सजीव साहित्याला नवनवीन विचार, भावना आणि अनुभूती यांच्या कलापूर्ण आविष्काराकरिता धडपडणाऱ्या आणि ती धडपड यशस्वी व्हावी म्हणून जी जी तपस्या करावी लागेल ती ती करणाऱ्या, विकासशील व्यक्तित्वाचा आधार असावा लागतो. जेव्हा जेव्हा हा आधार मला अपुरा वाटतो, तेव्हा तेव्हा मी मुकाट्याने लेखणी बाजूला ठेवतो. 'उल्के'च्या जन्मापूर्वी याच मन:स्थितीत मी तीन-साडेतीन वर्षे काढली.

४

मात्र या साडेतीन वर्षांत ज्यांची झोप चाळवली आहे अशा मनुष्याप्रमाणे मी राहून राहून बेचैन होत होतो. 'कांचनमृग' लिहिण्याच्यावेळीच माझ्या डोळ्यांसमोर शिरोड्याचा मिठाचा सत्याग्रह झाला होता. शहरांकडे आणि सुखवस्तू सुशिक्षितांकडे राजकारणाचा मक्ता असण्याचा काळ मागे पडला हे १९३०च्या चळवळीत स्पष्ट केले होते. कुठल्याही क्रांतीचा ध्वज द्रष्टा होऊ शकणाऱ्या नेत्याच्या हातात असणेच इष्ट असले, तरी तो ध्वज बहुजन समाजाच्या त्यागाने रंगल्याशिवाय यश मिळवू शकत नाही, ही जाणीव तीव्रतेने होत असूनही या विषयावर केवळ राजकीय कादंबरी लिहावी असे मला काही केल्या वाटेना. राजकारणातील यशाचा खरा निकष सामाजिक जीवनाची प्रगती हाच आहे असे मी पहिल्यापासून मानीत आलो आहे. त्या जीवनाविषयी मी शिरोड्याला आल्यापासून, विशेषत: आमच्या शाळेला थोडीशी स्थिरता प्राप्त झाल्यापासून, विचार करू लागलो होतो. सांगलीसारख्या लहानशा का होईना शहरात माझा विद्यार्थिदशेचा काळ गेला होता. बालपणी मी खेडेगाव पाहिले असेल तर ते शेतावर हुरडा खायला गेल्यावेळी किंवा अशाच एखाद्या प्रासंगिक कारणाने. त्यामुळे खेडे म्हटले की, माझ्या डोळ्यांपुढे सौंदर्य आणि स्वातंत्र्य यांची मोहक स्वप्ने तरळू लागत. ती टेकडी, तिच्यामागून आपले सुवर्णजाल पसरवत उगवणारा तो सहस्ररश्मी, गावाजवळून खळखळ करीत वाहणारा तो अवखळ ओढा, आंब्याच्या रायांतून कुहूकुहू करणाऱ्या त्या लबाड कोकिळा, माळावरला तो स्वातंत्र्यगीते गात सुटणारा वारा, जिकडे पाहावे तिकडे हिरव्यागार शेतांतून पृथ्वीमाता ओंजळी भरभरून माती उधळीत असल्याचे दिसणारे ते सुरम्य दृष्य, रात्रीच्या कुशीत खेडे झोपी

जाऊ लागले म्हणजे बालकाच्या पायातले चाळ वाजावेत त्याप्रमाणे तिथल्या देवालयातल्या घंटेचा वायुलहरींवरून तरंगत येणारा तो किणकिण नाद– शाळेत आणि कॉलेजात असताना बालकवींचे अंध अनुकरण करून खेडेगावचे विविध ऋतूंतील सौंदर्य वर्णन करणाऱ्या असल्या अनेक कविता मी लिहिल्या होत्या.

पण १९२० साली शिक्षक म्हणून मी शिरोड्यात जेव्हा पहिले पाऊल टाकले तेव्हा एक गोष्ट मला पूर्णपणे कळून चुकली– डोंगराप्रमाणे खेडीही दुरूनच रम्य दिसतात. खेड्यातला निसर्ग सुंदर असतो; पण तिथला सर्वसामान्य मनुष्य? ज्ञानाच्या आनंदाला आचवलेला, रूढ धर्माच्या पट्ट्या पिढ्यान्पिढ्या डोळ्यांवर बांधल्यामुळे आंधळा झालेला, पोटाची खळगी कशी भरावी या विवंचनेत अष्टौप्रहर, बारा महिने आयुष्य कंठणारा, ज्याला उद्याची सोनेरी स्वप्ने पडत नाहीत, भूतकाळाच्या मधुर स्मृती आनंद देऊ शकत नाहीत आणि चालू घडी ही पायातली दीड मणाची अवजड बेडी वाटते असा अभागी प्राणी मनुष्यरूपाने आपल्या खेड्यांत वावरत असतो. तो एके दिवशी जन्माला येतो, दररोज मरेपर्यंत कष्ट करतो आणि पाचपन्नास वर्षांनी एके दिवशी मरून जातो!

माझ्या लहानपणीच माझे वडील अर्धांगवायूने आजारी पडल्यामुळे सुखवस्तू मध्यम वर्गात जन्म झाला असूनही विद्यार्थिदशा पुरी होण्यापूर्वीच दारिद्र्याचे चटके कसे असतात याचा मला अनुभव येऊन चुकला होता. पण किती झाले तरी ते मध्यम वर्गातले दारिद्र्य होते. पादत्राण आहे, पण छत्री नाही अशा स्थितीत कडक उन्हातून चालणारा मनुष्य कुरकुर करतो ना? मध्यम वर्गातल्या गरिबांची गाऱ्हाणीही अशीच असतात. पण शिरोड्यातले खालच्या वर्गाचे भीषण दारिद्र्य जेव्हा माझ्या डोळ्यांपुढे मूर्तिमंत उभे राहिले–

मी चित्रकार असतो तर त्या दारिद्र्याचे चित्र असे रेखाटले असते : सूर्य माथ्यावर उभा राहून अग्निवर्षाव करीत आहे, समुद्रकाठचे अफाट वाळवंट एखाद्या अग्निकुंडाप्रमाणे धगधगत आहे आणि त्या वाळवंटावरून असंख्य लोक पाठीला पाय लावून अनवाणी धावत आहेत. तापलेल्या वाळूचे असह्य चटके चुकविण्याकरिता ते वेगाने धावण्याचा शक्य तेवढा प्रयत्न करीत आहेत. कुठे तरी– पुढे कुठे तरी एखादी सावलीची जागा मिळेल असे त्या बिचाऱ्यांना वाटत असावे! धावून धावून अनेकांच्या तोंडाला फेस येत आहे. थकून मरगळून त्यांच्यापैकी एकामागून एक त्या प्रचंड अग्निकुंडात पडत आहे, तडफडत प्राण सोडीत आहे!

लज्जारक्षण करण्याएवढेसुद्धा वस्त्र नाही, म्हणून घराबाहेर न पडणारी श्रमजीवी स्त्री मी शिरोड्यालाच प्रथम पाहिली. वर्षानुवर्षे नुसती पेज जेवून शाळेत येणारा आणि उपासमारीमुळे मृत्यूच्या दारी जाऊन पोचलेला बुद्धिवान विद्यार्थी

शिरोड्यालाच प्रथम माझ्या नजरेला पडला. नरकचतुर्थीच्या दिवशी मूठभर पोह्याकरिता पांढरपेशांच्या दारात दातांच्या कण्या करणारे अस्पृश्य मी शिरोड्यालाच प्रथम पाहिले. असली असंख्य दृश्ये पाहून माझ्या मनात अनंत मुके कढ उठू लागले. विद्यार्थिदशेत 'वंदे मातरम्' म्हणताना 'त्रिसप्तकोटिकंठकृतनिनादकराले' ही ओळ मी मोठ्या अभिमानाने म्हणत असे. त्या एकवीस कोटी म्हणा किंवा पस्तीस कोटी म्हणा, माझ्या देशबांधवांतले हजारो जीवन शिरोड्यात माझ्या भोवती वावरत होते. जगण्याकरिता–कुडीत कसाबसा प्राण कोंडून ठेवण्याकरिता– ते अष्टौप्रहर बारा महिने मूक आक्रोश करीत होते. असल्या दुर्दैवी जीवांच्या कंठातून रणगर्जना बाहेर पडत आहे ही बंकिमचंद्रांची कल्पना मला केवळ कविकल्पनाच वाटू लागली! फक्त राजकीय गुलामगिरी नाहीशी झाल्याने आपला देश सुखी होणार नाही, हा विचार माझ्या मनात दिवसेंदिवस प्रबळ होऊ लागला. राजकीय क्रांतीच्या जोडीने अगदी तिच्या हातात हात घालून सामाजिक क्रांती अवतरली, तरच अनेक शतके कपाळाला हात लावून बसलेल्या अभागी भारतमातेच्या मुखावर हास्य विलसू लागेल अशी माझी खात्री होऊन चुकली. ही श्रद्धा आपल्या पुढल्या कादंबऱ्यांत प्रतिबिंबित झाली, तरच आपण आपल्या अनुभूतीशी प्रामाणिक राहिलो असे म्हणता येईल असे मला वाटू लागले.

सामाजिक क्रांती आणि सामाजिक सुधारणा यांच्यातील विलक्षण अंतरही याचवेळी मला कळून चुकले. मध्यम वर्गातल्या पांढरपेशांच्या जीवनविकासाच्या आड येणाऱ्या अंध धार्मिक रूढी किंवा खुळ्या सामाजिक समजुती नाहीशा करणे हा माझ्या लहानपणी सामाजिक सुधारणेचा अर्थ होता. पुनर्विवाह केल्याबद्दल त्या वेळी अभिनंदनाच्या (आणि अर्थात निषेधाच्याही) सभा अहमहमिकेने भरत असत. पदवीधर होण्याचे शतकृत्य केल्याबद्दल बड्या लोकांच्या कन्यकांचे फोटो त्यावेळच्या नियतकालिकांतून छापून येत. नवऱ्याबरोबर फिरायला जाण्याचे धैर्य दाखविल्याबद्दल त्या काळात एखाद्या वीरपत्नीला मानपत्रसुद्धा मिळाले असेल!

पांढरपेशा मध्यमवर्ग म्हणजे खराखुरा समाज नव्हे, त्याची हुंड्याची, प्रेमभंगाची किंवा अशाच प्रकारची अनेक दुःखे ही बहुजनसमाजाची आजची दुःखे नव्हेत, हे शिरोड्यानेच मला शिकवले. 'पाठीवर मारा, पण पोटावर मारू नका' या शब्दांत किती करुण अर्थ भरला आहे याची आता कुठे मला कल्पना येऊ लागली. सर्वस्पर्शी समता हाच सुखी समाजाचा पाया आहे याविषयी माझ्या मनाला कुठलीही शंका राहिली नाही. समतेचे हे तत्त्वज्ञान भारतीय संस्कृतीचे संवर्धन करणाऱ्या आपल्या प्राचीन साहित्यात अनेक स्थळी प्रतिबिंबित झाले आहे. पण एकीकडे सारे पूज्य ऋषी आणि सारे थोर धर्मग्रंथ समतेचा पुरस्कार करताना दुसरीकडे भारतीयांच्या प्रत्यक्ष जीवनात मात्र विषमतेचेच वर्चस्व वाढत गेले.

आधुनिक काळात जगाच्या चढाओढीत भारतीय संस्कृतीचा जो पराभव झाला, त्याचे मूळ या विसंवादात आहे. मनुष्यमात्रांत देव पाहण्याची शिकवण आम्ही देवभाषेतून देवालयात घेत होतो– आणि देवळाबाहेर पडताच महार दिसला की त्याची सावलीसुद्धा आपल्या अंगावर पडणार नाही अशा बेताने घराकडे पोबाराही करीत होतो. 'सर्वे तु सुखिनः सन्तु' या सुंदर श्लोकाची पोपटपंची आम्ही पिढ्यान्पिढ्या केली. पण या जगातली दुःखे नुसत्या पवित्र इच्छेने नाहीशी होत नाहीत; ती त्यागाने, सेवेने, संघटनेने आणि कर्तृत्वानेच दूर करावी लागतात, हे मात्र आमच्या कधी लक्षात आले नाही. आमच्या काव्यकथांतून आणि इतिहास-पुराणांतून जीवनाचे उच्च आदर्श आम्ही रंगविले. पण पुढे ठेवलेल्या आदर्शाप्रमाणे समाज जेव्हा वागतो, तेव्हाच नवा उज्ज्वल इतिहास घडविला जातो ही जाणीव मात्र आम्ही विसरलो. पाप-पुण्य व स्वर्ग-नरक यांचा काथ्याकूट करताना आणि समाजातल्या अगदी तळाच्या मनुष्यालाही प्रचलित धर्म आणि नीती यांचे पालन करायला लावताना माणसाला आत्मा असतो या अर्धसत्यावर आम्ही नेहमी जोर दिला. माणसाला जसा आत्मा असतो, तसे त्याला शरीरही असते, हे आम्ही वेळीच लक्षात घेतले असते तर–

जीवन म्हणजे नुसता आत्मा नव्हे किंवा नुसती भाकरी नव्हे. मनुष्य हा जसा केवळ उपभोगाचा पुतळा नाही, तशी ती त्यागाची आदर्श प्रतिमाही नाही. आत्मा आणि भाकरी, त्याग आणि भोग यांची सुंदर सांगड ज्या समाजाला सहजतेने घालता येते, तोच सामान्य मनुष्याच्या विकासाला साहाय्य करू शकतो. ज्या समाजात धर्माच्या नावाखाली किंवा राजसत्तेच्या पंखाखाली हरतऱ्हेची विषमता थैमान घालीत असते, जिथे श्रीमंतांच्या घरच्या कुलंगी कुत्र्यांना जे खायला मिळते ते गरिबांच्या गोजिरवाण्या पोरांना पाहायलासुद्धा मिळत नाही, जिथे पाच मजली प्रासादात दहा-पाच माणसे भुतासारखी वावरत असताना खालच्या घाणेरड्या दगडी पायरस्त्यांवर हजारो माणसे कुत्र्या-मांजरांप्रमाणे निद्रेची आराधना करीत पडलेली असतात, जिथे श्रीमंतांच्या निर्बुद्ध पोरांना परदेशी पाठविण्याकरिता पाण्यासारखा पैसा उधळला जात असताना बुद्धिवान पण दरिद्री विद्यार्थ्यांना साधे; पोटभरू शिक्षण मिळण्याची मारामार पडते, तो समाज–

आपला समाज दुर्दैवाने असाच आहे, अशी शिरोड्यातल्या पहिल्या दहा वर्षांत माझी पुरेपूर खात्री होऊन चुकली. हा समाज बदललाच पाहिजे असे राहून राहून मला वाटे. लहानपणीच्या सामाजिक सुधारणेच्या माझ्या संकुचित कल्पना हळूहळू मागे पडल्या. विशाल सामाजिक क्रांतीची पुसट स्वप्ने माझे मन पाहू लागले. कुठल्याही क्रांतीच्या कल्पना बंडखोर मनातच रुजतात. अशा बंडखोर तरुणाचे– अन्यायाशी प्राण पणाला लावून टक्कर घेणाऱ्या युवकाचे– चित्र

हळूहळू माझ्या मनात साकार होऊ लागले. 'उल्के'तला चंद्रकांत मला मिळाला.

५

'उल्का' कशी निर्माण झाली याची कथा अगदी निराळी आहे. मी 'कांचनमृग' लिहीत असतानाचीच गोष्ट असावी! माझ्या एका प्रौढ स्नेह्यांनी एके दिवशी हातरुमालात गुंडाळलेले एक छोटेसे पुडके माझ्या हातात दिले. मी हातरुमालाची गाठ सोडून पाहतो तो आत काही पत्रे, केसांत घालावयाचे काही आकडे आणि अशाच इतर एक-दोन बायकी वस्तू होत्या. ती पत्रे प्रेमपत्रे होती हे उघड दिसत होते. त्या टीचभर हातरुमालात आणि त्यातल्या दहा-पंधरा पत्रांत केवढी मोठी करुण कथा दडून राहिली आहे याची मला प्रथमत: कल्पना आली नाही. पण डोळ्यांत गर्दी करणारे अश्रू कसेबसे आवरत माझ्या स्नेह्यांनी आपल्या मुलीच्या दुर्दैवाचा इतिहास जेव्हा सांगितला, तेव्हा मी अगदी सुन्न होऊन गेलो.

एका सुशिक्षित तरुणाची आणि तिची ओळख होऊन त्या ओळखीचे प्रेमात रूपांतर झाले. त्या तरुणाला कविता करण्याचा नाद होता. एवढा कोमल हृदयाचा जावई आपल्याला मिळत आहे, याचा त्या मुलीच्या पित्याला साहजिकच आनंद वाटला. त्याने मोठ्या प्रेमाने त्या दोघांना आशीर्वाद दिला. दोन्ही पक्षांच्या अनेक स्नेह्यांसमवेत या आनंदाप्रीत्यर्थ एक मेजवानी झडली. त्या मेजवानीच्या निमित्ताने एकमेकांच्या बोटांत अंगठ्या घालण्याचा संस्कार होऊन त्या दंपतीच्या प्रेमावर सामाजिक संमतीचा शिक्कामोर्तब बसला. आता फक्त एखादा सोईस्कर मुहूर्त पाहून वधूवरांवर अक्षता टाकायचेच काय ते काम उरले, असे वाटून पिता कन्येसह भावी सुखस्वप्ने पाहत आपल्या गावी परतला. पण लवकरच त्याच्या त्या सर्व स्वप्नांचा भावी जावयाच्या एका पत्राने चक्काचूर केला. कवीमहाशयांनी लिहिले होते : 'तुमच्या मुलीवर माझं प्रेम नाही. आहे असं मला थोडे दिवस वाटत होतं; पण तो भ्रम होता, भास होता, भूल होती. चूक-भूल द्यावी-घ्यावी हे आपण जाणताच. माझं खरंखुरं प्रेम दुसऱ्या एका मुलीवर बसलं आहे. तुमच्या मुलीची आणि माझी गाठ पडण्यापूर्वी ही मुलगी मला भेटली नाही ही मोठ्या दुर्दैवाची गोष्ट आहे. पण ती माझ्याकरिता आणि मी तिच्याकरिता जन्माला आलो आहो, ही गोष्ट अगदी आंधळ्यालासुद्धा दिसण्याजोगी आहे. तेव्हा–'

त्या पत्राने आपल्या मुलीचे जीवन एका घटकेत कसे कोमेजून टाकले याचे जे करुण वर्णन माझ्या स्नेह्यांनी केले, ते अजूनही मला आठवते– अजून त्यांच्या त्या आर्त शब्दांच्या स्मरणाने माझे मन व्याकुळ होते; माझ्या अंगावर शहारे उभे राहतात.

चौदा

इतक्या जवळची ही करुणकथा–

मी मध्यम वर्गाकडे पाहू लागलो, तेव्हा ही करुणकथा एकट्या-दुकट्या मुलीची नाही असे मला आढळून आले. मॅट्रिकच्या वर्गात असताना हरिभाऊ आपट्यांच्या 'पण लक्षात कोण घेतो?' किंवा 'मायेचा बाजार' या कादंबऱ्या मी माझ्या एका मामींना वाचून दाखवीत असे. त्या कादंबऱ्यांतले स्त्री-जीवनाचे ते अत्यंत वास्तव आणि करुण चित्रण ऐकून त्यांच्या डोळ्यांत पाणी उभे राही. त्या गहिवरून म्हणत, ''बायकांचा जन्मच दु:ख भोगण्याकरिता आहे बाबा!'' मी त्यांचे समाधान करीत असे, ''मामी, आता ही दु:खे अशीच राहणार नाहीत. हरिभाऊंसारख्या कादंबरीकारांनी ती वेशीवर टांगली आहेत. पुरुष सुशिक्षित होत आहेत. ते यापुढे बायकांना बरोबरीच्या नात्याने वागवतील. हरिभाऊंच्या सामाजिक कादंबऱ्या लवकरच ऐतिहासिक होतील.''

मामींपाशी मी जे भविष्य वर्तवले होते, ते अक्षरश: खरे होत आहे, अशी पुढे बरीच वर्षे माझी समजूत होती. याचे एक कारण कल्पनारम्यतेत गुंग होऊन जाण्याचे माझे ते वय होते हे असेल. दुसरे महत्त्वाचे कारण म्हणजे त्यावेळी जीवनातील सुखदु:खे प्रत्यक्ष भोगणाऱ्या स्त्रियांपेक्षा पुस्तकातील नायिकांशीच माझा दाट परिचय होता. कॉलेजात असताना रागिणी आणि उत्तरा यांची जी चित्रे माझ्या पिढीने कल्पनाचक्षूंनी पाहिली, ती ''आता नवी स्त्री निर्माण होत आहे. ती यापुढे कसलाही जुलूम सहन करणार नाही. आजपर्यंत स्त्री मुकी होती, आता ती बोलकी झाली आहे. यापुढे स्त्री ही हरिणी राहणार नाही. ती वाघीण होणार आहे!'' असेच जणू काही आम्हाला बजावून सांगत होती. मी शिरोड्याला गेल्यावर वामनरावांच्यानंतरचे महाराष्ट्राचे लोकप्रिय कादंबरीकार प्रो. फडके वाङ्मयक्षितिजावर उदय पावले. त्यांच्या इंदुमती व निर्मला या आरंभीच्या दोन्ही नायिकांच्या आयुष्यात अनेक संकटे आली, तरी त्यांच्या दु:खाचे स्वरूप मूलत: सामाजिक नाही. स्त्रीच्या पायांतल्या सर्व शृंखला गळून पडल्या आहेत, ज्याच्यावर आपले प्रेम आहे त्याच्या गळ्यात माळ घालण्याइतका आत्मविश्वास तिच्या अंगी निर्माण झाला आहे. स्वातंत्र्यमंदिराच्या पायऱ्यांवर उभी राहून ती आपल्या हक्कांचा पुरस्कार करायला आता मागेपुढे पाहणार नाही, असे वाचकाला वाटायला लावण्यासारखे त्या कादंबऱ्यांतले स्त्री-जीवनाचे चित्रण आहे.

पण ते चित्रण आणि माझ्या स्नेह्यांच्या मुलीची हृदयद्रावक कहाणी, या दोन्हींचा काही केल्या माझ्या मनात मेळ बसेना. त्या दुर्दैवी मुलीसारख्या अनेक मुली मला आठवू लागल्या. माझ्या एका विवाहित विद्यार्थिनीची कर्मकहाणी अशीच विचित्र होती. माझ्या मनात विचारचक्र सुरू झाले. मी मध्यम वर्गातल्या स्त्री-जीवनाकडे या नव्या दृष्टीने पाहू लागलो.

आणि लवकरच माझी खात्री होऊन चुकली की, हरिभाऊंचा काळ मागे पडला असला, तरी मध्यम वर्गाच्या स्त्री-जीवनांतले दुःख अजून तसेच राहिले आहे. दुःख बहुरूपी असते हेच खरे! ते वेष बदलते; पण आपल्या सावजाची पाठ सोडीत नाही. हरिभाऊंच्या कादंबऱ्यांतला शंकरमामंजी आज विरळ झाला असेल! पण त्यांच्या वेळी अस्तित्वात नसलेला भ्रमर वृत्तीचा सुशिक्षित पुरुष आज निर्माण झाला आहे. प्रौढ विवाहाच्या पाठोपाठ प्रेमविवाह समाजात रूढ होणे नुसते अपरिहार्यच नव्हे तर इष्टही आहे. पण आपल्या समाजात प्रेमविवाह ही अद्यापि सुलभ किंवा स्वाभाविक गोष्ट झालेली नाही. अजूनही स्त्री आणि पुरुष यांच्यामध्ये एक मोठी गगनचुंबी भिंत उभी आहे. ज्या दृढमूल धार्मिक आणि सामाजिक संस्कारांच्या पाषाणांनी ही भिंत उभारली आहे, ते चार सुधारकांच्या शाब्दिक हल्ल्यांनी कोसळून पडण्याइतके लेचेपेचे नाहीत. त्या भिंतीचे रक्षण करण्याकरिता नीतिकल्पनांच्या काटेरी तारांचे कुंपणही तिच्याभोवती घातले आहे. त्या कुंपणावरून उडी मारण्याचा प्रयत्न यशस्वी होण्यापेक्षा त्या तारांचे काटे लागून अंग रक्तबंबाळ होण्याचा संभवच स्त्रीच्या बाबतीत अधिक असतो.

या दृष्टीने मी जसाजसा विचार करू लागलो, तसतसे मला वाटू लागले– सर्वस्पर्शी समतेचा पुरस्कार करणाऱ्या सामाजिक क्रांतीशिवाय खरीखुरी नवी स्त्री निर्माण होणे शक्य नाही. पुण्या-मुंबईसारख्या शहरातली– विशेषतः श्रीमंत कुटुंबातली– एखादी मुलगी कदाचित प्रेमविवाहात यशस्वी होईल. पण सर्वसामान्य मध्यम वर्गातल्या मुलीच्या दृष्टीने प्रेमविवाह ही अजून एक काव्यातलीच मधुर कल्पना आहे. काव्य व्यवहारात आणण्याचा प्रयत्न अनेकदा हास्यास्पद ठरतो, प्रसंगी त्यात तिची काय चूक होती? तिने एका सुशिक्षित प्रेमिकाच्या गोड गोड शब्दांवर अंधविश्वास ठेवला. त्याने दिलेले लग्नाचे वचन हा एका कळीभोवती चाललेला क्षणिक गुंजारव आहे हे काव्यमय वातावरणात तिच्या लक्षात आले नाही. स्त्रीच्या पायांतल्या विविध शृंखला गेल्या पाव शतकात केवळ पुष्पांनी आच्छादिल्या गेल्या आहेत– त्या तोडून टाकण्याचा प्रामाणिक प्रयत्न अजून यशस्वी झालेला नाही, हे तिला कळू शकले नाही, हाच ना तिचा गुन्हा? आणि या गुन्ह्यासाठी तिला भोगावे लागलेले प्रायश्चित्त– प्रेमभंगाच्या यातना, समाजाचे हसे, मिळेल त्या पुरुषाच्या गळ्यात माळ घालून संसार साजरा करावा लागण्याची सक्ती– तिचे हे करुण जीवन आठवले की माझ्या डोळ्यांपुढे त्याचे प्रतीक म्हणून एकच चित्र उभे राही : या क्षणी आकाशात आनंदाने हसणारी पण दुसऱ्याच क्षणी खळ्कन तुटून पाषाण होऊन पृथ्वीवर पडणारी तारका.

६

स्त्रीचे दास्य आणि दलितांचे दास्य– दोन्ही दास्ये शतकानुशतके चालत आलेली, धर्माने गौरविलेली, रूढीने अंगवळणी पडलेली, समाजाने पवित्र मानलेली. किरकिरणाऱ्या लहान मुलाला अफूची बाळगोळी देणाऱ्या अडाणी आईप्रमाणे समाजाने या असंख्य दुर्दैवी दासदासींना धर्मावरील अंधश्रद्धेच्या साहाय्याने आजपर्यंत स्वस्थ बसविले. पण ही सामाजिक शांतता म्हणजे स्मशानातील शांतता होती! 'मला पणाला लावण्याचा धर्मराजाला अधिकार नाही', असे भीष्म-द्रोणांना तळतळून सांगणारी द्रौपदी, शूद्राला तप करण्याचा अधिकार नाही म्हणून प्रभू रामचंद्राकडून मुकाट्याने शिरच्छेद करून घेणारा शम्बूक– स्त्री आणि दलित यांच्यावरल्या धर्माच्या ह्या अमानुष जुलमाची ही प्राचीन परंपरा समूळ नाहीशी करणे हेच आपल्या आजच्या सामाजिक क्रांतीचे मुख्य ध्येय असले पाहिजे असे मी मनात म्हणू लागलो. ही कल्पना चंद्रकांत आणि उल्का यांच्या जीवनाचे धागे माझ्या मनात गंफू लागली.

लवकरच त्या गुंफणीतून तिसराही एक धागा डोकावू लागला. तो धागा म्हणजे उल्केचे वडील भाऊसाहेब. हे स्वभावचित्र अंशत: का होईना आत्मचरित्रात्मक आहे असा गैरसमज फार मोठ्या प्रमाणात प्रचलित आहे. उल्केच्या पित्याचे जे नाव तेच माझे नाव, त्याचा जो शिक्षकाचा व्यवसाय तोच माझा व्यवसाय आणि ज्या ध्येयवादाने प्रेरित होऊन तो एका खेड्यात गेला त्याची मोहिनी मी शिरोड्याला गेलो तेव्हा माझ्याही मनावर थोडीफार होती, या गोष्टी काही खोट्या नाहीत. पण इथेच हे साम्य संपते. उघड्या डोळ्यांनी दारिद्र्याला कवटाळणाऱ्या ध्येयवाद्याची आयुष्याच्या उत्तरार्धात व्यवहाराला तोंड देताना अत्यंत अनुकंपनीय स्थिती होते. त्याचा ध्येयवाद हा त्याच्या कुटुंबाचा– कधी कधी त्याच्या बायका-मुलांच्या साध्या सात्त्विक आकांक्षांचासुद्धा शत्रू बनतो. तुमचे ध्येय कितीही उच्च असो, माध्यान्हकाळ त्याची क्षणभरसुद्धा पर्वा करीत नाही. पोटभर अन्नाशिवाय दुसऱ्या कशानेही तो संतुष्ट होत नाही. एखाद्याचा त्याग कितीही मोठा असो, त्याच्या मुलीच्या लग्नाची विवंचना त्यामुळे कमी होत नाही. ज्या समाजात पैशाची देव म्हणून पूजा केली जाते, तिथे ध्येयवाद्याच्या कपाळी दगड-धोंड्यांचा मारा यावा यात नवल कसले? या करुणोदात्त विषयाचे मला अनेक वर्षे आकर्षण वाटत होते आणि म्हणूनच टिळक-आगरकरांपासून समाजसेवेची स्फूर्ती घेतलेली जी पिढी होती, तिच्यातल्या प्रामाणिक कार्यकर्त्यांचे दु:ख भाऊसाहेबांच्या रूपाने मी चित्रित करण्याचा प्रयत्न केला. या स्वभावचित्राची पुसट कल्पना 'कांचनमृग' लिहिल्यापासून माझ्या मनात घोळत असावी. 'कांचनमृगा'तल्या सुधाकराला

शिक्षण झाल्यावर लवकरच आपल्या ध्येयवादाची दुसरी बेगडी बाजू दिसते असे मी दाखविले होते. पण व्यवहारात नेहमीच असे घडते असे नाही. विशी-पंचविशीत प्रत्येक मनुष्य थोड्याफार प्रमाणात कवी, प्रेमिक आणि ध्येयवादी असतो. या तिन्ही प्रवृत्तींत जीवनातील उत्कट आनंद आणि उदात्त रस साठविलेला असतो हे जसे खरे आहे, तसेच त्यांच्यापैकी प्रत्येकीचे आकर्षण यौवनसुलभ स्वप्नाळूपणातून निर्माण झाले असण्याचा संभव असतो हेही खरे आहे. पंचविशीत कविता करणाऱ्या अनेक लोकांचा तिशीत गद्यलेखक म्हणूनसुद्धा मागमूस राहत नाही, याचे कारण दुसरे काय सांगता येईल? पण कवितेला हवी तेव्हा सोडचिठ्ठी देता येत असली, तरी प्रीती आणि ध्येयवाद ही सामान्य मनुष्यालासुद्धा अंगावरल्या वस्त्राप्रमाणे झटकन झिडकारता येत नाहीत. या दोन्ही भावना जीवनाचा शृंगार आहेत आणि शृंखलाही आहेत. ज्या ध्येयाचा ध्यास धरून आपण काट्या-कुट्यांतून धावत आलो, तो अमृताचा कुंभ नसून मृगजलाचा आभास आहे याची अंधुक जाणीव झाली, तरी ध्येयवाद्याला त्या आभासामागून धावत राहावेच लागते. पर्वतशिखरावरून कोसळून पडणाऱ्या शिलाखंडाप्रमाणे त्याची स्थिती झालेली असते. गडगडत खालच्या खोल खोल दरीत गेल्यावाचून त्याला गत्यंतरच उरत नाही. ज्या मूर्तीची आपण काल पूजा केली ती जागृत नाही अशी आज खात्री होऊन चुकली, तरी तिचे तुकडे तुकडे करण्याकरिता ध्येयवाद्याचा हात वर होऊ शकत नाही. ती फोडून फेकून दिली, तरी तिच्याजागी कुणाची प्राणप्रतिष्ठा करायची हेही त्याला पुरेपूर कळत नाही. अशा स्थितीत त्याला पहिल्या मूर्तीचीच पूजा करीत राहणे भाग पडते आणि ही पूजा त्याने कितीही निष्ठेने केली, तरी जगाच्या दृष्टीने तो वेडा ठरतो! त्याच्या तपस्येत जगाला गदागदा हालवून सोडण्याचे सामर्थ्य निर्माण होत नाही.

यौवनातल्या ध्येयवादापासून येणारी अशी अनेक सूक्ष्म पण उत्कट दुःखे भाऊसाहेबांच्या जीवनचित्रात प्रतिबिंबित झाली आहेत. मात्र 'उल्के'च्या चित्रणाला परिपोषक पार्श्वभूमी निर्माण करण्याकरिता मुख्यत: मी त्यांचा उपयोग केला आहे. कुठलीही ध्येये म्हणजे उदात्त स्वप्ने नसतात. असली स्वप्ने सहजासहजी सत्यसृष्टीत अवतरत नाहीत. त्यामुळे त्या स्वप्नांत गुंतून जाणाऱ्याच्या वाट्याला या नाही त्या रूपाने दुःख येतेच येते. पण ते दुःख सात्त्विक असते, आत्मशक्ती वाढविणारे असते, मानवतेची भक्ती हाच मनुष्याचा धर्म आहे ही श्रद्धा दृढतर करणारे असते. भोगवाद्यांच्या विजयापेक्षा ध्येयवाद्यांच्या पराजयानेच मानवी जीवन आजपर्यंत विकसित होत आले आहे.

७

चंद्रकांत, उल्का आणि भाऊसाहेब ही तिन्ही चित्रे जसजशी माझ्या मनात साकार आणि सजीव होऊ लागली, तसतसा कादंबरी लिहिण्याचा मोह मला अनावर होऊ लागला. मी कथानकाची टिपणे केली नाहीत, स्थलकालांच्या याद्या काढल्या नाहीत, कोणत्या निवेदनपद्धतीने कादंबरी लिहिली असताना ती अधिक चटकदार होईल याचाही विचार केला नाही. १४ ऑक्टोबरला शाळेची दिवाळीची सुट्टी सुरू होत होती. मी सकाळी उठलो आणि चहा घेऊन लिहायला बसलो. ३ नोव्हेंबरपर्यंत माझे हे लिहिणे अखंड चालले होते. रात्रीचे सात-आठ तास झोपेत जात असत. दिवसाचे दोन-तीन तास स्नान-भोजन वगैरेत जात, बाकीचा सारा वेळ मी माझ्या या कादंबरीच्या जगात– यक्षभूमीच होती ती– वावरत होतो. लिहून लिहून हात दुखू लागला, की समोरच्या खिडकीतून माडाच्या चुडतांची वाऱ्याबरोबर जी मजेदार हालचाल चाललेली दिसे ती मी पाहत बसे. एखादेवेळी बर्फासारखे पांढरेशुभ्र असलेले आमचे मांजराचे पोर– सुली म्हणत असू आम्ही त्याला– माझ्या मांडीवर येऊन बसे आणि माझ्या लिहिण्याच्या पेन्सिलीशी गाडीगाडीचा खेळ खेळू लागे. पाच-दहा मिनिटे अशी विश्रांती मिळाली, की पुढचे लेखन पुन्हा वेगाने सुरू होई. नदीच्या प्रवाहाबरोबर लहान लहान लाटा अंगावर घेत संथपणे वाहत जावे ना, तसा लिहीत गेलो. कुठे कथानकाकरिता अडलो नाही, कुठे एखादा विचित्र पेच उद्‌भवून अडखळलो नाही. कादंबरी लिहायला सुरुवात केली, तेव्हा 'घरि एकच पणती मिणमिणती' ही कवितासुद्धा मला सुचली नव्हती. १९२७-२८ साली गद्यलेखनाकडे वळल्यापासून माझे आधीच तुटपुंजे असलेले कवितालेखन जवळजवळ संपुष्टात आले होते. पण 'उल्के'च्या एकंदर वातावरणामुळे असेल किंवा ज्या काव्यात्मक मनोवृत्तीने मी या कादंबरीचा विचार करीत आलो होतो तिचा परिपाक म्हणून असेल, भाऊसाहेबांच्या पूर्वचरित्राचे चित्रण करता करता सहजासहजी ती कविता मी लिहून गेलो. एवढेच नव्हे, तर ज्या काळाचे मी या कादंबरीत चित्रण करीत होतो तो काळ आधुनिक मराठी कवितेच्या ऐन बहराचा असल्यामुळे या कादंबरीत ठिकठिकाणी कवितांचा उपयोग करण्याची कल्पना मला सुचली व मी ती अमलातही आणली.

'उल्के'च्या लेखनाचे ते वीस-एकवीस दिवस मी मोठ्या गोड धुंदीत काढले. कादंबरी लिहायला घेतली आहे याचा कुणाही प्रकाशकाला मी पत्ता लागू दिला नव्हता. लेखन मनासारखे झाले नाही, तर त्या कागदांवर एक दिवस आंघोळीचे पाणी तापवायचे असे मनाशी ठरवून मी लिहायला बसलो होतो. कदाचित इच्छा असूनही अनेक व्यापातापांत जी एकतानता लेखकाला सहसा लाभत नाही तिच्या

अपूर्वाईमुळे असेल, कदाचित तीन-साडेतीन वर्षे ज्या आवडत्या भावनांचे, कल्पनांचे आणि विचारांचे स्वच्छंद नृत्य मी माझ्या मनाच्या रंगभूमीवर पाहत आलो होतो, त्यांना शब्दरूपाने साकार करताना अनुभवलेल्या उन्मादामुळे असेल, 'उल्का' ही अजूनही मला माझी आवडती कादंबरी वाटते.

८

माझी ही आवड कित्येकांच्या निवडीशी जुळते, पण त्यांच्या आवडीनिवडीची कारणे ऐकली म्हणजे मात्र मी गोंधळून जातो. परवाच एक कम्युनिस्ट कार्यकर्ते मला म्हणाले, "तुमच्या उल्केनं मला समाजवादाकडे खेचून आणले, पण पुन्हा काही तुम्ही तशी कादंबरी लिहिली नाही." 'उल्के'नंतर समाजवादाचा सावेश प्रचार करणाऱ्या कादंबऱ्या मी सर्रास लिहिल्या असत्या, तर कदाचित या कार्यकर्त्यांचे समाधान झाले असते. पण माझे? आणि माझ्या विविध वाचकांचे?

इतके खोल कशाला जायला हवे? 'उल्के'ची या प्रस्तावनेत दिलेली जन्मकथा वाचल्यानंतर ती कादंबरी केवळ समाजवादाच्या प्रचाराकरिता लिहिली आहे असे जो म्हणेल, त्याची रसिकता त्यालाच लखलाभ असो! 'उल्का' ही कोणत्याही अर्थाने राजकीय कादंबरी नाही. माझा प्रकृतिधर्मच राजकीय कादंबरीचा नाही. जाणतेपणीचे जीवनाचे सर्व संस्कार शिरोड्यासारख्या एका लहानशा खेड्यातल्या चिमुकल्या शाळेत शिक्षकाचे काम करीत असताना माझ्या मनावर झाले. त्यामुळे मी फार फार तर सामान्य मनुष्याचे प्रतिनिधित्व करू शकतो. त्याच्या जीवनातल्या समस्याच माझ्या लेखनात प्रतिबिंबित होतात, पण कुठल्याही वादाचा अभिनिवेशाने प्रचार करण्याची प्रवृत्ती आणि तो करायला लागणारे पांडित्य अथवा पुढारीपण या गोष्टींपैकी एकही सुदैवाने माझ्या वाट्याला कधीच आली नाही. प्रचीती ही कलेची माता आहे हे मी मान्य करतो. पण प्रचीती म्हणजे प्रचार नव्हे. प्रचीती अंतर्मुख असते, प्रचार बहिर्मुख असतो. मार्क्सवाद किंवा गांधीवाद याचा आजच्या भारतीय जनतेवर जो परिणाम झाला आहे त्याची परिपूर्ण जाणीव मला आहे, पण माझी भूमिका समाजशास्त्रज्ञाची किंवा तत्त्वचिकित्सकाची नाही. मी मूळचा एक खेडवळ ललित लेखक आहे. कुठल्याही वादाच्या आहारी जाऊन वितंडवाद माजविणे आणि बोथट बाणांनी जीवनातल्या समस्यांच्या बिकट ब्रह्मगाठी सुटतील अशी कल्पना करून घेणे मला जमत नाही. मार्क्सवाद आणि गांधीवाद यांच्या भूमिकांत आणि तपशिलात कितीही भेद असला तरी सामान्य मनुष्याला त्यातून एकच शिकवण निश्चित मिळत आहे; जगात खरा धर्म एकच आहे– समता! जगात जागृत देवता एकच आहे– मानवता! मानवधर्माचा हा झेंडा उंच राहावा

म्हणून सिंहासन सोडून बुद्ध संन्यासी झाला. ख्रिस्त हसत सुळी गेला. रक्ताच्या नद्या वाहवणाऱ्या अशोकाला याच ध्वजाने अहिंसेचा नि:सीम उपासक बनविले. मानवातील सुप्त देवत्व या ध्वजानेच आजपर्यंत जागृत केले आहे- विकसित केले आहे. ज्या मानवी संस्कृतीचा आपण अभिमान बाळगतो, तिची प्रगती या ध्वजाच्या आशीर्वादानेच होत असते. आर्थिक, राजकीय आणि सामाजिक विषमतेने आजकाल मानवधर्माच्या या दिव्य ध्वजाच्या चिंध्या झालेल्या दिसत आहेत. भोगप्रेरित लोभाच्या आणि अहंकारजन्य साम्राज्यवादाच्या आहारी जाऊन जगातल्या प्रमुख राष्ट्रांनी मानवजातीच्या निष्पाप रक्ताने हा ध्वज पुन्हा पुन्हा विटाळण्याचा जणू काही चंग बांधला आहे! तथापि त्याचे प्रेरकतेचे सामर्थ्य रतिमात्रही कमी झाले नाही- होणार नाही. तो जगातल्या अगणित संत्रस्त सज्जनांना विषमतेने स्फूर्ती देत गुणगुणत आहे : 'चला उठा, एकजूट व्हा. जगाशी एकरूप व्हा. जीवनाशी समरस व्हा- धर्माने, लोभाने आणि अहंकाराने माणसामाणसांत उभारलेल्या साऱ्या कृत्रिम भिंती संघटित बळावर पाडून टाका. मनुष्याने मनुष्याच्या पायात घातलेल्या सर्व शृंखला तोडून टाका. भोवताली दाट काळोख पसरला आहे. पण खालच्या अणकुचीदार दगड-धोंड्यांकडे पाहून कचरू नका. वर नजर फेका. या चमचम करणाऱ्या तारका- मानवाच्या प्रगतीकडे कौतुकाने पाहणारे हे दिव्य नंदादीप आहेत. त्यांच्या सात्त्विक प्रकाशात पुढे चला. केशवसुतांच्या त्या स्फूर्तिदायक ओळी धीरगंभीरपणे गात गात एक एक पाऊल पुढे चला.'

''गत शतकांची पापे घोरे
क्षाळायाला तुमची रुधिरे
पाहिजेत रे, स्त्रैण न व्हा तर!''

१०/७/१९४६ **वि. स. खांडेकर**
मुंबई

१

बाहेर अंधार पसरला आहे. लहानपणी या अंधाराची केवढी भीती वाटते मनाला! परसात आंचवायला जायचे असले तरी दिव्यावाचून जाण्याचा काही धीर होत नसे मला! दिवा असला तरी दवतीच्या ज्योतीबरोबर हृदयाचाही थरकाप होई. पण आता? काळोखाच्या अफाट समुद्रात बुडी मारून दडून बसावे असे वाटते. दुर्योधन लपून बसला होता ना शेवटी? अगदी तस्से.

कुणी म्हणेल, ही जीवाला कंटाळली आहे. मुळीच नाही. जीव घेण्याइतकेच जीव देणेही मला आवडत नाही. जगावे, जगून खूप खूप गावे, असेच अजूनही वाटे मला. पण जगाला आनंदाची गाणी कुठे हवी आहेत? रडगाण्यांची त्याला मोठी आवड! भैरवी कुठल्याही वेळी गायली तरी गोड लागते म्हणे? लागायचीच! जग अजून लहान मूल आहे. त्याची रडायची हौस संपली नाही अजून! पण रडणे हा एक प्रकारचा मनाचा रोगच नाही का? रोग होण्याआधीच काळजी घेतलेली काय वाईट?

पण काळजी घ्यायची म्हणजे काय करायचे? त्यासाठी माझी कहाणी लिहावीशी वाटते. पुढच्याला ठेच लागली म्हणून मागचा शहाणा होतो असे थोडेच आहे म्हणा! पण ज्या दगडाला माणसे ठेचाळतात, तोच वाटेतून उचलून दूर फेकून दिला तर? अहंकार किती आंधळा असतो! पंचवीस वर्षांची मी मुलगी! मुलगी शब्द ऐकून सारे धर्ममार्तंड दात-ओठ खातील आणि खानेसुमारीच्या आकड्यांवरून सिद्धांत काढणारे लोक दात काढून हसतील. धर्ममार्तंड म्हणतील, ''मुलगी काय म्हणता? बाई म्हणा! हवं तर पोक्त बाई म्हणा! जुन्या काळी या वयात कन्यादानाचं पुण्यसुद्धा पदरी पडलं असतं!'' खानेसुमारीवाले टीका करतील, ''हिंदुस्थानातील माणसाच्या आयुष्याची सरासरी तेवीस वर्षंच आहे, या दृष्टीने ही बाई अगदी म्हातारी झाली. मुलगी कसली ही? मरून दोन वर्षं व्हायची हिला इतक्यात!''

पण तीन वर्षांच्या विमलची आई असूनही मला अजून वाटते की मी मुलगीच

आहे. उमललेल्या फुलाची पुन्हा कळी होत नाही. नसेल! पण माणसाचे मन फुलासारखे नसतेच मुळी. ते झाडासारखे असते. हिवाळ्यात झाड वठल्यासारखे दिसले तरी उन्हाळ्यात त्याला नवी पालवी फुटतेच की नाही? माझे आयुष्यही तसेच होईल.

'आपुले मरण देखिले म्या डोळा' हा अनुभव साधुसंतांप्रमाणे मलाही आला आहे. पण नुसते आपले मरण पाहून गप्प बसण्याचा स्वभावच नाही माझा. मरणानंतर पुनर्जन्मापूर्वीचा गर्भवासच नाही का हा?

पंचवीस वर्षांच्या पांढरपेशा मुलीला अनुभव ते काय येणार, असे पुष्कळांना वाटेल. इतरांचे कशाला? माझे मलासुद्धा अनेकदा तसे वाटते. एवढे मोठ्ठे रामायण अन् महाभारत, पण ते सुद्धा एका श्लोकात सांगून होते. मग माझ्यासारख्या मध्यम स्थितीतल्या मुलीचे आयुष्य काय? फार तर एक काना, मात्रा अगर टिंब एवढ्यावरच त्याची बोळवण व्हायची. कुंची– झगा– साडी– अष्टपुत्री– शालू... पातळ... बाळंते... मुकटा ही काय ती पोरीच्या आयुष्यातली स्थित्यंतरे. त्यांचे वर्णन कशाला करायला पाहिजे? शिंप्यांना आणि कापड दुकानदारांनासुद्धा ती पाठ असतात! 'रांधा, वाढा, उष्टी काढा' हा आम्हा बायकांचा दररोजचा कार्यक्रम. त्यात वर्णन करण्यासारखा पराक्रम तरी कसला असायचा? संसाराच्या शिडीची अगदी वरची पायरी म्हणजे चार मुलांची आई होणे! गोपू– बापू– चंद्री– सुंद्री–!

आयुष्याचा अर्थ– ते कुणाचे का असेना– हाच का आहे? मग मनुष्याला बुद्धी आणि भावना निसर्गाने दिल्या आहेत तरी कशाला? कालच कुठेसे वाचले मी– 'जीवन हे पुष्प आहे.' पण या पुष्पाचा आत्मा कोणता? फुलपाखराला क्षणभर रिझविणारा मधाचा थेंब? छे:! प्रत्येक पळाला वायुलहरीवर स्वैर नाचणारा त्याचा मधुर सुगंध– त्याच्या उमलत्या अंत:करणातून बाहेर पडणारे त्याच्या हृदयाचे बोल.

पण हृदयाचे बोल जगाला कर्णकटू वाटतात. सत्य कटू असायचेच. सौंदर्य जोपर्यंत ढोंगासोंगांचे पाय चुरण्यात गुंग आहे, तोपर्यंत सत्य कटू राहणारच!

पण माझ्या हृदयातील बोलांचा जगाला उपयोग होईल का? माझ्यापेक्षा जगाचा अधिक अनुभव असणारी माणसे काय थोडी असतील? पण ती मुकी झाली आहेत! शेकडा नव्वद माणसांचे चेहरे पाहिले की मला किरिस्तावांच्या थडग्याची आठवण होते. मेलेली मने पुरली आहेत असा भास होतो. पण माझे मन नुसते मेलेले नाही! मेल्यानंतर त्याचे भूत झाले आहे. हे भूत जणूकाही माझ्या अंगात संचार करून माझ्याकडून लिहवीत आहे. नाही तर–

मध्यरात्रीची ही भयाण वेळ! बाहेर अंधार नुसता मी म्हणतो आहे. स्वप्नसृष्टीत गुंग होऊन पडण्याच्या वेळी सत्यसृष्टीचे चित्र काढण्याची लहर मला का यावी? खरेच, अंधाराच्या या काळ्या पाटीवर विजेच्या लेखणीने माझ्या आयुष्याचा लेख

लिहिता येईल तर किती बरे होईल? भाऊंच्या डायऱ्या, त्यांचे 'विचारतरंग', चंद्रकांताने घातलेली शपथ सारे 'लिही, लिही' म्हणून माझ्या पाठीशी लागत आहेत.

बाहेर अंधाराची पूजा सुरू झाली. मेघांचा घंटानाद, विजेच्या चमकाऱ्यांची फुले, पावसाचा अभिषेक– अशाच एका रात्री मी जन्माला आले, असे भाऊ सांगतात.

२

लहानपणाचे तसे म्हटले तर फार काही आठवतच नाही मला. बालपण व वृद्धपण यांची तुलना करताना हे साम्यसुद्धा लक्षात ठेवण्याजोगे आहे. त्या वेळच्या गोष्टी म्हणजे इतरांनी आपल्याविषयी सांगितलेल्या गमती! झोपेत आपण काय करतो अगर बडबडतो हे माणसाला कुठे ठाऊक असते? कित्येक माणसे तर म्हणे झोपेत डोक्यावर अंथरुणे घेऊन चालू लागतात आणि कित्येक शेजारच्या माणसांना चापटपोळ्यांची मेजवानी देतात! बाळपणात आपल्या हातूनही अशाच लीला होत असतील. नाही कुणी म्हणावे? त्या आठवत नाहीत हे एकापरीने भाग्यच म्हणायचे!

माझ्याविषयीची भाऊंनी व आईने पुन्हा पुन्हा सांगितलेली आठवण माझ्या बारशादिवशीची आहे. मला नाव काय ठेवायचे या प्रश्नावर घरात गोलमेज परिषद भरली होती. तिचे सभासद भाऊ, आई आणि आत्याबाई हे होते. आत्याबाईंचा पाच वर्षांचा वसंतही त्या सभेला हजर होता. पण अर्ध्या तिकिटात प्रवास करणाऱ्या त्या मुलाला मताचा अधिकार देण्याइतकी सुधारणा त्या वेळी झाली होती कुठे? आईने सूचना आणली, "तारा ठेवावं नाव!"

भाऊ खो खो करून हसत म्हणाले, "तारा! अगं, या काळ्या पोरीला तारा नाव ठेवलं, तर सारं जग नावं ठेवायला लागेल मला. म्हणतील, एवढा इंग्रजी शाळेचा मास्तर आहे, काव्य शिकवितो, करतो अन् काळ्या पोरीला तारा नाव ठेवतो."

"तारा नाव बरं नाहीच, भाऊ!" आत्याबाई आपल्या पौराणिक ज्ञानाचे प्रदर्शन करीत म्हणाल्या, "एक तारा चंद्राचा हात धरून निघून गेली. दुसरीनं सुग्रीवाशी पाट लावला–"

आईच्या वर्मावर डाग देण्याकरिताच आत्याबाई बोलल्या होत्या.

भाऊंनी जरा रागानेच उत्तर दिले, "पण हरिश्चंद्राच्या तारेनं नवऱ्याबरोबर स्वत:ला विकून घेतलं होतं ते?"

पुराणाच्या विषयावर पुराणाचाच उतारा मिळाला. आत्याबाईंचे तोंड बंद झाले, पण भावाने भावजयीचा कैवार घेतलेला पाहून त्यांना वैषम्य वाटल्यावाचून राहिले नाही. जाता जाता त्यांनी कूस मारलेच, "कोणाची मुलगी अन् कोण करतो सलगी! मूल झालं तुला म्हणून आले इतक्या वर्षांनी! नाही तर–"

छोट्या वसंताने मोठी मौजेची उपसूचना आणली होती.

'खुदिलाम, खुदिलाम' म्हणून तो ओरडू लागला. त्या वेळी क्रांतिकारक म्हणून फाशी गेलेल्या खुदिराम बोसचे नाव ज्याच्या त्याच्या तोंडी झाले होते. त्या लहान पोराला काय? बंगाल आणि महाराष्ट्र, पुरुष आणि स्त्री यांच्यातले भेदभाव कळायला तो विद्वान थोडाच झाला होता!

भाऊंना काही तारा हे नाव तितकेसे पसंत नव्हते. तसे पाहिले तर नावात काय आहे? पण भाऊ पडले काही झाले तरी शिक्षक! तारा नेहमी स्थिर राहणारी, ग्रह फिरणारे. आपली मुलगी चळवळी व्हावी ही त्यांची मोठी इच्छा. मग भाऊंना तारा हे नाव कसे आवडावे? त्यांनी तसे बोलून दाखविताच आई म्हणाली, "मग ठेवा शनीसारखं काही तरी नाव!"

"लागलीच की आता साडेसाती मागं. हुंड्याची तयारी करायला लागा." हसून भाऊंनी उत्तर दिले.

आईच्या आवडीचे म्हणून तारा हेच नाव मला ठेवण्यात आले.

शाळेतल्या मास्तरांत या नावाची त्या वेळी फार चर्चा झाली म्हणे! एकजण म्हणाले, "उं:! भाऊराव, तुम्ही एवढे नव्याचे अभिमानी! स्वत: पुनर्विवाह केलेला! आणि शेवटी नाव ठेवलंत ते इतकं शिळं!"

भाऊंनी उत्तर दिले, "अहो, शिळपाकं राखून ठेवायची सवयच असते बायकांना!"

"पण तुमचं पुरुषांचं अगदी गरमागरम नाव काय आहे हे तरी ऐकू द्या."

"मी उल्का म्हणून हाक मारणार आहे तिला!"

"उल्का?" भूगोलाच्या मास्तरांनी डोळे फाडून भाऊंना विचारले.

"हो! तारा खरी, पण ती प्रसंगी तुटून पडणारी पाहिजे."

"काय तारे तुटतील ते खरं पुढं!"

"माझी तारा आहे एक. मग तारे कुठून तुटणार?"

"या तारेनं झिडकारून दिल्यामुळे नाही का तुटून पडणार? भाऊराव तुमची तारा काही जन्मभर कुक्कुबाळ राहणार आहे वाटतं?"

हे सारेच संभाषण गमतीचे होते. पण भाऊ बहुधा मला उल्का म्हणून हाक मारीत हे काही खोटे नाही. कधी कधी 'उल्का'चे छोटे रूप 'उ' होई. अशावेळी सहसा कोटी न सुचणारी आई म्हणे, "चांगलं नाव काढलंय शोधून. डोक्यावर बसलीच आहे पोरटी!"

"तिला शोधून मारायचं काम आपण नवऱ्यावर सोपवू तिच्या!" भाऊ उत्तर देत.

हे 'उ'चे प्रकरण माझ्या लहानपणीचे होते असे नाही. विमलच्या बारशादिवशी असाच नावाचा प्रश्न निघाला. इतिहासाची पुनरावृत्ती होते ती अशी!

माझ्या पतींनी सुचविले, "हिरा."

भाऊ हळूच बोलले, "टू."

हे 'टू' प्रकरण चटकन कुणाच्या लक्षात आले नाही. सगळ्यांचे चेहरे आश्चर्यचकित झालेले पाहून भाऊ न हसता म्हणाले, "एक होता ऊ, तिला झाला टू." हे ऐकून सर्वांची हसता हसता पुरेवाट झाली. मला सख्ख्या सासूबाई असत्या तर त्यांचे नाव अगदी विरोध न होता मंजूर झाले असते; पण सासूबाई पडल्या सावत्र, आधी त्या काहीच बोलल्या नाहीत. पण शेवटी त्यांनी विमल हे नाव सुचविले आणि ते पासही झाले.

या नावाच्या कुळकथेप्रमाणेच अगदी लहानपणच्या एक-दोन गोष्टी आठवल्या म्हणजे मौज वाटते मोठी. भाऊंचा एक आवडता बोका होता घरात. त्याचे नाव होते 'शुक्र.' त्या लहान मांजराच्या पोराच्या पांढऱ्या मिशा मी पाहिल्या. शेजारची एक मुलगी "तुला कुठे आहेत माझ्यासारखे आजोबा?" म्हणून मला नेहमी चिडवी. त्या दिवशी मी मुद्दाम तिला माझे 'आजोबा' दाखविण्याकरिता आमच्या घरी आणले.

"कुठं आहेत तुझे आजोबा?" तिने विचारले.

"अगं, निजलेत ते!" मी स्वयंपाकघरात जात उत्तर दिले.

"इकडे कुठं निजलेत?"

"चुलीपाशी."

तिला माझ्या उत्तराचा अर्थ मुळीच कळला नाही. मी चुलीजवळ गेले आणि मोटली करून पडलेल्या शुक्र्याला उचलीत म्हटले, "हे पाहिलेस का आजोबा? कशा आहेत त्यांच्या पांढऱ्या मिशा!'

त्या मैत्रिणीने पुढे किती तरी दिवस माझ्याशी अबोला धरला होता!

शुक्र्याची दुसरी एक गोष्टही अशीच आहे. लहानपणाचा भोळाभाव. माझे अंग तापल्याचा नुसता भास झाला की आई माझी दृष्ट काढी. भाऊ सुधारक होते, त्यांनी आईशी पुनर्विवाह केला होता, हे सारे खरे; पण इतर गोष्टीत कितीही क्रांती झाली, तरी आईचे हळवे हृदय कुठे बदलते का? मी तर आईची एकुलती एक लाडकी लेक. माझ्या पाठीवर दोन-तीन भाऊ होऊन गेले होते, त्यामुळे केव्हा रागाने 'बाय गुणाची, काय पायगुणाची!' असे काही तरी ती म्हणे! नाही असे नाही. माझ्या पाठची भावंडे जगावीत म्हणून कुणा तरी घाटावरच्या बाईच्या सांगण्यावरून तिने माझ्या पाठीवर बिब्बाही घातला! या प्रकरणात बिब्बा आणि भाऊ दोघेही चिडले; पण तिला काही मुलगा लाभला नाही.

या दृष्टीचा प्रयोग शुक्र्यावर मी एके दिवशी केला. कुठे उंदराचे पिल्लू त्याला मिळाले होते की काय कोण जाणे? पण अगदी कुंभकर्णासारखा चुलीजवळ पडला होता तो. माझा बाहुला तर लगीनघरी जायला अगदी अडून बसला होता. बाहुलीच्या आईने रुखवत घातले, सारे झाले! 'पी पी पी पी' करून बेंडबाजा वाजू लागला. पण घोड्यावाचून नवरामुलगा जाणार कसा लग्नाला? 'बिल बिल' करून शुक्र्याला मी कितीदा हाक मारली. शेवटी रुखवतातला लाडवाचा चूर आणि नेवऱ्यांचे तुकडे त्याच्या तोंडाला नेऊन लावले, तरी मेला उठेना. मुळी डोळेसुद्धा उघडीना. एकदम माझ्या मनात आले, दृष्टबिष्ट तर लागली नाही ना माझ्या बोक्याला? आई स्वयंपाकघरात नव्हतीच. मी तिवई घेऊन तिच्यावर उभी राहिले आणि फडताळातील मीठ-मोहोरी घेऊन दृष्ट काढली. मोहऱ्यांचा कडकडाट होताच शुक्र्याने जी उडी मारली– माजघरातली माझी विहीण ओरडून म्हणाली, "अगं बाई, गरंडेलाचे बार झाले वाटतं हे! घोडा उधळला हं! सांभाळा आता!"

बालपणाची स्तुती कवी काही उगीच करीत नाहीत. वेदान्ती लोक आयुष्याला स्वप्नाची उपमा देतात. पण खरे सांगायचे तर बाळपण हे एक गोड स्वप्न आहे. परंतु हे गोड स्वप्न काही आयुष्यभर टिकत नाही. का बरे टिकत नाही ते? या गोड स्वप्नातून जागे होऊन भयाण रात्री घड्याळाची टिकटिक आणि रातकिड्यांची किरकिर ऐकत आणि या कुशीवरून त्या कुशीवर तळमळत माणसाला का बरे पडावे लागते? खरेच जन्मभर, मनुष्य मनाने लहान मूलच का राहत नाही? लहान मुलाचे मनच मोठे असते, नाही का? चांदण्यांप्रमाणे बालमनातही साध्या गोष्टींना सुंदर स्वरूप प्राप्त होते; पण व्यवहाराच्या रखरखीत उन्हात– व्यवहार! वामनाच्या तीन पावलांनी त्रिभुवन व्यापले. हा चार अक्षरी बुटका शब्दही तसाच! त्या एक एक अक्षरात एक एक जग दडून बसले आहे. व्यवहार– स्वर्ग, पृथ्वी, पाताळ आणि– नरक!

भाऊंची ती आवडती ओळ मला नेहमी आठवते– 'नरेच केला हीन किती नर!'

३

लहानपणाच्या गमती म्हणजे समुद्राच्या वेळेवरले शिंपले. वाटेल तितके वेचावेत. बाजारात त्यांची कवडीचीही किंमत नाही. पण किती सुंदर दिसतात ते!

भाऊंच्या तालमीत वाढल्यामुळे असेल अगर उपजत बुद्धीमुळे असेल, पण लहानपणापासून विचित्र प्रश्न विचारण्यात मी अगदी पटाईत झाले होते. तुळशीचे लग्न मला नेहमीच आवडे. बाहुला-बाहुलींच्या लग्नापेक्षा त्याचा थाट कितीतरी मोठा

असे. उसाचे वाडे, चिरमुरे, भटजींची मंगलाष्टके– एक अन् दोन– सारीच गंमत. पण दरवर्षी हे लग्न पाहून मला कसेसेच वाटू लागले. आमच्या अंगणातल्या तुळशीवरच एक माड होता. उपाध्येबुवा तुळशीच्या लग्नाची तयारी करीत असताना मी त्यांना विचारले, ''या माडाचं का हो नाही लगीन लावीत?'' माडाला पोफळ अगदी छान बायको शोभेल असा विचार माझ्या मनात त्या वेळी येऊनही गेला.

उपाध्येबुवांनी पानाचे रंगलेले तोंड उघडून उत्तर दिले, ''हः हः! ताराबाई, तुळस ही देवता आहे, देवता! माड हे आहे साधे झाड.''

माड हे साधे झाड आणि तुळस ही देवता. माडाचा उपयोग तुळशीपेक्षा अधिक नाही का? कुठे तुळशीची ती नखाएवढी पाने आणि कुठे माडाची ती लांबलचक हाताएवढी पाने. अन् तुळशीला शहाळी थोडीच लागतात! माझ्या बालमनात त्या वेळी कोणकोणत्या विचारांची गर्दी होती हे आज अचूक सांगता यायचं नाही. पण देवाविषयीच्या माझ्या आदरबुद्धीला पहिला धक्का त्या दिवशी बसला हे खास! तुळस ही देवता आणि माड, केळी, आंबा, काजू, रातांबा ही सारी झाडे! तुळस ही देवता आणि जाई-जुई, मोगरी, ओटोमोहिनी या साऱ्या वेली! जो लोकांना काही देत नाही, उलट त्यांच्याकडून आपली पूजा करून घेतो, तो देव. फळे गोड लागतात; फुले सुंदर दिसतात. पण ती ज्या झाडांना येतात, त्यांची कुणी पूजाही करीत नाही आणि लग्नेही लावीत नाही.

आणि गेली पंधरा-वीस वर्षे हीच गोष्ट माझ्या अनुभवाला आली नाही का? पोटासाठी पोपटपंची करणारा ब्राह्मण भूदेव आणि प्रत्यक्ष भूमीची सेवा करून अन्नपूर्णेला अवतार घ्यायला लावणारा शेतकरी मात्र कुणबी! नोकरीसाठी संपादन केलेली पदवी ही देवता! खऱ्या ज्ञानाला तिथे कोण विचारतो? कौन्सिलपासून खेडेगावच्या शाळांच्या कमिट्यांपर्यंत देव्हाऱ्यात बसण्याचा मान पैसेवाल्या लोकांचा! भाऊंच्यासारख्या स्वार्थत्यागी कफल्लक मास्तरांचे ते काम नव्हे! सावकार हा देव! म्हणून तर त्याच्या दारात नेहमी भाविक लोक बसलेले आढळतात. नवराबायकोत देवपणाचा सारा मक्ता पतीला दिलेला असतो. पण टाकीचे घाव मात्र बायकोच्या पाठीला– प्रसंगी हृदयालादेखील सोसावे लागतात. म्हणे प्रेम हा देव–

छेः! तुळशीच्या झाडावरून एकदम गगनाला हात लावले की मी! दुसऱ्याचे पत्र वाचायचे नाही असा निर्धार केला, तरी डोळे चोरून त्यातली चार अक्षरे पाहतातच की नाही? पुढच्या गोष्टी विसरून लहानपणाविषयी लिहायचे म्हटले तरी तस्से होते अगदी. हो, त्या तुळशीच्या लग्नादिवशीची दुसरी मौज राहिलीच की सांगायची! रात्री जेवता जेवता सहज मी आईला म्हटले, ''आई, तुळशीचं लग्न दरवर्षी का गं करतात?'' आईने पुनर्विवाहित म्हणून या खेडेगावात किती छळ सोसला होता याची कल्पना त्यावेळी मला कुठून असणार? पण माझ्या त्या प्रश्नाने

तिच्या जखमेवरची खपली निघाली. भात उकरता उकरता तिने माझ्याकडे असे पाहिले– जणू काही समोरचे चुलीतले फुललेले निखारेच! पण चुलीवरच्या दुधाप्रमाणे माझी जिज्ञासाही अगदी उतू जात होती. मी धिटाईने विचारले, ‘‘तुळशीचा नवरा मरतो होय दरवर्षी?’’ आईने हातातली पळीच माझ्यावर भिरकावली. बरे तर बरे! तिचे टोक माझ्या कपाळाला घसटून गेले, जर का ते डोळ्यात गेले असते तर– तर काय? डोळा फुटून माझे एकदासुद्धा लग्न होणे शक्य झाले नसते.

आईचा आततायीपणा पाहून भाऊ जरा रागीट स्वरात म्हणाले, ‘‘माणूस आहेस की–’’

आईचा स्वभाव त्या वेळी भारीच संतापी होता. भाऊ थट्टेने अजूनही म्हणतात की जमदग्नी, विश्वामित्र व दुर्वास हे तिघे आईच्या बारशादिवशी तिला आशीर्वाद देण्याकरिता मुद्दाम आले होते!

त्या दिवसापासून मी आईशी जितके सांभाळून बोलू लागले, तितकाच भाऊंशी बोलताना माझ्या जिभेला ताळ राहीनासा झाला. समुद्राच्या एका किनाऱ्याला सुकती सुरू झाली की दुसऱ्या बाजूला भरती येऊ लागते की काय कुणाला ठाऊक! पण माझ्या मनाचे मात्र तसे झाले. आईवरून माझे मन उडाले– आणि उडाले ते बरेच झाले. आईच्या त्या घरट्यात अडकून पडण्याऐवजी भाऊंच्या अफाट आकाशात मी स्वच्छंदाने फिरू लागले.

भाऊंचे हृदय कवीचे! पाच वर्षांच्या बामणाच्या पोरीपासून पंचाहत्तर वर्षांच्या गाबत्यापर्यंत कुणाशीही ते अगदी खेळीमेळीने बोलत. आईने एकदा सूप विकत घेतले आणि ते सारवून वाळवण्याकरिता अंगणात ठेवले. कोरे सूप पहिल्यांदा कसे छान दिसत होते. पण शेणाने लडबडल्याबरोबर ते घाणेरडे दिसू लागले. मी भाऊंना विचारले, ‘‘सूप सारवलं नाही तर काय होईल?’’

‘‘धान्य गळून पडेल त्यातून.’’

‘‘पण कोरं सूप कसं छान दिसतं.’’

भाऊंनी किती वेळ तरी सूप सारवण्याच्या आवश्यकतेवर मला व्याख्यान दिले. पण नावीन्याला भाळलेल्या माझ्या बालमनाला ते कसे पटावे? त्या वेळी माझ्याशी बोलता बोलता त्यांचा स्वर किंचित सद्‌गदित झाला होता असे आता वाटते. वाटते कशाला? त्या वेळचा त्यांच्या ‘विचारतरंगा’तला हा उतारा वाचला तेव्हा खात्रीच झाली माझी!

‘आज उल्केने कोरे सूप का सारवतात म्हणून विचारले. मी तिची समजूत घालण्याचा प्रयत्न केला. पण एक आंधळा दुसऱ्या आंधळ्याला वाट कशी दाखविणार? इथे वयाचा काय उपयोग? आंधळा वयाने मोठा झाला म्हणून त्याला दृष्टी थोडीच येते!

ध्येयाचे सूप व्यवहाराच्या शेणाने सारवावे लागते हेच खरे. ही उपमा कुणाला हास्यास्पद वाटेल. आकाश आणि नक्षत्रे असल्या सुंदर गोष्टी सोडून सूप आणि शेण यांचे दाखले घेण्यात काव्य नाही हे मलाही कळते. पण हा कल्पनेच्या भरारीचा प्रश्न नाही. कल्पना म्हणजे वारा! अनुभव म्हणजे पारा! तो गोळा करणे कठीण! घरी आरामखुर्चीवर पडून कल्पना करण्याइतके ते सोपे नाही. पण अनुभवाचे वजन कल्पनेच्या शतपट असते.

आज बरोबर दहा वर्षे झाली, गडकऱ्यांचा नि माझा तो वाद. रात्र संपली पण वाद संपला नाही. लेखणी की कृती? गडकऱ्यांनी पुनर्विवाहावर नाटक लिहिले. मी प्रत्यक्ष पुनर्विवाह केला. गडकऱ्यांचे नाव महाराष्ट्रभर झाले. मी मात्र कोकणातल्या कोपऱ्यात 'पाटाचा नवरा कोण होणार नाही? चांगला रंगीत पाट पाहिजे मात्र तो हं!' असल्या घाणेरड्या कोट्यांचा स्वीकार करीत बसलो आहे.

मी रूपासाठी का पुनर्विवाह केला? माझी बायको गोरीगोमटी आहे हा माझा अपराध की काय? 'पुनर्विवाहास तयार' ही मुंबईच्या विधवाश्रमाची 'ज्ञानप्रकाशा'तली जाहिरात वाचून मी चौकशी केली. वऱ्हाडातल्या एका, सबजज्जानेही केली. सुधारक सुरूप विधवेशीच लग्न करतात, या आक्षेपाचे त्याला खंडण करावयाचे होते. मला फक्त पुनर्विवाह करायचा होता. कोळशांतले माणिक त्याने पसंत केले आणि हे खरेखुरे माणिक माझ्या वाट्याला आले, पण त्यामुळेच लोकांच्या दृष्टीने चोर ठरलो!

कॉलेजात असताना गडकरी आणि मी अहमहमिकेने कविता लिहीत असू. गडकरी प्रसिद्ध झाले आणि मी– कीर्ती म्हणजे कोंबड्याच्या डोक्यावरील तुरा हे मला कळत नाही का?– पण कळणे आणि वळणे यांत जमीन-अस्मानाचे अंतर आहे. 'मनोरंजना'चा नवा अंक उघडून गडकऱ्यांची कविता वाचली की पोटात कसे होते ते सांगता येणार नाही. मी माझा व्यासंग चालू ठेवला असता, तर मलासुद्धा अशीच कीर्ती मिळाली असती. विद्यालयासारखी शाळा काढण्याचे ध्येय ठेवून या खेड्यात मी आलो आणि आज एका सरकारमंजूर शाळेत शिक्षक म्हणून काम करीत आहे. माझे जोडीदार फुटले. कुणी वकील होऊन बंगले बांधले, कुणी सरकारी नोकरी पटकावून जमीनजुमला केला. मी मात्र महिना तीस रुपयांवर 'we Are Seven' शिकवीत अगर आफ्रिकेतल्या बंदरांची माहिती विचारीत बसलो आहे.

कोरे सूप बरे दिसते. ध्येयवादही तसाच नाही का? दंडकारण्यात राम चौदा वर्षांनी गेला, तेव्हा त्याचे स्वरूप साफ बदललेले त्याला दिसले. पण दहा वर्षांत माझ्या हृदयात एवढी क्रांती झाली आहे की ती पाहून माझी मलाच भीती वाटते. माझा त्याग बेगडी नव्हता. पण– पण समुद्रात सोने नेऊन टाकणे म्हणजे काही दान नव्हे. मागे वळून पाहावे तर समाधान नाही, चालू काळात सुख नाही. पुढे पाहिले

की छातीत धडकीच भरते. तीस रुपये मिळविणाऱ्या माझ्यासारख्या मास्तरला एकच मुलगी दिल्याबद्दल देवाचे आभार मानले पाहिजेत हे खरे! पण ही एकच मुलगी तरी उजवायची कशी? निरनिराळ्या पोटजातींतील पुनर्विवाहित दांपत्याची मुलगी. नाकीडोळी नीटस असली तरी रंगाने काळीसावळी! शेणव्यांइतके नसले तरी आम्हा बारदेशकरांतही हुंड्याचे मान अगदी उत्तर हिंदुस्थानातल्या उन्हाळ्यासारखे भडकायला लागले आहे. जावई आकडा बोलला की सासरा लूक लागून पडलाच म्हणून समजावे. त्यांतून आमची जात किती लहान! माझ्या लाडक्या उल्केचे कल्याण करण्याची शक्ती माझ्या अंगात कुठून येणार? छे:! डोके कसे सुन्न होऊन जाते अशा वेळी! कॉलेजचा अभ्यास इंटरमध्येच सोडून या खेड्यात आलो त्या दिवशी लिहिलेली ती कविता गुणगुणत बसले म्हणजे मात्र क्षणभर समाधान वाटते–'

"घरी एकच पणती मिणमिणती
म्हणु नको, उचल, चल लगबग ती! ।।धृ.।।

अगणित बांधव बघ अंधारी
किर्र रान! भय भवती भारी
चरणि जिवाणू! भरे शिरशिरी
यमदूत– न– कीटक– किरकिरती!

काळोखाच्या भयाण लाटा
उठती फुटती बारा वाटा
फेस पसरला सारा काठा
कुणी म्हणो तारका लुकलुकती!

दिवे विजेचे धनिकमंदिरी
प्रकाश पाडिती परोपरी जरि
स्नेहशून्य ते सदा अंतरी
का करिसि तयांची शिरगणती?

अखंड नंदादीपज्योती
दगडी देवा सोबत करिती
नच बाहेरी क्षणभरी येती
अप्सरा विलासी, नसति सती!

धाव म्हणुनी तव घेऊनि पणती
हृदय नाचु दे तिजसांगाती
सोन्याचे घर– दिसते माती
रे पाहसि मागे वळुनि किती?

पहा पुढे– या दीन लोचनी
रविकिरणांचे स्मरण होउनी
आशा नाचे, ज्योत दुज्या क्षणि
जरी विझे कोण तरि करी क्षिती?

पण काव्य हे काही झाले तरी कोरे सूपच!''

४

कुणाला वाटेल, मी भाऊंचेच चरित्र लिहावयास बसले आहे. त्यांच्या डायऱ्या आणि विचारतरंग एकत्र केले, तर खरोखरीच मोठे चांगले चरित्र होईल. ते काम मी पुढे करणारच आहे. पण माझ्या जीवनकथेत त्यांचा भागसुद्धा महत्त्वाचा नाही का? चित्रकलेत पार्श्वभूमीला किती महत्त्व देतात. पीक काढायच्या आधी अडाणी शेतकरीसुद्धा जमिनीचा कस पाहतो. मग वडील, शिक्षक आणि स्नेही ही माझी तिन्ही जिव्हाळ्याची नाती ज्यांच्यात एकवटली आहेत, त्या भाऊंविषयी लिहिताना मला हात आवरता येऊ नये, यात नवल कसले?

बाळपणाची स्मृती म्हणजे बत्तीस मोगरी, मोगरीइतका सुवास नसतो तिच्या फुलांना. पण एकेक झुबका कसा सुंदर गुच्छासारखा असतो. पण आपल्या स्वैर आठवणींची इतरांना काय गोडी? माझ्या आयुष्याच्या नाटकात जी पात्रे पुन्हा पुन्हा आली, तेवढ्याविषयीच लिहिणे अधिक योग्य होईल. आता पूर्वीची दशावतारी नाटके पाहायला खेड्यातली माणसेसुद्धा जायची नाहीत. नवीन पद्धतीची नाटकेच हवीत लोकांना.

माझ्या जीवननाटकातल्या पहिल्या अंकाच्या आरंभीच प्रवेश करणारे पात्र म्हटले म्हणजे निरा. तिचे घर काही लांब नव्हते आमच्यापासून. ''गो निरप्या'' म्हणून तिच्या आईने घातलेली साद सांजसकाळ आमच्या घरात ऐकू येई. माझ्या नावाच्या वेळी झालेले विद्वत्तापूर्ण वादविवाद तिच्या बारशाच्या दिवशी खास झाले नव्हते. सुंदर बंगाली नावं लाभायला तिचे आईबाप पांढरपेशे थोडेच होते? त्यांनी

प्रचलित नाव निवडले आणि आपल्या मुलीला ठेवले. पण किती सार्थ ठेवले ते नाव. माडापासून जी दारू काढतात तिला माडी म्हणतात. ही माडी अगदी शुद्ध स्थितीत असली म्हणजे तिचे नाव निरा. निराचा बाप आमच्या पंचक्रोशीत मोठा प्रसिद्ध रेंदर होता. वानरांना झाडामाडांची थोडीतरी भीती वाटत असेल. पण त्याला? छे:! तो जवळच्या बागांतले पाडप करायला लागला की मी मुद्दाम ते पाहायला जात असे. बालमनाला साहसाची आवड असेल म्हणून असेल; पण त्या वेळी भाऊंचा मला अगदी राग येई. लठ्ठ लठ्ठ पुस्तके घेऊन ते आपले नेहमी वाचत पडलेले असायचे! पण माडावर कुठे चढायला येत होते त्यांना? मला पुष्कळदा वाटे, भाऊ जर निराच्या बापाप्रमाणे माडावर चढत असते, तर मी त्यांच्या पाठीवर बसून वर गेले असते, एखाद्या दिवशी रात्री त्यांना माडावर चढायला सांगितले असते आणि चांदण्याचे सागरगोटे इतके वेचून आणले असते–

आता ती कल्पना वेडेपणाची वाटते. त्या वेळी चांदण्यांनी फुललेले आकाश म्हणजे प्राजक्ताचे झाड वाटे. एकदा एक तारा तुटताना मी पाहिला. मला खरोखरीच वाटले की कुणी तरी ते प्राजक्ताचे झाड हलवले आणि ते फूल गळून पडले. मी भाऊंना याविषयी विचारले. तेव्हा ते म्हणाले, "उल्का म्हणतात त्याला."

"कुठं जाते ही उल्का?"

"पृथ्वीवर येते ती."

"ती एकटीच का येते? बाकीच्या चांदण्या का नाही येत?"

"बाकीच्यांना आभाळात चमकत बसणं आवडतं."

"हिला का नाही आवडत ते?"

"तिला वाटतं, नुसतं चमकून काय करायचंय? अंधाऱ्या रात्री आपल्या प्रकाशाचा काही कुणाला उपयोग होत नाही. जमिनीवरल्या फुलांचा उपयोग आहे, दगडाचा उपयोग आहे, पण आपला जन्म फुकट, असं वाटतं तिला!"

"जमिनीवर येऊन काय करते ती मग?"

"दगड करते–" आई माजघरातून म्हणाली. तिने हे सर्व संभाषण ऐकले होते. दारात येऊन ती रागारागानेच म्हणाली, "तारा निखळताना पाहणं अशुभ असतं हं मोठं! काय पोरीच्या कपाळी आहे–"

"पोरीच्या कपाळी काय असायचं? लहानपणी गोंदणं, पुढं अक्षता– त्याच्यापुढं चूल आणि मूल."

भाऊंच्या त्या भाषणाने आगीत तेलच पडले. आई तावातावाने म्हणाली, "तेवढं तरी असूदे म्हणजे झालं." त्या दिवशी रात्री निजेपर्यंत आई माझ्याशी अवाक्षरसुद्धा बोलली नाही. पण मला स्वप्ने पडली ती सारी उल्केची. माझेही नाव

उल्का होतेच की. शेवटी एका स्वप्नात तरी मीच आभाळातून जमिनीकडे चालले आहे असे मला वाटले आणि भयाने घामाघूम होऊन मी जागी झाले.

माडावर चढणाऱ्या निराच्या बापावरून या गोष्टीची आठवण झाली. त्याचवेळी मी अभिमानाने खोटे कसे बोलले होते हे आठवले की आता हसू येते. कात गळली की साप ती टाकून देतो. पण ती गळेपर्यंत त्याला अगदी जिव्हाळ्याचीच वाटत नाही का? माझ्याबरोबर निराप्रमाणे इंदू नावाची एक श्रीमंत व्यापाऱ्याची मुलगी होती. तिचा मामा सांगलीला मुनसफ का कोण होता म्हणे. दिवाळीत आईबरोबर ती तिकडे गेली होती. परत आल्याबरोबर ती तिकडच्या रसभरित गोष्टी सांगू लागली आम्हाला. सापासारखी पळणारी आगगाडी– तिचे गुडगुडी ओढणारे इंजिन– आमच्या ब्रह्मेश्वराच्या देवळापेक्षा खूप खूप मोठे असलेले गणपतीचे देऊळ– आणि तिथल्या पायऱ्यांत रुपये बसविले आहेत म्हणे! भुईमुगाच्या ओल्या शेंगासुद्धा तिने खाल्ल्या होत्या. त्या शेंगा वालासारख्या वेलाला वर नाही लागत! कारंद्यासारख्या जमिनीत असतात. एक ना दोन– आश्चर्यामागून आश्चर्ये आमच्या कानांवर पडत होती. शेवटी इंदू मला हिणवत म्हणाली, "हत्तीवरसुद्धा बसून आले आहे मी!"

मी हत्ती फक्त चित्रात पाहिला होता. "एकदंत्या त्याचं नाव! एकच दात आहे त्याला. मामा मला घेऊन गेले–"

"एकच दात आहे ना? अगं, म्हातारा हत्ती असेल कुठला तरी!" मी तिचा हेवा वाटून म्हटले. हत्तीला माणसाइतकेच दात असले पाहिजेत अशी त्या वेळी माझी समजूत होती.

"त्याला नारळ दिला किनई म्हणजे एक वळं तो स्वत: खातो नि एक वळं परत देतो."

मला अगदी राहवेनाच. मी म्हटले, "उ:! तू हत्तीवर बसून आलीस. पण मी माडावर चढले आहे माडावर! तिथून किनई समुद्राच्या पलीकडलंसुद्धा दिसत होतं बघ. रुपयावर राजा असतो ना तो बोडका! तो सुद्धा दिसला मला! अन् खूप वर गेल्यावर चांदण्या हाताला लागायला लागल्या. आभाळातले कित्ती कित्ती शिंपले आणले आहेत मी!"

इंदूला थोडा वेळ का होईना, हे सारे खरे वाटले. माडावर चढून आभाळातले शिंपले वेचण्याची कल्पना त्या वयातच काय ती पटते. तारे आपल्यापासून लक्षावधी योजने दूर आहेत ही गोष्ट ज्या दिवशी आम्ही पुस्तकात वाचली, त्या दिवसापासून या कल्पनेची जादू नाहीशी झाली. ज्ञानात सुख असते म्हणतात. पण या ज्ञानाने आमचे सुख घालविले असे मला कधी कधी का बरे वाटते? भाऊंची मी मुलगी एवढाच माझा कवित्वाशी संबंध. उभ्या जन्मात मी एकच कविता केली. पण ही चांदण्यांची गोष्ट आठवली, की थॉमस हूडच्या त्या ओळी माझ्या ओठांशी येऊन

भिडतात :

I Remember, I Remember
The Fir-tree dark and high
Its slender top
Seemed to touch the sky.
But now its little joy
To know that I am far from heaven
Than when I was a boy.

निरा नि मी बरोबरच शाळेत जात असू. तिचे ते तेल नसल्यामुळे रुखे दिसणारे केस, आईने कुठून तरी मिळविलेल्या जुन्या चोळीचा केलेला पोलका आणि परकर नसल्यामुळे कसाबसा गुंडाळलेला धोतराचा फाड– हे पाहून क्षणभर मला कसेसेच होई. पण लगेच स्वत:च्या पोषाखाकडे लक्ष जाऊन मला मोठा अभिमान वाटे. पाठीवर लोंबणारा वेणीचा शेपटा, तलम कापडाचा पोलका, चुण्याचुण्यांचा नाजुक परकर अशा थाटात मी शाळेत जात असे. एके दिवशी दुपारी आम्ही दोघी शाळेला जायला निघालो होतो. माझ्या पाठीला काही तरी चावते असे मला वाटले. बाहेरून निराला काही दिसेना. झाडाच्या सावलीत बसून मी पोलका काढला. मला मोठा हुमला मिळाला त्यात. निराने हुमला उचलून फेकून दिला. पण पोलका माझ्या हातात द्यायच्या आधी तिने तो घट्ट धरून कुस्करला. मला आश्चर्य वाटले. पण मांजराचे लाडके पोर लहान मुले जशी पोटाशी धरतात, तसा तिने तो पोलका घेतला होता.

"मोव मोव आसा, नाय गो?" माझ्याकडे आनंदाने पाहत व त्या पोलक्यावरून हात फिरवीत ती म्हणाली. काय आनंद झाला होता तिला! प्रसूतीनंतर विमलला मी पहिल्यांदा प्यायला घेतले, त्यावेळी लहानपणाचे हे दृष्य माझ्या डोळ्यांपुढे स्पष्ट उभे राहिले. त्यावेळी सुद्धा निराचे ते पोलक्यावरले प्रेम पाहून तो तिला देऊन टाकावा असे माझ्या मनात आले, पण आईला ते आवडले नसते. त्या दिवशी शाळेत माझे अभ्यासाकडे मुळीच लक्ष नव्हते. संध्याकाळी घरी आल्यावर मी भाऊंना विचारले, "निराला माझ्यासारखी पोलकी का मिळत नाहीत हो?"

"तिचा बाप गरीब आहे म्हणून."

"का गरीब झाला तो?"

माझ्या प्रश्नाचे भाऊंनी काहीच उत्तर दिले नाही.

५

भाऊंनी उत्तर दिले नाही असा तो माझा पहिलाच अनुभव होता. माझ्या स्वभावामुळे म्हटले तर मी त्यांचा पिच्छा पुरवायचा! पण आई लगेच म्हणाली, ''निराला देवानं रूप दिलं आहे चांगलं! तुला कुठं आहे ते?'' आईच्या या बोलण्याने साराच रंग पालटला. निरा कुळवाड्याची मुलगी असूनही माझ्यापेक्षा गोरी आणि सुरूप होती. तिच्याशी तुलना करून माझ्या रूपाचा उणेपणा कुणी काढला की मग मी अगदी हिरमुसली होऊन जाई. आता तर आईनेच माझ्या नाकात काड्या घातल्या होत्या.

दुसऱ्याच दिवशी निराची फजिती करण्याची संधी मला मिळाली. इंदू माझ्याइतकी निराशी मिळून मिसळून वागत नसे. म्हणून मी मुद्दाम इंदूला म्हटले, ''शनिवारी दुपारी आमच्या घरी खेळायला येशील का गं? तू, मी आणि निरा–''

निराकडे पाहून नाक मुरडीत इंदू म्हणाली, ''मी नाही बाई येणार. मारुतीला जाणार आहे मी आईबरोबर.''

थोड्या वेळाने ती हळूच माझ्या कानात म्हणाली, ''अगं, हलक्या जातीची आहे ती!''

मला प्रथम काही अर्थच कळेना. इंदूने 'बंदे' हा शब्द पाटीवर लिहून दाखविला. पण या शब्दानेही काही ते कोडे सुटेना. शेवटी इंदूने मला हळूच मंत्र दिला, ''तुझ्या आजीचं लग्न झालं होतं का विचार तिला.'' निराचा पाणउतारा करण्याचे अंधुक विचार माझ्या मनात घोळत होतेच, त्यांना दुजोरा मिळाला. मी चटकन तिला म्हटले, ''तुझ्या आजीचं लग्न झालं होतं का गं निरा?''

निराचे डोळे गुंजेसारखे लाल झाले. ती कर्कश्श स्वराने म्हणाली, ''तुझ्या आईचा पाट लावणाऱ्या भटालाच विचार जा.''

इंदू फिदीफिदी हसली. मी लाजेने चूर झाले. नंतर मला इंदूकडून कळले की आदल्या दिवशी निरा बापाबरोबर इंदूच्या घरी गेली होती. कुणीतरी तिथे सहज म्हटले, ''काय सुरेख आहे मुलगी. बामणाची असती तर राजाची राणी झाली असती.''

इंदूची आई आत पुटपुटली, ''आमचेच बंदे आहेत ते.''

बंदे म्हणजे गुलामाप्रमाणे वंशपरंपरेने ठेवलेल्या बायांची संतती! निरा त्यावेळी इतकी का चिडली हे आता मला कळत आहे.

पुढे लवकरच निराचा बाप माडावरून पडून मेला. घरचा मिळवता मनुष्यच गेल्यामुळे आईने तिला शाळेतून काढून कामाला लावले. ती कधी काजी फोडायला जाई, तर कधी कुणाची भांडी घासायला जाई. सकाळी शाळा सुटल्यावर मी घरी

येऊ लागले की डोक्यावर नारळाची पाटी घेऊन बाजारात चाललेली निरा मला हटकून भेटे. "पेज जेवलीस का गं?" काहीतरी बोलायचे म्हणून मी विचारी.

ती मानेनेच नाही म्हणून पुढे जाई. पण तिचे डोळे पाण्याने भरून आल्यासारखे दिसत. मी आणि ती एका वयाच्या. पण मी नाजुक छत्री उघडून आणि सुंदर चपला घालून डुलत घरी येई. दारात पावलाबरोबर पाकीट पडे आणि मी मोठ्याने ओरडे, "आई, खायला."

एके दिवशी माझ्या आवडीचा चिवडा आईने दिला. तो खाता खाता मला निराची आठवण झाली. ती बाजारात कुणीतरी नारळ घेईल या आशेने उन्हात तापत बसली असेल– आणि मी?

चांगली सावलीत बसून मी आवडीचा चिवडा खात आहे.

माझ्या डोळ्यांत पाणी उभे राहिले.

आईने सहज माझ्याकडे पाहिले. "फार तिखट झाला का गं?"

मी एवढी बोलघेवडी ; पण आईला काय उत्तर द्यावे ते काही मला सुचले नाही.

निराचा बाप इंदूच्या घरचे पाडप करण्याकरिता चढला होता. झिमझिम पाऊस पडत असल्यामुळे माड निसरडे झाले होते. त्याच वेळी नारळाचा भाव चढला होता म्हणे बेळगावला. इंदूच्या बापाने थोडी अधिक मजुरी द्यायचे कबूल केले आणि निराचा बाप पाडप करायला लागला. प्राणापेक्षा पैशाचे मोल जास्त करून ठेवणाऱ्या जगाने त्याचा प्राण घेतला. आमचे भाऊ इंदूच्या बापाकडे जाऊन त्याच्या बायको-पोरांना काही मदत करण्याविषयी सांगू लागले. इंदूचा बाप चांगला श्रीमंत दलाल होता मुंबईला. शिवाय भगवद्गीतेवर प्रवचन करण्याचीही फार हौस असे त्या वेळी त्याला. म्हणून भाऊंना आशा वाटली, झाले. पण त्याच्या घरून भाऊ आले ते अगदी संतापूनच.

तो भाऊंना म्हणाला, "तो काय फुकट चढला होता आमच्या माडावर? चांगला चोपून पैसे घेणार होता!"

"पण माड निसरडे झालेले! त्यानं तुमच्यासाठी धोक्यात जीव घातलान् आपला!"

"हे पाहा मास्तर, तुम्ही आपली शाळेतली मेंढरं हाका. हा व्यवहार कळायचा नाही तुम्हाला."

भाऊंचे विचारतरंग म्हणजे ज्वालामुखीचा स्फोटच. खालील जळजळीत वाक्ये याच वेळी त्यांच्या लेखणीतून बाहेर पडली असावीत :

'मास्तर म्हणजे मेंढरं हाकणारा. समर्थ विद्यालयासारखी संस्था काढण्याकरिता सुखवस्तू आयुष्यावर निखारे ठेवून मी या खेड्यात राहिलो. रात्रंदिवस राबून

वाघिणीचे दूध विद्यार्थ्यांना दिले. पण त्याची किंमत काय? तर मेंढपाळ ही पदवी! खरंच, या लोकांनी मला धनगर का म्हणू नये? मामलेदार होऊन यांच्या मुंड्या मी मुरगाळल्या असत्या, तर यांनी आपली डोकी माझ्या पायांवर ठेवली असती! पोलीस इन्स्पेक्टर होऊन यांना लाथेच्या ठोकरीसरशी उडवलं असतं, तरी हे लोक माझे बूट पुसायला धावले असते. पण आज माझ्या अंगात तसं काय आहे? त्यांच्या दृष्टीनं मी तीस रुपड्या मिळविणारा मास्तर– मी किती मिळवू शकलो असतो– जाऊ दे ते.

या लोकांच्या ढोंगासोंगावर कोरडे ओढणारा सवाई आगरकर महाराष्ट्रात केव्हा निर्माण होणार? आर्यधर्म आणि पौर्वात्य संस्कृती यांचे पोवाडे गाणाऱ्या लोकांनी खेड्यात जाऊन तिथल्या श्रीमंत माणसांच्या मनाला संस्कृतीचा काही तरी वास उरला आहे का ते पाहावं! हे लोक देवाला भीत नाहीत, देवचाराला भितात. पैसा मिळवायचा अन् चैन करायची हे यांचं ध्येय. या पैशासाठी तरी निढळाचा घाम यांना गाळावा लागतो का? निराचा बाप मरतो आणि इंदूचा बाप त्याच्या जिवावर गबर होतो. जिकडे पाहावं तिकडे मेलेली मनं! या मेलेल्या मनांना पुरून टाकलं नाही तर त्यांच्या घाणीनं सारा समाज सडून जाईल.'

इंदूच्या वडिलांनी भाऊंचा अपमान केल्यामुळे मी पुढे किती तरी दिवस तिच्याशी फुरंगटून वागत असे. ती तर काय? गावातल्या सावकाराची एकुलती एक लेक. ती माझ्याहूनही चढेल होती. मला वाटते मराठी तिसरीत होतो आम्ही तेव्हा. एके दिवशी दुपारी आम्ही दोघीच सर्वांच्या आधी शाळेत आलो होतो. शाळा काही उघडली नव्हती. पायऱ्यांवर आम्ही बसतो न बसतो तोच सहावीत का सातवीत नुकताच आलेला एक बारा-तेरा वर्षांचा, घाऱ्या डोळ्यांचा गोरटेला, हडकुळा मुलगाही आपले पाटीदप्तर घेऊन आला. तो जवळ आल्याबरोबर इंदूने नाक दाबून धरून म्हणायला सुरुवात केली– "केशवाय नमः, नारायणाय नमः, माधवाय नमः –"

इंदूच्या या नाटकाकडे मी आश्चर्यचकित होऊन पाहत राहिले. त्याचा रोख माझ्या लक्षात येईना. या हसतमुख मुलाने मात्र खालच्या ओठावर दात घट्ट रोवले.

इंदू रडव्या सुरात गाऊ लागली, "मी कोकणचा भट, पाणी पितो गटगट, वडे खातो चटचट, पूजेची वटवट– खडावांची खटखट..."

कोकणच्या भटावरला हा पोवाडा कुणी रचला आहे हे मला अद्यापीही ठाऊक नाही. इंदू आणि मी दोघीच असतो, तर मला हा कटाव ऐकून हसूही आले असते. पण माझे डोळे त्या मुलावर खिळले होते. रागाचा पारा चढत चालल्यामुळे त्याचा चेहरा अगदी लालबुंद दिसू लागला. आता माझ्या लक्षात आले, तो मुलगा जातीने ब्राह्मण होता. आमच्यासारखा बामण नव्हता. इंदूचा राग आला मला. निराचे

आईबाप बंदे म्हणून तिची निंदा. त्या मुलाचे आईबाप भट म्हणून त्याची निंदा– माझ्या मनात असल्या गोष्टी कधीच येत नसत. पण इंदू म्हणजे खिशातला का होईना– कोश होता असल्या भानगडींचा.

मी तिला चिमटा काढून सावध करण्याचा प्रयत्न केला. पण निंदा ही दारूसारखी असते. तिचा कैफ चढलेल्या माणसाला गप्प बसवत नाही.

इंदू गेंगाणा आवाज काढीत म्हणाली, ''काय ताराबाई, वाणबीण काही द्यायचं का उपाध्येबुवांना?''

माझ्या तोंडातून शब्द बाहेर फुटण्याच्या आधीच तो मुलगा ताडकन पुढे आला आणि इंदूचा हात धरून म्हणाला, ''हो, द्यायचंय, कुठं देऊ? तोंडात का पाठीत?''

इंदू एवढी धीट, पण ती घाबरून गेली. काही मुले शाळेकडे येत होती. ओरडावे तर फजिती होते. इंदूने त्याच्या हातातून हात हिसकावून घेण्याचा प्रयत्न केला. तो काही केल्या सोडीना. त्या गोंधळात तिच्या हातातल्या काचेच्या बांगड्या मात्र पिचल्या.

शाळा सुरू होताच ही फिर्याद हेडमास्तरांच्यापुढे दाखल झाली. इंदूचा एक मराठी दोन यत्ता झालेला चुलता होता शाळेचा कमिटीदार. शिवाय तिच्या बापाच्या दुकानावर हेडमास्तरांची उधारी होती ती निराळीच! माझी साक्ष त्या मुलाला अनुकूल झाली. पण इंदूने आमचे दोघींचे भांडण झाले असल्यामुळे मी तिच्याविरुद्ध बोलत आहे असे सांगितले. हेडमास्तरांनी आपला चष्मा दोनचार वेळा पुसून तो मुलगा दोषी असल्याचा निकाल दिला आणि त्याला सपासपा दहा छड्या मारल्या. तो जो हात पुढे करून उभा राहिला तो राहिला! त्याने हूं की चूं केले नाही, की हात मागे घेतला नाही.

''बेरड आहे झालं!'' दमून छडी टेबलावर टाकीत हेडमास्तर उद्‌गारले.

तो मुलगा आमच्या अंगावरूनच आपल्या यत्तेत गेला. तो जात असताना मी पाहिले–

त्याच्या उजव्या हातावर रक्ताचे थेंब चमकत होते.

पण तो ऐटीने छाती वर करून चालला होता.

आणि त्याचे डोळे?

ते मात्र हसत होते. मला आमच्या घरासमोरच्या टेकडीवरून दिसणाऱ्या सूर्योदयाची आठवण झाली. त्या वेळी आभाळ कसे दिसते– एकीकडे सूर्याचे तांबडे बिंब! बाकी सगळीकडे शुभ्र सुंदर प्रकाश!

६

शाळेतून घरी येताना मी भाऊंना ही हकिकत सांगितली. ते काहीच बोलले नाहीत. पण त्यांच्या कपाळावर दोन-तीन खोलगट रेषा स्पष्ट दिसत होत्या. त्यांवरून ते कसला तरी विचार करीत असावेत. त्या रेषा एरवी कुठे लपून बसलेल्या असत कुणाला ठाऊक! पण भाऊ विचार करू लागले की त्या एकदम दिसू लागत.

थोड्या वेळाने भाऊ म्हणाले, ''उल्काताई, चला, फिरायला जाऊ आपण!''

आई घरातून म्हणाली, ''लवकरच परत यायचं हं. दिवस आहेत तापाचे! जीवजिवाणू बाहेर पडतं तिन्हीसांजा!''

भाऊ हसून उत्तरले, ''इतके देव आहेत तुझ्या देव्हाऱ्यात. नैवेद्य फुकट खातात की काय? करतील ना आमचं रक्षण.''

''लहान मुलांसमोर बोलू नये असलं काही नास्तिकपणाचं.'' असे म्हणत आईने माझ्या केसांवरून हात फिरवून ते सारखे केले आणि ती म्हणाली, ''ताऱ्या, दुसरा स्वच्छ परकर नेस बाई तू.''

भाऊंना हसू आवरेना. ते म्हणाले, ''मी हिला दाखवायला घेऊन चाललोय की काय कुठं?''

''पोरीच्या जातीनं कसं नीटनेटकं असावं नेहमी.''

''अन् पोराच्या जातीनं–''

भाऊंच्या त्या प्रश्नाने वर्गातला दुपारचा देखावा माझ्या डोळ्यांपुढे उभा राहिला. पोराची जात! दहा छड्या खाल्ल्या; पण डोळ्यांतून काही टीप काढले नाही बहाद्दराने. मला वाटले, कुणी तरी मलासुद्धा तसेच मारावे म्हणजे त्याच्यासारखा शूरपणा मी देखील दाखवीन. दुसराही एक विचार मनात आला हे जातीचे बंड काय आहे? आपण सारीच माणसे नाही का? मग बंदे, बामण, भट– पोराची जात, पोरीची जात...

समुद्रावर जाताच हे सारे विचार पार उडून गेले. संध्याकाळ झाल्यामुळे कावळ्यांचे थवेच्या थवे घरट्यांकडे परत जात होते. जणू काही त्यांची शाळा नुकतीच सुटली होती. वेळेवर वाऱ्याने वाळूचे कण कसे मजेदार उडत होते. पाहणाराला वाटावे, त्यांची धावण्याची शर्यतच लागली आहे. समुद्राच्या काठावरल्या रानगवताला का कशाला एक प्रकारचे मोठे फूल येते. ते सुकले की वाऱ्याबरोबर इकडे तिकडे धावू लागते. तशी चार-पाच फुले पाहून मला वाटले की वाऱ्याच्या लहरी चेंडू घेऊन मजेने खेळत आहेत. पलीकडे कुठेतरी सारे वाळत घातले होते.

त्याची घाण येत होती; म्हणून भाऊ व मी जरा वरच्या बाजूला जाऊन बसलो, सूर्य समुद्रात बुडायला लागला, त्या वेळी केवढी गंमत दिसली. जणू काही समुद्राच्या पाण्यात कुणी तरी सोन्याची घागर बुडवत आहे. थोडा वेळ मी समुद्राच्या पाण्याशी खेळले. मोठ्या मोठ्या दिसणाऱ्या लाटा, हसत खिदळत किनाऱ्याकडे येत. पहिल्यांदा त्यांची भीती वाटे; पण चंद्रज्योत पेटली की तिच्यातून फुले गळावीत त्याप्रमाणे लाट चटकन फुटे आणि जिकडे तिकडे फेसच फेस येई. जर लावलेल्या अस्मानी साडीसारख्या दिसणाऱ्या त्या समुद्राकडे किती वेळ पाहिले तरी मला पुरे होईना. लाटा फुटून पाणी परतू लागले, की पायांखालची वाळू हळूहळू नाहीशी होई आणि पायांखाली लहानसा खळगा पडे.

माझ्या पावलांजवळ नाचणारे लहान मासे पाहून तर माझे भान हरपले. अंधारात काजवे लुकलुकतात की नाही, तसे दिसत होते ते. धावत धावत मी भाऊंच्याकडे गेले आणि म्हणाले, ''भाऊ, किती छान आहेत हो हे लहान मासे! सारखे उड्या मारतात. मोठ्या माशांना फार फार आवडत असतील नाही हो हे?''

''फार आवडतात त्यांना! म्हणून ते त्यांना गट्टच करून टाकतात!'' भाऊंच्या स्वरात रूक्षपणा होता.

माझ्या अंगावर शहारे उभे राहिले. मोठे मासे लहान माशांना गिळतात! भाऊंचे माझ्यावर केवढे प्रेम! आईची माझ्यावर किती माया! छे:! मला ते खरेच वाटेना.

भाऊ एक सुस्कारा सोडून म्हणाले, ''या मोठ्या माशांना हसण्याचा आम्हा माणसांना तरी काय अधिकार आहे?'' भाऊंच्या त्या अर्धवट स्वगताकडे माझे फारसे लक्ष नव्हतेच. दूर वेळेवरल्या खडकावर कुणी तरी बसलेले दिसत होते. ''कोण हो ते भाऊ?'' मी विचारले. डोळ्यांवर झाप यावी त्याप्रमाणे रात्र पडू लागली होती. त्यामुळे ती आकृती भुताबिताची असावी अशी शंका माझ्या बालमनाला येऊन गेली.

भाऊंनी त्या खडकाकडे पाहिल्यासारखे केले. ''असेल कुणी तरी गाबत्याचा पोर! बसला असेल. मासे धरीत!'' तो काय करतो आहे हे पाहण्याकरिता मी धूम ठोकली. वाळूवरून धावताना करकर असा कर्कश आवाज होतो. त्या आवाजाने माझ्या हृदयात एकदम धडकी भरल्यासारखी झाली. धापा टाकीत मी त्या खडकासमोर जाऊन उभी राहिले आणि डोळ्यांसमोर उजवा हात आडवा धरून पाहिले. क्षणभर मला खरेच वाटेना. त्या दिवशी शाळेत मार मिळालेला मुलगा होता हो!

मी टाळ्या वाजविताच त्याचे लक्ष माझ्याकडे गेले. पण तो जागचा हलला नाही. 'इकडे ये' म्हणून मी हाताने खूण केली, पण तो शुंभासारखा जागच्या जागी

बसलेला! मला असा राग आला त्याचा. वाटले, धावत जावे आणि हात धरून त्याला फरफटत ओढीत आणावे. मी लगेच परकराचे ओचे वर धरून पाण्यात पाऊल टाकले. तो ओरडून म्हणाला, "पाणी फार खोल आहे मध्ये."

"असू दे. तू गेलास तेव्हा नव्हतं वाटतं?"

क्षणभर तो माझ्याकडे टकमक पाहत राहिला. मी आणखी पुढे गेले. परकराचा खालचा शेव भिजून चिंब झाला.

तो ओरडून म्हणाला, "अगं, बुडशील!"

मी हसून उत्तर दिलं, "तू काढशील की मला."

मी पुढे आल्याशिवाय राहत नाही असे पाहताच तो म्हणाला, "थांब तू."

"तू आल्याशिवाय नाही थांबणार मी."

"येतो मी. मग तर झालं?"

"माझ्या गळ्याची शपथ!"

"अंऽहं! तुझ्या नको माझ्या!"

"बरं, तुझ्या गळ्याची शपथ."

त्याला घेऊन मी भाऊंकडे आले. भाऊ त्याला म्हणाले, "बाळ, काळोख पडायला लागला ना? चल तू घरी."

"इथंच घर आहे माझं!"

"इथं?"

"हो, हे देवाचं घर नाही का?" त्याने समुद्राकडे बोट दाखवीत म्हटले.

त्याच्या या उत्तराने भाऊ चांगलेच चमकले! त्याला जवळ घेऊन त्याच्या पाठीवरून त्यांनी हात फिरविला. त्या मुलाचे तीक्ष्ण डोळे पाण्याने भरून आले. त्याने आपली सगळी हकीगत भाऊंना सांगायला सुरुवात केली.

सावंतवाडीला त्याचे घर. बाप लहानपणीच वारलेला. आईचेही प्रेम बेताबेताचेच. त्याच्या मामाची खाणावळ होती आमच्या गावात. आई भावजयीच्या बाळंतपणाकरिता आली होती. तिच्याबरोबर तोही आला होता.

दुपारी ती इंदूच्या घरी गेली होती काही करायसवरायला. तिथे शाळेतली हकीगत तिला समजली. शाळा सुटताच ही स्वारी घरी जाते तो आईची तोफ सलामीला हजर. ती वसकन येऊन अंगावर ओरडली, "त्या इंदूचा हात धरलास मेल्या! ती कोण? तू कोण? उद्या त्यांच्याच घरी घंटा बडवायला जावं लागेल की! जन्माला आलास नि बाप उलथून घातलंस. चार घरी भीक मागून काही करीन तर तुझे हे दिग्विजय! असलं कारटं असण्यापेक्षा नसलेले काय वाईट!"

आईच्या बोलण्याने आणि माराने वैतागून स्वारी जीव देण्याकरिता वेळेवर आली होती.

त्याची हकीगत ऐकताना माझे डोळे भरून आले. भाऊ नुसते ''हूं- हूं...'' म्हणत होते; पण त्यांच्या कपाळावरील रेषा मात्र स्पष्ट दिसू लागल्या होत्या. त्याचे बोलणे संपताच ते उठले आणि वाळवंटात फेऱ्या घालू लागले.

मोठ्या माणसांचा विचारात वेळ जात असेल; पण लहान मुलांना क्षणभर देखील गप्प बसवत नाही. त्यातून भाऊंना सर्व सांगितल्यामुळे त्या मुलाला अगदी मोकळे वाटत असावे. भराभरा वाळू उपसून तो घर बांधू लागला. किती थोड्या वेळात बांधलेन ते त्याने. तो डाव्या हातानेच वाळू उकरीत होता. तेव्हा मी म्हटले, ''फार लागलंय का रे तुला?''

तो हसून कसलेसे गाणे गुणगुणू लागला. मोठे गमतीचे गाणे ते होते.

घर तयार होताच मी त्याला विचारले, ''कुणाचे घर हे?''

बाहुल्यांचा खेळ खेळत बसण्याइतकी काही मी तेव्हा लहान उरले नव्हते. पण त्याने ''हे घर तुझ्या बाहुलीचं.'' असे म्हणावे अशी इच्छा मात्र माझ्या मनात उत्पन्न झाली.

तो उद्गारला, ''कुरल्याचं घर आहे.''

''त्यांचं कसं?''

''त्या वाळूत राहतात म्हणून.''

७

मला राग आला असे वाटून तो माझी समजूत घालू लागला.

'हे घर तुला दिलं तर काय करशील तू?''

''मी माझ्या बाहुलीला देईन ते.''

''अन् तू कुठं राहणार?''

चटकन माझी चूक मला उमगली व मी त्याच्याशी खेळीमेळीने बोलू लागले. काळोख पडू लागला. तेव्हा आम्ही परतलो. वाटेत भाऊंनी त्याला विचारले, ''नाव काय रे तुझं?''

''धूमकेतू.''

भाऊ क्षणभर स्तंभित झाले!

तो मिस्किल दृष्टीने हसत म्हणाला, ''मामांनी ठेवलं आहे हे माझं नाव. शाळा सुटल्यावर मी केव्हाही परत जातो घरी! मी दिसलो की ते आईला म्हणतात, ''धूमकेतू उगवला हं.''

''अरे, पण तुझं पाळण्यातलं नाव काय?''

"चंद्रकांत. पण आई मात्र चंद्याच म्हणते नेहमी मला."

त्याच्या आईपेक्षा आपली माया त्याच्यावर अधिक आहे हे दाखविण्याची इच्छा मला उत्पन्न झाली. मी भाऊंना म्हटले, "आपला चंद्रकांत किनई गाणी म्हणतो हं चांगली!"

"होय रे? मग म्हण ना एखादं!"

तो लाजला नाही अगर त्याने आढेवेढेही घेतले नाहीत. एकदम खड्या सुरात म्हणायला सुरुवात केली त्याने. शिपायाचे गाणे होते ते. त्यातला सूर नि सूर अजून माझ्या कानात घुमत आहे :

> नव्या मनूतील नव्या दमाचा शूर शिपाई आहे,
> कोण मला वठणीला आणू शकतो ते मी पाहे!
> ब्राह्मण नाही, हिंदूही नाही, न मी एक पंथाचा,
> तेच पतित की जे आखडिती प्रदेश साकल्याचा!
> खादाड असे माझी भूक,
> चतकोराने मला न सुख
> कूपातील मी नच मंडूक;
> मळ्यास माझ्या कुंपण पडणे अगदी न मला साहे!
> कोण मला वठणीस आणू शकतो ते मी पाहे!
> जिकडे जावे तिकडे माझी भावंडे आहेत,
> सर्वत्र खुणा माझ्या घरच्या मला दिसताहेत;
> कोठेही जा— पायाखाली तृणावृता भू दिसते,
> कोठेही जा— डोईवरती दिसते नीलांबर ते;
> सावलीत गोजिरी मुले,
> उन्हात हंसती गोड फुले,
> बघता मन हर्षुन डुले;
> ती माझी, मी त्यांचा— एकच ओघ आम्हांतुनि वाहे!
> नव्या मनूतील नव्या दमाचा शूर शिपाई आहे!

आम्ही अगदी हळूहळू चाललो होतो. काजूच्या झाडांवर आणि माडांवर काळसर सावल्या नाचत होत्या. आकाशातल्या चिमुकल्या चंद्रकोरीकडे आणि चंद्रकांताच्या चेहऱ्याकडे मी आळीपाळीने पाहत होते. खडकावर खिन्न होऊन बसलेली त्याची पहिली मूर्ती आणि आवेशाने गाणारी ही दुसरी मूर्ती— माझ्या स्मृतीच्या चित्रसंग्रहात ही दोन्ही चित्रे अजून कशी काल काढल्यासारखी आहेत.

घरी आल्यावर जेवणाचा प्रश्न आला. भाऊंनी त्याला विचारले,

"जेवशील का रे आमच्या घरी?"

"हो, न जेवायला काय झालं?"

"अन् उद्या घरी विचारलं तर?"

"जेवलो नाही म्हणून सांगेन!"

"खोटं बोलल्याबद्दल आई मार देईल की!" मी म्हणाले.

"तोही खाईन." त्याने हसत हसत उत्तर दिले.

जेवणे झाल्यावर भाऊ आपल्या लिहावयाच्या खोलीत वाचीत पडले, आई स्वयंपाकघरात काही काम करीत होती. चंद्रकांत माजघरातल्या अंथरुणावर पडल्याबरोबर झोपी गेला. मला मात्र काही केल्या झोप येईना. दुपारपासून साऱ्या गोष्टी राहून राहून डोळ्यांपुढे उभ्या राहत. मी अशी तळमळत असताना माजघरातून कुणी तरी कण्हल्यासारखे वाटले– "अगं आई गं!"

चटकन मला आठवले. त्याचा उजवा हात सुजला असावा. मी उठले आणि स्वयंपाकघरात गेले. आईला सारे सांगितले. तिने वेखंड उगाळायला दिले ते उगाळून आणि ऊन करून घेऊन मी माजघरात आले. माझा पहिला बेत त्याला उठवून ते हाताला लावायला सांगावे असा होता. पण माजघरात आल्याबरोबर माझे मन बदलले. ते हळूच त्याच्या हाताला लावावे म्हणजे दुसऱ्या दिवशी त्याची गंमत करता येईल अशी कल्पना मला सुचली. त्याच्या उशीजवळ दिवा ठेवून मी उजव्या हाताकडे पाहिले. बोटे अर्धवट दुमडलेलीच होती. पण किती सूज आली होती हाताला! मला रडे आवरेना. डोळ्यांतले पाणी पुसून मी वेखंडात बोट बुडविले आणि ते त्याच्या हाताला हळूच लावले.

दिव्याचा उजेड डोळ्यांवर पडल्यामुळे असो, अगर दुखऱ्या हाताला धक्का लागल्याकारणाने असो, त्याने एकदम डोळे उघडले. झोप एकदम मोडल्यामुळे त्याने मला ओळखले नसावे. डोळे चोळण्याकरिता त्याने उजवा हात वर उचलला– नकळत 'आई गं' हा स्पष्ट उच्चार त्याच्या तोंडातून बाहेर पडला. पण लगेच हसून तो म्हणाला, "काय करीत होतीस तू? माझं वाळूचं घर फोडायला आली होतीस वाटतं? पण मी ते कुरल्यांनाच देणार आहे हं."

त्याच्या या बोलण्याचे मला हसू आले. पण त्या हसण्यामुळे डोळ्यांत आधीच उभ्या राहिलेल्या पाण्याचे थेंब गालांवर पडले. ते पाहताच तो म्हणाला, "रडत होतीस तू?"

"किती लागलंय तुला!"

"हं! छडी वाजे छम्छम्, विद्या येई घम्घम्!"

"कसली विद्या आली तुला?" मी त्याच्या हाताला वेखंड लावीत विचारले.

"काही झालं तरी जीव देऊ नये हे शिकलो मी आज!" बोलता बोलता त्याचा

कंठ दाटून आल्याचा भास झाला मला. वेखंड लावता लावता मी वर पाहिले. त्याच्या डोळ्यांत टचकन पाणी उभे राहिले. दुसऱ्यासाठी रडण्यात समाधान असते याचा अनुभव त्या दिवशी मी प्रथम घेतला.

चंद्रकांतची आणि माझी गट्टी जमताच मी इंदूशी तुट्टी केली. माझा स्वभाव आहेच तसा हटवादी. रखरखीत वाळवंटात चालावे किंवा समुद्रात पोहावे! पण दलदलीतून फिरायचे म्हटले की माझ्या अगदी जिवावर येते. इंदूशी मी अबोला धरला होता त्याचे कारण हेच होते. त्या वेळी चंद्रकांताने मोठ्या युक्तीने आमचा समेट घडवून आणला नसता, तर आज इंदूने माझी आणि मी तिची एका शब्दानेही चौकशी केली नसती.

इंदू सुट्टीत सांगलीला अगर मुंबईला जाई. तिकडून आली की ती पुष्कळदा तोंडाने भकभक करीत आगगाडीचा खेळ खेळे. केव्हा ती इंजिन होई, केव्हा मी होई. पण तुट्टी झाल्यापासून इंजिनाला डबा आणि डब्याला इंजिन मिळेना. एके दिवशी शाळा सुरू व्हायच्या आधी ती 'भक्भक्' करीत धावू लागली. मलाही इंजिन होण्याची लहर आली. झाले, धाडकन एक इंजिन दुसऱ्या इंजिनावर आपटले! चंद्रकांत जवळपास नसता तर आम्ही हातपाईवरच यायच्या, पण तो धावतच आला आणि म्हणाला, ''अपघात झाला वाटतं! उद्याच्या वर्तमानपत्रात मोठी बातमी देणार आता.''

ऊनपाऊस एक होतात तसे राग आणि हसणे यांचे विलक्षण मिश्रण आमच्या मनात झाले. पण धुसफूस काही थांबली नाही. लगेच तो म्हणाला, ''इंदूताई, तू हो जी. आय.पी. आणि उल्काताई होईल. बी.बी.सी.आय. दोघींनीही– मुंबईहून त्या दगडाजवळून– निघायचं. पण जी.आय.पी. जाणार त्या माडाकडे आणि बी.बी.सी.आय. जाणार या वईकडे.''

''मी नाही जी.आय.पी. होत. तीनच अक्षरं आहेत ती! हिची मात्र चार अक्षरं!'' इंदू म्हणाली.

''अरे हो, चुकलोच होतो मी. तुझं नाव जी.आय.पी.आर. आहेत ना चार अक्षरं त्यात?''

दोन्ही गाड्या टक्कर न होता सुरळीत सुरू झाल्या.

मला भावंड नव्हते. भाऊ नेहमी पुस्तकात गुंग, तर आई पुनर्विवाहाची बायको. त्यामुळे शेजारपाजारची कुणी माणसेही आमच्या घरी क्वचितच येत. एके काळी निरा माझी जिवाभावाची मैत्रीण होती खरी. पण माझी शाळा आणि तिचे काम यांचा मेळ कसा पडावा? भाऊ मला फिरायला नेत. गाणी शिकवीत, गोष्टी सांगत. त्यामुळे माझ्या आनंदात काही उणीव आहे असे मला कधीच जाणवले नव्हते. पण

चंद्रकांत त्या रात्री आमच्या घरी राहून गेल्यापासून मला मधूनच चुकल्यासारखे वाटे. तसे पाहिले तर भाऊ आणि आई यांची माझ्यावर काय कमी माया होती! पण खेळीमेळीमध्ये जो मोकळेपणाचा आनंद असतो त्याला केवळ वडील माणसाची मायाच पुरी होत नाही. आयुष्याच्या प्रत्येक अवस्थेत समवयस्क सवंगड्याची ओढणी लागते हेच खरे. एकाच पातळीतल्या दोन प्रवाहांचा अगदी सहज संगम होत नाही का?

यामुळेच मला चंद्रकांताचा फार लळा लागला. त्याचा आवाज फार गोड होता. त्याला खूप गाणीही पाठ येत! आईने त्याच्याकडून ''राजहंस माझा निजला'' हे गाणे नेहमी म्हणून घ्यावे. त्याला स्वत:ला मात्र ते फार आवडत नसे. तो एकदा म्हणाला, ''काकू, मी घुंगुरवाळा म्हणतो.''

''का रे बाबा?''

''आपल्याला नाही बोवा नुसतं रडणं आवडत! घुंगुरवाळा पाहा कसा आहे तो–

वाजिव रे बाळा! वेल्हाळा, रुमझुम घुंगरवाळा
वाजिव रे बाळा! वेल्हाळा, रुमझुम घुंगरवाळा
एकच पायाचा! बाळाचा! नाच गोड वाळ्याचा
ऐकूनि आनंदे! त्या छंदे, घर सगळे नाचू दे...''

पण हे गाणे ऐकूनही आईच्या डोळ्यांत अश्रू उभे राहिले. आम्हा दोघांनाही त्याचे फार आश्चर्य वाटले. आता मला त्याचे कारण कळतेय– घुंगुरवाळा ऐकताना आईच्या डोळ्यांपुढे आपली गेलेली मुले उभी राहत असावीत.

चंद्रकांताच्या गोड आवाजामुळे शाळेच्या सरस्वतीपूजनातील सर्व संवादांत त्याला मुख्य काम मिळाले व हेडमास्तरांची मर्जीही त्याच्यावर पुन्हा बसू लागली. या संवादापैकी एक 'तुमचा खेळ' हा होता. त्यातली पात्रे म्हटले म्हणजे बेडूक व मुले. मास्तरांनी विचारले, ''दगड मारणारी मुले कोण होणार?''

किती तरी मुलांनी हात वर केले.

''आणि बेडूक?''

एकट्या चंद्रकांताने हात वर केला. शाळेत हशाची एकच लाट उसळली. कुठून तरी 'मांडूक' असा शब्दही आला. 'ड्राव ड्राव' गाणेही हळूहळू ऐकू आले असते; पण हेडमास्तरांच्या भुवया चढलेल्या पाहताच मुले गप्प बसली. त्यांच्या भुवया धनुष्याकृती नसल्या, तरी त्यांचा उपयोग मात्र अगदी धनुष्यासारखा होत असे. बेडूक म्हटल्याबरोबर ते विटके काळे पिवळे रंग, ते लिबलिबीत अंग आणि ते ओंगळ रूप सर्वांच्या डोळ्यांपुढे उभे राहिले होते. आपण होऊन बेडूक व्हायला कोणीच तयार होईना. चंद्रकांत बोलका बेडूक आणि बाकीचे मुके बेडूकच!'' पुढे

किती तरी दिवस 'बेडूक' म्हणून इतर मुले आपल्याला चिडवणार. यामुळे बोलक्या बेडकाला मुके मित्रसुद्धा मिळेनात.

संवादात काम करण्यासारख्या मुली आम्ही दोघीच होतो. इंदू आणि मी. इंदूचा गळा गोड होता. मुख्य गाणी बेडकांची असल्यामुळे हेडमास्तरांचा विचार तिला बेडूक करण्याचा असावा. पण श्रीमंतांची एकुलती ती लेक. विचारायचे कसे? शेवटी ते सूचक स्वराने म्हणाले, "काय इंदू, कोण होणार तू? बेडकांनाच गाणी आहेत जास्ती."

"मी दगड मारणारी मुलगीच होते, मास्तर, मला एक गाणं करून द्या नवं."

प्रयोगाच्या सोईसाठी संवादात फेरफार झाला. इंदू दगड मारणारी व ते मारताना तालासुरावर गाणारी मुलगी बनली. दोन मुली एकाच बाजूला उभ्या करणे शोभेच्या दृष्टीने श्रेयस्कर नव्हते. अर्थात मला बेडूक व्हावे लागले. पण त्याचा मला आनंद वाटला एवढे मात्र खरे. लुटुपुटीच्या नाटकात का होईना चंद्रकांताच्या बाजूचीच मी आहे ही कल्पना एकसारखी माझ्या मनात नाचत होती.

चंद्रकांताला नुसती साथ द्यावयाचे माझे काम होते, त्यामुळे ती गाणी काही पुरी आठवत नाहीत आता मला. आठवत असती, तर संशोधन केल्याचा आव आणून आमच्या हेडमास्तरावर एक लेखसुद्धा लिहिता आला असता. पण इतर ओळी विसरले तरी खालील दोन ओळी मात्र अजून माझ्या कानात घुमताहेत.

> खेळ होतसे सुंदर तुमचा बाळांनो जरि अहा?
> अमुचा जीव जातसे पहा.

या ओळी म्हणताना चंद्रकांत झटकन वर्मी दगड बसल्यासारखा चेहरा करीत असे. तो चेहरा आणि त्या ओळी त्यावेळी मला मोठ्या गमतीच्या वाटल्या. पण आता? जगाकडे उघड्या डोळ्यांनी पाहिले की हृदय पिळवटून जाते आणि त्यातून या ओळी बाहेर पडतात. संसार ही रंगभूमी आहे हे उद्गार काही उगीचच काढले नाहीत शेक्सपीअरने!

चंद्रकांताला ओवाळीची फुले फार आवडतात. "तुला बकुळीची फुलंच का रे आवडतात?" एके दिवशी मी विचारले.

"ती ओवळीची असतात म्हणून! मामांच्या सोवळ्याचा अगदी राग येतो मला."

त्याची ही कोटी आज मला हास्यास्पद वाटते. पण त्या वेळी त्याच कोटीचे मी किती कौतुक केले. मी ती आईला सांगितली, भाऊंना सांगितली आणि स्वत:ही पुष्कळ वेळा केली.

आमच्या घरासमोरच्या टेकडीवर बकुळीच्या फुलांचा अगदी सडा पडे. किती तरी दिवस मी ती फुले चंद्रकांताला नेऊन देत असे. एके दिवशी वाटले– फुले

कुठेही गळून पडत असतील. छानशी माळच करून द्यावी आपण त्याला. चित्रातल्या विष्णूच्या गळ्यात असते तशी लांब माळ करायचे मी ठरविले. दुपारच्या वेळी निराच्या मदतीने हा बेत मी पारही पाडला. ती लांबलचक माळ पाहून निरा म्हणाली, "ताराबाई, लगीन न्हाताना असल्या माळा करत्यात नाही तुमच्या?"

त्या दिवशी शाळेत जाताना माझे हृदय अगदी नाचत होते, केव्हा एकदा चंद्रकांताला माळ देईन– पण पूर्णचंद्राला ग्रहण लागते ना? माझा आनंदही तसा काळवंडला. चंद्रकांत काही त्या दिवशी शाळेत आला नाही. उलट त्याचा मामा येऊन हेडमास्तरांना त्याचे नाव काढा म्हणून सांगून निघून गेला.

ती सुकलेली बकुळीची माळ अजून माझ्याजवळ आहे!

८

कुणाला वाटेल– जुन्या आठवणीत काय अर्थ आहे? आपण दरवर्षी नवे नवे कपडे करतो. जुने कुठे जातात याची दादसुद्धा लागत नाही आपल्याला. आयुष्यातील अनुभव आणि कपडे सारखेच नाहीत का?

खोटे नाही काही हे म्हणणे! माणसाने फाटक्या कपड्यांची व विटक्या चिंध्यांची गाठोडी घरात जपून ठेवावी असे कोण म्हणेल? पण काही कपडे असे असतात की, ते फाटकेतुटके असले तरी त्यांची किंमत भरजरी शालूहूनही अधिक वाटते. आमच्या भाऊंचे एक जाजम होते तसे. त्यांच्या आजोबांनी दिले होते म्हणे ते त्यांना. त्यांचे आजोबा जितके कर्मठ, तितकेच प्रेमळ होते. भाऊंना त्यांची आठवण वरचेवर येई. जुन्या काळी सध्यासारखे फोटो थोडेच काढीत असत! शेवटी आजोबांची आठवण म्हणून भाऊंनी त्यांचे जुने जाजम जपून ठेवले.

माझ्या आठवणी या जुन्या जाजमासारख्याच आहेत. हजारो लोकांच्या बैठकीला त्यांचा काही उपयोग नसेल. पण ज्याचे त्याला ते जाजम अगदी जिव्हाळ्याने बोलू लागल्यासारखे वाटत नाही का?

मी दहा वर्षांची असेन. गडकरी फार आजारी असल्यामुळे भाऊंनी त्यांना भेटायला जाण्याचे ठरविले. आईही लग्न झाल्यापासून पुण्या-मुंबईकडे गेली नव्हती. जाणार तरी कुठे आणि कशी? पुनर्विवाह केल्यामुळे तिच्या माहेरच्या माणसांनी तिचा संबंधच सोडला होता. हवापालटाकरिता अगर चार दिवसांच्या मौजेकरिता पुण्या-मुंबईकडे जाण्याइतके भाऊ श्रीमंत होते थोडेच! अन् त्या वेळचा तो सारवट गाडीचा खर्चाचा अन् त्रासाचा प्रवास! सावंतवाडीहून बेळगावला जायला तीन तीन दिवस लागत. घाटात वाघाची भीती, कानूरला बेरडांची भीती– हजार भानगडी

प्रवास करणाऱ्याच्या मनात यायच्या.

मला मात्र तो प्रवास फार आनंददायक वाटला. एवढ्या लांबचा माझा पहिलाच प्रवास होता तो. पण सारवट गाडी घाट चढायला लागली, तेव्हा रात्रीचे नऊ वाजून गेले होते तरी मला झोप येईना. बैलांच्या गळ्यांतील घुंगुरांचा मंजुळ आवाज ऐकून कुणीतरी घंटा वाजवून देवाची पूजा करीत आहे असा भास होत होता. उजवीकडे डोंगरावर पडलेले चांदणे पाहून तर शंकराच्या पिंडीवर दुधाचा अभिषेक होत आहे असेच एखाद्या भाविक कवीने म्हटले असते. एका बाजूला दरी धुक्याची चांदर पांघरून निजली होती. मधूनच खडकातून वाहणारे पाण्याचे ओघळ चांदण्यात हिऱ्यासारखे चमकत असत. फुले आणि पाने यांचा मंद अस्फुट सुगंध वाऱ्याच्या झुळकेबरोबर येऊन जाई. जिवलग मित्राने जाता जाता हळूच कानात आनंदाची गोष्ट सांगावी, तसा तो सुवास वाटे. वळणे घेऊन आमची गाडी जशजशी वर चालली, तसतसा डावीकडला डोंगर उजवीकडे आला; त्या वेळी गाडीवाला झोपला असून बैलांनी घरच्या ओढीने तोंड फिरविले तर नाही ना, अशी शंका माझ्या मनात आल्यावाचून राहिली नाही. किती तरी वेळ गाडीचा पडदा वर करून मी तो आनंद लुटत होते. शेवटी पेंगणाऱ्या आईला एका धक्क्याने जाग येऊन ती म्हणाली, "थंडी होईल ना गं पोरी. सोड तो पडदा."

तो पडदा सोडायचे माझ्या अगदी जिवावर आले. एवढा आनंद बाहेर पसरला असताना तो डोळ्यांआड करायचा! छे:! त्यापेक्षा गाडीतून उतरून त्या आनंदाचे सोने अगदी मनमुराद लुटावे. पण अपरात्री एकटी कशी चालणार मी? कुणी तरी माझ्या बरोबरीचे या वेळी सोबतीला असते तर? मला एकदम चंद्रकांताची आठवण झाली. सबंध वर्षात त्याची गाठ पडली नव्हती. कुठे बरे असेल तो? तो असता तर आपण दोघे खाली उतरलो असतो आणि एखादा वाघ झाळकीतून बाहेर आला असता तर? चंद्रकांताने वाघाला मारले असते, नाही तर त्याला बजावले असते, "वाघोबा, हे फुलांचं घर आहे? तुझं काय आहे इथं काम?"

पुढे भाऊंनी वर्डस्वर्थची 'Daffodils' ही कविता मला शिकवली. तिच्यात खालील ओळी वाचताना मला घाटातल्या या सुंदर देखाव्याची आठवण झाली.

For oft when on my couch I lie
In vacant or in pensive mood
They flash upon that inward eye
Which is the bliss of solitude,
And then my heart with pleasure fills,
And dances with daffodils.

आत्तादेखील चांदण्या रात्रीचे ते रम्य दृश्य माझ्या डोळ्यांपुढे उभे राहत आहे. आणि त्या वेळेप्रमाणेच वाटते– चंद्रकांत जर आज माझ्याबरोबर असता तर....

भाऊ आणि मी गडकऱ्यांच्या घरी गेलो तो प्रसंग तर मी कधीच विसरणार नाही. गडकरी अगदी अंथरुणाला खिळले होते त्या वेळी; पण आमचे स्वागत करताकरताच त्यांनी कोटी केली. ''अंथरुणाला खिळण्यात फार फायदा आहे बरं, भाऊसाहेब, पांघरुणाखाली माणूसच दिसेनासा होतो. मग त्याचे दोष कुठले दिसणार?''

भाऊ हसले, पण ते अगदी वरकरणी. गडकऱ्यांची ती दशा पाहून त्यांच्या डोळ्यांत पाणी उभे राहिले होते. गडकऱ्यांच्या त्या भरगच्च मिशा, ते थोडेसे बसके नाक; आणि ती तीव्र दृष्टी– अजून जस्सेच्या तस्से दिसते सारे डोळ्यांपुढे. भाऊ त्यांच्याजवळ बसल्याबरोबर ते म्हणाले, ''ओंकारेश्वराच्या देवळात तुपातच तोंडे पाहिली पाहिजेत आपण एकमेकांची. पण ओंकारेश्वरावर स्वत:ला चालत जायची काही शक्ती नाही मला. चारचौघांची मदत घेऊन हवे तर– ''

भाऊ एकदम मध्येच बोलले! ते का ते आता माझ्या लक्षात येतंय. ते म्हणाले, ''तुम्हाला चालत जायची शक्ती असली तरी जाण्यात काही अर्थ नव्हता!''

''का बोवा?''

''इतकं तूप खाली दिसल्याबरोबर मी गप्प बसलो असतो की काय? परातच लावली असती तोंडाला अन्–''

झाले. विद्यार्थिदशेतील बेताल खाण्यापिण्यावरून गप्पागोष्टी सुरू झाल्या. त्या वेळच्या मित्रांची उजळणी झाली. शेवटी संभाषणाचे विमान वाङ्मयाकडे वळले. भाऊंनी आपल्या कविता प्रसिद्ध का केल्या नाहीत हे त्यांनी विचारले. पदवी नसल्यामुळे आपल्या कविता साभार परत कशा आल्या, कीर्तीची चटक लागली तर शिक्षणातून आपले लक्ष उडेल म्हणून आपण लिहिण्याची हौस कशी मारून टाकली, याचे सविस्तर वर्णन भाऊंनी त्यांच्यापाशी केले. वर्णन कसले? हृदयाच्या जखमाच उघड्या करून दाखविल्या त्यांनी. त्या वेळी मला त्या वर्णनाचे काहीच वाटले नाही. मी खिडकीत उभी राहून समोरच्या पिंपळाकडे पाहत होते. पण आता भाऊंच्या डायऱ्या आणि विचारतरंग यांची पारायणे केल्यानंतर वाटते की, तो साधा इतिहास नव्हता. ध्येयाचा झेंडा भगवा ठेवण्याकरिता आपल्या रक्ताने तो रंगविणाऱ्या शिपायांचा इतिहास होता तो!

भाऊ निरोप घेण्याकरिता उठले, ''पुन्हा पुण्याला येईन तेव्हा भेटेनच!''

''पुन्हा भेट?'' असे म्हणून गडकऱ्यांनी वर पाहिले.

भाऊ लटके हसू आणून म्हणाले, ''वा:! उल्काच्या लग्नाला नेणार मी तुम्हाला कोकणात.''

''अरे हो, विसरलोच होतो की मी हिला. उल्का नाव आहे काय हिचं? छान!

नाव तर अगदी नावीन्यपूर्ण आहे.'' मला जवळ बसवून माझ्या चेहऱ्याकडे पाहत ते म्हणाले, ''नावासारखं काही तरी कर हं पोरी जगात.''

''पण हे नाव कायम टिकणारं आहे थोडंच! पोरीचं काय लग्न झालं की नाव बदललं.'' भाऊ म्हणाले.

''नाव बदललंस म्हणून हरकत नाही, उल्का. पण ते नवं नाव स्वत: मिळवलं पाहिजे हं. नुसतं धर्माचं नको. काय करणार गं पुढं तू पोरी?''

दहा वर्षांची चिमुरडी पोर मी! गप्प बसले झाले. गडकरी भाऊंना म्हणाले, ''भाऊसाहेब, छोकरी हुषार दिसते हं! तुमची परंपरा चालवणार पुढं.''

''कसली परंपरा? शाळा काढून सुधारणा झाली म्हणून स्वत:ची फसवणूक करून घेण्याची?'' भाऊंच्या स्वरात हास्य व खिन्नपणा यांचे विचित्र मिश्रण झाले होते.

गडकऱ्यांच्या डोळ्यांत क्षणभर विलक्षण चमक येऊन गेली. ते उठण्याचा प्रयत्न करून म्हणाले, ''भाऊसाहेब, थोडं थांबा हं जरा; गतवर्षी लिहिलेली एक कविता दाखवतो तुम्हाला!''

शुश्रूषेकरिता जवळ बसलेल्या मुलाकडे वळून ते म्हणाले– मला वाटते, पांडुरंग असावे त्याचे नाव– ''ती कविता काढ रे जरा!''

''कुठली?''

''एक समस्या.''

भाऊंनी ती एक कविता साधारण मोठ्या आवाजात वाचली. मला काही ती धड समजली नाही आणि आवडली तर नाहीच नाही. 'राजहंस' आणि 'घुंगुरवाळा' लिहिणाऱ्या गडकऱ्यांनी अचूक तीच कविता भाऊंना दाखवावी याचे मला आश्चर्य वाटले. पण तिच्यातील शेवटची एक ओळ भाऊंनी अशा स्वरात वाचली, की त्या कवितेत काही तरी मनाला चटका लावणारे आहे अशी माझी खात्री झाली. ती ओळ कधीच मी विसरले नाही.

''सुधारणा होणार कधि तरी दुर्दैवी या देशात?''

''कशी वाटली तुम्हाला?'' गडकऱ्यांनी प्रश्न केला.

''गद्यवजा वाटते. तुमचा भाषेचा विलास नाही हिच्यात! पण– ''

''पण काय?''

''तुटलेल्या आतड्यांचा प्रतिध्वनी आहे–''

''आणखी काय पाहिजे? तुम्ही जाता जाता चांगल्या कवितेची व्याख्याच केलीत की!''

''असं आणखी लिहा की पुष्कळ!''

''लिहीन म्हणतो, अजून फार फार लिहायचं आहे माझ्या मनात– पण देवापुढं माणसाच्या मनाला विचारतो कोण?'' चटकन माझ्याकडे वळून ते म्हणाले,

“भाऊसाहेब, तुमच्या आमच्या हातून जे झालं नाही ते ही पोरगीसुद्धा करील कदाचित. उल्काताई, तू नव्या पिढीची आहेस हं.”

बोलण्यामुळे त्यांना अधिक त्रास होईल म्हणून भाऊंनी संभाषण आटोपते घेतले. पुढे लवकरच गडकरी इहलोक सोडून गेले. पण ‘नावासारखं काही तरी कर हं पोरी या जगात’ आणि ‘उल्काताई, तू नव्या पिढीची आहेस हं.’ ही त्यांची दोन वाक्ये मला अजूनही स्फूर्ती देतात.

९

इंग्रजी शाळेतले माझे सगळे अनुभव सांगायचे म्हटले तर एक रामायणच होईल. पण असल्या रामायणात रामाचे दर्शन मात्र कुणालाच नाही अन् ती पुराणे उकरून काढून वाचण्यात फायदा तरी काय?

इंग्रजी शाळेत मी व इंदू गेलो. मला अकरावे वर्ष होते. इंदूला बारावे नाही तर तेरावे असेल. मुलींना मुलांपासून दूर बसविणे ही चूक आहे असे भाऊ नेहमीच म्हणत. मला मुलांत बसू द्यायला ते तयारही होते. पण इंदूच्या आईने हेडमास्तरांना निरोप पाठविला की असले काही करायचे असले, तर आपण काही आपली मुलगी शाळेत पाठविणार नाही. इंदू येऊ लागल्यामुळे व्यापाऱ्यांच्या मुली पुढेमागे येण्याचा संभव होता. शिवाय इंदूसारख्या श्रीमंत घराण्याला दुखविण्याइतके तत्त्वप्रेम हेडमास्तरांच्या अंगी नव्हते.

मुलींच्या दूर बसण्याचा परिणाम चांगला होतो असे पुष्कळांना वाटते. पण माझा अनुभव मात्र उलटा आहे अगदी. पहिल्यापहिल्यांदा तितकेसे कळत नव्हते मला. पण तिसरी-चवथीत गेल्यावर आढळून आले. काही मुले पुस्तकाच्या आड तोंड लपवून चोरून बघत. काही धिटाईने तशीच बघत. मुली आपल्यापेक्षा निराळ्या आहेत ही कल्पना कायम असल्यामुळेच त्यांना ही बुद्धी होते. त्या बघण्यात पाप असतेच असे मी म्हणणार नाही– पण दृष्टी मेलेली नसते हे मात्र खरे. ट्रामगाड्यांचा खडखडाट सरावाने अंगवळणी नाही का पडत? मुलगे आणि मुली मिसळून बसल्यावर कुचेष्टांचे मूळच आपोआप नाहीसे होईल.

मुलींकडूनही या बाबतीत मुलांना उत्तेजन मिळते. जसजशा आम्ही वरच्या यत्तांत जाऊ लागलो तसतशा आमच्या वेशभूषेत आणि केशभूषेत सुधारणा होऊ लागल्या. इंदूचे वडील बहुधा मुंबईला असत– त्यामुळे सुट्टीत ती मुंबईला जाई आणि अगदी नव्या नव्या पद्धतींची पोलकी आणि पातळे घेऊन येई. तिचे पाहून मलाही तसेच करावेसे वाटे. मुलींच्या या नटण्यामुरडण्याचा काही मुलांवर तरी

वाईट परिणाम होतो यात संशय नाही. मुलींनी खूष करण्याकरिता मग मुलगेही थाटमाट करू लागतात. हा 'लांडोरी' नट्टापट्टा करणारी माझ्या वर्गातील दोन-तीन मुले अजूनही आठवतात मला! मुलींनी काय अगर मुलांनी काय, नीटनेटके असावे हे खरेच; पण अगदी दाखवायला नेलेल्या मुलीसारखी वेषभूषा करण्यातच आमच्या इंदूचा वेळ खर्च होई. भाऊंनी शिकविता शिकविता एकदा तिला टोमणासुद्धा मारला होता, "शाळा हे देवालय आहे. रंगभूमी नव्हे."

"एकनूर आदमी, दसनूर कपडा " ही म्हण ज्याला सुचली तो एखाद्या विलासी राजाच्या दरबारातला खुषमस्कऱ्या असावा. शिंपी व परीट यांनी त्याला दीर्घायुष्य लाभावे म्हणून पुष्कळ नवस केले असतील पण अखेर मेला बिचारा. बाकी तो मेला तरी कीर्तिरूपाने राहिलाच आहे म्हणा! आजचे प्रौढ विद्यार्थि-विद्यार्थिनी आणि तरुण-तरुणी ही म्हण निर्माण करणाऱ्या साहित्याचार्यांचे खरेखुरे शिष्य आहेत. त्याची पुण्यतिथी अजून कुठेच कशी साजरी होत नाही याचे मला आश्चर्य वाटते. कुणी म्हणेल, ही करून सवरून भागलेली आजीबाई आता देवपूजेच्या गोष्टी सांगत आहे. पण पंचविशीचा उंबरठा पुरता ओलांडायच्या आधीच माझे मन नट्यापट्ट्याला विटले आहे. सौंदर्य, कला, उल्हास ही तरुणांच्या जिवंतपणाची लक्षणे आहेत. पण नटवेपणा, कृत्रिमता, उन्माद यांत त्याचे रूपांतर होणे बरे का?

लागले मी वाहायला. अस्से होते माझे. पण वादळात सापडलेल्या बोटीच्या कप्तानाने ध्रुव कुठे आहे ह्याच्याकडेच दृष्टी द्यायला हवी. आकाशातल्या इतर तारकांकडे पाहण्यापासून त्याला काय फायदा होणार?

मी बहुधा दुसरीत असेन त्या वेळी. लोकमान्य टिळक त्या वर्षी वारले. भाऊंनी पुढाकार घेतला. आणि त्यांच्याविषयी शाळेत सभा झाली ती हकिकत मामलेदारांपर्यंत पोचली. मॅट्रिक झालेल्या त्या मनुष्याला आपली जागा कायम करून घेण्याकरिता वरिष्ठांना खूष करायची फार हौस होती. त्याने काही तरी कुसपट काढले. त्याच्या कोर्टात इंदूच्या बापाचा एक खटला चालला होता. कुठल्या तरी भागेल्याच्या शेतातले उभे पीक त्याने जबरदस्तीने कापले होते म्हणे! फौजदारी खटला पडला तो. मामलेदारसाहेबांना नाखूष करून इंदूच्या बापाचे चालण्यासारखे नव्हते. झाले, मामलेदारांनी त्याचे कान फुंकले; त्याने व्यवस्थापक कमिटीचा सभासद म्हणून हेडमास्तरांवर तोंड सोडले आणि त्यांनी भाऊंना झाल्या गोष्टींबद्दल नाक घासून माफी मागायला सांगितले.

आग धुमसू लागली. भाऊ घरी काही न लिहिता न वाचता विचार करीत बसू लागले. धड जेवतसुद्धा नसत ते कधी. या आगीत योगायोगाने तेल पडले. भाऊंचा एक आवडता विद्यार्थी चित्रकलेची परीक्षा पास झाला होता. त्याने टिळकांचे एक भव्य तैलचित्र तयार करून शाळेकरिता पाठवून दिले. ते चित्र शाळेच्या दिवाणखान्यात

लावावे असे भाऊंचे म्हणणे. हेडमास्तर तर ते परत करायलाच निघाले. मोठा कडाक्याचा वाद होऊन शाळेच्या व्यवस्थापक मंडळाची सभा भरली. त्या सभेत इंदूचा बाप म्हणाला, ''काय करायचं टिळकभटाचं चित्र शाळेत लावून!''

भाऊ एरवी हिमालयासारखे थंड; पण ज्वालामुखीसारखे भडकले. मागचा पुढचा पोच न राहून ते कडाडले, ''मग तुमच्या-आमच्यासारख्या म्हारांचे लावायचं की काय–?''

तो दिवस भाऊंनी कसा घालविला असेल ते त्यांचे त्यांना माहीत! रात्री मी लवकर निजले! कुठे तरी खुट्ट होऊन मी दचकून जागी झाले. पाहते, तो भाऊ अंथरुणावर नाहीत. त्यांच्या खोलीच्या दारात बारीक केलेला दिवा मात्र होता. मी उठले आणि मांजराच्या पावलांनी दरवाजाकडे गेले. हळूच आत वाकून पाहिले, तो काय?–

भाऊ एखाद्या लहान मुलाप्रमाणे टेबलावर डोके ठेवून मुसमुसत होते. मी अगदी बावरून गेले. आईला रडताना मी एक-दोनदा तरी पाहिले होते. पण भाऊंना! छे:! पुरुषासारखे पुरुष असलेले भाऊ रडतात? माझ्या डोळ्यांवर माझा विश्वासच बसेना.

चोरपावलांनी मी अंथरुणावर येऊन डोळे मिटून पडले. थोड्या वेळाने भाऊही येऊन निजले. पण ते सारखे या कुशीवरून त्या कुशीवर तळमळत होते. त्या दिवशीच्या त्यांच्या डायरीतल्या उताऱ्यावरील एकेक शब्द म्हणजे त्या रात्री त्यांनी गाळलेला एक एक अश्रूच आहे.

'राजीनामा देऊ, का माफी मागू? राजीनामा दिला तर?... आज चौदा वर्षे कष्ट सोसून ज्या संस्थेला चिकटलो, तिचा संबंध तोडावा लागतो. संबंध तोडून तरी काय करणार? चिलीम पेटविणाराला लाकडाचे जळते निखारे हवे असतात. जळून राख झालेल्या ढिगाचा त्याला काय उपयोग? पोटावरी काम करून चौदा वर्षांचा उत्साह मी या संस्थेत खर्च केला. पण हे सर्व पालथ्या घागरीवर पाणीच नाही का? या खेड्यात शिक्षणाचा थोडासा प्रसार झाला. पण त्याचा फायदाही गरिबापेक्षा श्रीमंतांनाच मिळाला. व्यापाऱ्यांची आणि जमीनदारांची मुले वकील, डॉक्टर, प्रोफेसर आणि सबजज्ज होऊन गरिबांना लुटायला लागतील लवकरच. हे माझे शिष्य म्हणून मी त्यांचा पोकळ अभिमान वाहतो. पण माझे शिष्य गरिबांचे दु:ख हलके करण्याचे काम करताहेत का?

'विचार करता करता डोके अगदी सुन्न होऊन जाते. मी फकिरी पत्करून या खेड्यात आलो. बरोबरीचे लोक सोडून गेले, तरी शाळा सोडली नाही; नवीन लोक घेऊन त्यांना माझ्या बरोबरीने संस्थेत हक्क दिले, गावातल्या लोकांची सहानुभूती मिळावी म्हणून त्यांना हक्क दिले. हे मिरासदार लोक कोण? तर गावातले

श्रीमंतच! ज्याच्या उभ्या जाग्या आयुष्याची किंमत टिळकांच्या झोपेतील एका क्षणाइतकीसुद्धा होणार नाही, अशा एका मूर्ख माणसाने केवळ पैशाच्या जोरावर 'काय करायचंय टिळकभटाचं चित्र शाळेत लावून?' असा प्रश्न विचारावा आणि माझ्याखेरीज सर्व शिक्षकांनी तो निमूटपणे ऐकून घ्यावा! नव्हे. त्यातल्या एकदोघांनी संमतीदाखल हास्य करावे! मी सारस्वत ब्राह्मण असून टिळकांचा भक्त म्हणून माझे सहकारी माझी चेष्टा करतात. जिथे शिक्षकांच्या रक्तांतसुद्धा हे जातीद्वेषाचे विष भिनलेले आहे, तिथे व्यापाऱ्यांची आणि इतर लोकांची काय कथा? मागे त्या चंद्रकांताला भट म्हणून इंदूने चिडविले होते! आज तिचा बाप अजरामर कीर्ती करून जाणाऱ्या एका महापुरुषाला भट म्हणाला. पोरापासून थोरापर्यंत– छे:! अगदी सहन होत नाही हे.

'मग तुमच्या-आमच्यासारख्या म्हारांचं चित्र लावायचं की काय?' या उत्तरादाखल या मूर्ख श्रीमंताची क्षमा मागायची? त्यांच्यापेक्षा महारांचीच मागितली पाहिजे. म्हारांची त्यांच्याशी तुलना करून मी त्यांचाच अपमान केला आहे.

'राजीनामा द्यायचा? पण राजीनामा दिल्यावर– दुसरी नोकरी लवकर मिळाली नाही तर– उल्केला बारावे वर्ष – आणखी चार वर्षांनी तिच्या लग्नाचा प्रश्न दत्त म्हणून उभा राहणार! काय करू?'

१०

भाऊंच्या त्या रडण्याचा परिणाम माझ्या मनावर फार मोठा झाला. एका क्षणात कितीतरी मोठी झाले मी. मुलांना आपण मोठे व्हावे असे नेहमी वाटत असते. पण मोठे होऊन तरी काय करायचे? शेवटी रडायचेच ना? हे प्रश्न माझ्या मनात राहून येऊ लागले.

चंद्रकांताची आठवण केव्हा तरी मला होत असे, पण ती केव्हा तरीच. बंदरातून दूर जाणारी बोट हळूहळू जशी ठिपक्याएवढी दिसू लागते, त्याप्रमाणे त्याची स्मृतिमूर्ती होत होती. थोड्याच वेळात ती दिसेनाशी होणार असेच मला वाटत होते. मात्र दिवा जाण्यापूर्वी जसा मोठा होतो, त्याप्रमाणे ती मूर्तीही जाता जाता दोनदा पूर्वीप्रमाणे अगदी स्पष्ट मला दिसली.

'आनंदा'त 'मी पुढे कोण होणार?' या विषयावर मुलीमुलींचे लेख मागविले होते. माझा लेख आला असेल या आशेने तो अंक मी उत्सुकतेने उघडला. पण माझ्यासारख्या 'झांशीची लक्ष्मीबाई' होऊ इच्छिणाऱ्या मुली संपादकांना खूप मिळाल्या असाव्यात! मात्र लेख छापून न आल्याच्या माझ्या दुःखाचा वचपा दुसऱ्याच एका

गोष्टीने भरून काढला. मुलांच्या लेखातला पहिल्या बक्षिसाचा लेख 'मी टॉलस्टॉय होणार' हा होता. टॉलस्टॉयचे नाव त्या घटकेपर्यंत मी ऐकलेच नव्हते. पण खाली लेखकाच्या नावाकडे माझी नजर गेली मात्र– चंद्रकांत! माझा लेख छापून आल्याइतका आनंद मला झाला.

भाऊंनी टॉलस्टॉयचे चरित्र मला सांगितले, तेव्हा चंद्रकांताच्या त्या हौसेचा मला उलगडा झाला. मात्र त्याच वेळी एक शंकाही मनात उत्पन्न झाली. मी भाऊंना विचारले, ''इंदूच्या वडिलांना का हो नाही वाटत टॉलस्टॉय व्हावं असं?''

भाऊ नुसते हसले. पण त्या हसण्याचा अर्थ मला समजला. टॉलस्टॉय होणे हे काही सोपे काम नव्हे. नकळत अभिमानाची लाट माझ्या मनात उचंबळून गेली– नसेल सोपे! पण आपला चंद्रकांत टॉलस्टॉय होणारच.

त्याच दिवाळीत आत्याबाई व वसंत आमच्याकडे राहायला आली. माझ्या जन्मापासून मी त्यांना कधीच पाहिले नव्हते. माझे बारसे त्या जेवल्या होत्या हे अक्षरश: खरे; पण भाऊंनी पुनर्विवाह केल्यामुळे त्यांना भावाच्या घरी येऊन राहणे मुळीच पसंत नव्हते. घाटावरले कुणी कीर्तनकार सावंतवाडीला फार प्रसिद्ध होते. त्यांचा गुरुपदेश घेतला असल्यामुळे त्या आमच्याकडे आल्या, तरी स्वत:ची तपेली स्वत: उतरून जेवीत म्हणे! त्यामुळे भाऊंनाही त्यांना बोलावणे आवडत नसे.

पण गुरुमाउलीच्या रागाची पर्वा न करता या वर्षी त्या आल्या. कारणही तसेच होते त्याला. वसंत मॅट्रिकच्या वर्गात होता. घरच्या घरी म्हणून त्याचे एवढे शिक्षण निभले. पण पुढच्या वर्षी कॉलेजात जायचे तर ते कसे झेपणार? बुवांचा उपदेश काही या कामी उपयोगी पडण्यासारखा नव्हता.

बोलता बोलता भाऊ म्हणाले, ''तू पुढं शिकणार हे तरी नक्की आहे ना, वसंत? सध्या तर सरकारी शाळा-कॉलेज ओस पडायची धामधूम चालली आहे अगदी.''

''मी म्हणजे काही चंद्रकांत नाही.''

त्याला पुढे बोलू न देता भाऊ म्हणाले, ''कुठला चंद्रकांत?''

''इथं कोण तो खाणावळवाला भट आहे ना? त्याचा भाचा! गतवर्षी मराठी सातवी पास झाला. आई मराठी मास्तर व्हायला सांगत होती ते ऐकलं नाही! झटपट तीन यत्ताच इंग्रजी करून यंदा चवथीत दाखलसुद्धा झाला आमच्या शाळेत.''

''मग?''

''मग काय? परवाच शाळा सोडलीन त्यानं. देशभक्त झाली स्वारी, पांढरी टोपी काय घालतो. व्याख्यानं काय देतो, तुम्ही गुलाम आहात म्हणून आम्हांला शिव्या– ''

वसंताच्या पुढच्या बोलण्याकडे माझे लक्ष नव्हते. चंद्रकांताच्या या नव्या

अवताराचे चित्र कल्पनेने रंगविण्यात मी गुंग होऊन गेले.

भाऊबीजेदिवशी मी वसंताला ओवाळले. त्या वेळी आत्याबाई म्हणाल्या, "काय, वसंता? जन्मभर भाऊबीजेलाच ओवाळणी घेणार का तू ताऱ्याकडून?"

आई म्हणाली, "बरी घेईल? तो वकील होणार आहे ना? भाऊबीजेदिवशीचा वसूल एक दिवस आधीच करणार तो."

नणंदभावजया मोठ्या आनंदाने हसू लागल्या. भाऊबीजेला बहीण ओवाळते, त्याप्रमाणे पाडव्याला बायको ओवाळते हे माझ्या लक्षात आले. मलादेखील थोडेसे लाजल्यासारखे झाले. वसंत आपला नवरा होणार? त्यात वाईट वाटण्यासारखे तरी काय होते? तो चांगला गोरागोमटा होता. शिकून पुढे वकील होणार होता–

आत्याबाईंनी वसंताच्या शिक्षणाचा प्रश्न भाऊंच्या पुढे मांडला, त्यांच्या मनात त्या वेळी चंद्रकांताविषयीचे विचार घोळत होते की काय कुणास ठाऊक? पण त्यांनी प्रथमत: अळंटळं केली. आईने आत्याबाईंचा पाठपुरावा केल्याचे पाहून मात्र त्यांना आश्चर्य वाटले असे दिसले. शेवटी वसंताने मॅट्रिकमध्ये वर नंबर आणला तर आपण दरमहा दहा रुपये देऊ असे त्यांनी कबूल केले. वसंताचे घरचे उत्पन्न साधारणसे होतेच.

"काही फुकट जायचे नाहीत हं तुझे पैसे." आत्याबाई भाऊंना म्हणाल्या.

"पुढचा हुंडा आगाऊ दिला म्हणून काय होते?" आई उद्‌गारली.

बायकांची ही दूरदृष्टी पाहून भाऊंना हसू कोसळले. भाऊंना कसले? भवितव्यतेलाच हसू आले ते.

या लग्नाच्या आणि नवऱ्याच्या गोष्टी मी चटकन विसरूनही गेले असते. पण माझ्या मनावर त्यांचा संस्कार व्हावा अशीच देवाची इच्छा होती. लवकरच निराचे लग्न ठरले. सावंतवाडी संस्थानातील आंबेगाव नावाच्या खेडेगावातला कुरवाडी होता तो. निराला पाहायला तो आला तेव्हा भाऊला दाखविण्याकरिता निराची आई त्याला घेऊन आली. ते ध्यान पाहताच हा निराचा नवरा होणार या कल्पनेने माझ्या काळजात चर्र झाले! निबर चेहरा, वात सुटलेले अंग, जुपकेदार मिशा आणि दारू प्याल्यासारखे डोळे– ते सारे पाहून माझ्या अंगावर शहारे आले. पण निराच्या आईला हे कसे दिसावे? तिच्या डोळ्यांवर त्याचा मोठेपणा आला होता. ते सारे गाव बेळगावला राहणाऱ्या एका श्रीमंत जमीनदाराच्या मालकीचे होते. निराचा भावी नवरा गावात राहून त्यांना वसुलीच्या कामी मदत करी. बंद्या मुलीला इतके चांगले स्थळ मिळाल्यावर नवऱ्याच्या रंगारूपाकडे आणि वयाकडे बघतो कोण? भाऊ तरी काय बोलणार? त्यांनी निराच्या आईला "विचार करून काय ते कर" असे सांगितले. ती म्हणाली, "प्रसादी इचारतेच ब्रम्मेश्वराक्."

देवाला प्रसाद लावतात म्हणजे काय करतात हे मलाही पाहायचे होते. मी भाऊंना विचारून निरा आणि निराची आई यांच्याबरोबर देवळात गेले. किती तरी लोक देवापुढे हात जोडून बसले होते. त्यांच्या गर्दीत निराच्या आईला विचारतो कोण? गुरव मधून मधून पिंडीला तांदूळ लावीत होता. एखादा तांदूळ पडला की 'डावीकडलो तिसरो,' 'पोटचो' असे काही तरी तो म्हणे, तो पुन्हा तांदूळ लावी, कुणाचे तरी गाऱ्हाणे देवाला सांगे आणि हात जोडून "काय सायबा" म्हणत तो मनुष्य त्याची साथ करी. मी देवळात होते म्हणून! नाही तर कवाईत पाहून खो खो करून हसल्याशिवाय राहिले नसते कधी! भाऊ कधीच देवळात का जात नाहीत, हे कोडे हा देखावा पाहून मला सुटले.

खूप वेळ ताटकळत बसल्यानंतर निराच्या आईचे काम गुरवाने फैलावर घेतले. अमक्या-अमक्याशी माझ्या पोरीचे लग्न ठरले आहे. तिला बरे भोगेल ना, अशा अर्थाचे प्रश्न तिने देवापुढे ठेवले. कुठलासा एक तांदूळ पडला आणि 'देव राजी आहे' असे सांगून गुरवाने तिच्या हातात एक तांदूळ आणि थोडा अंगारा टाकला.

देवळातून आम्ही बाहेर पडत असताना इंदू कुणा तरी मनुष्याचा हात धरून आत आली. मला वाटले तो तिचा बाप असावा. बाजूला जाऊन आम्ही बोलू लागलो. मी सहज विचारले, "तुझे वडील वाटतं?"

"छे:! त्यांना कुठं वेळ आहे इथं राहायला? मुंबईलाच असतात ते नेहमी! हे दुकानदार आहेत आमच्या शेजारचे. फार घरोबा आहे त्यांचा आमचा."

त्या गृहस्थाच्या आणि इंदूच्या चेहऱ्यात इतके विलक्षण साम्य होते की बोलून सोय नाही. परतून देवाला प्रसाद लावायची सोय नव्हती म्हणून बरे. नाही तर 'हा गृहस्थ इंदूचा बाप आहे की नाही!' असा कौल देवाला लावायला मी काही कमी केले नसते.

असा कौल लावला असता, तर देवाने काय उत्तर दिले असते?

११

पुढची तीन-चार वर्षे कशी झपाझप निघून गेली. मी शिकत होते, भाऊ शिकवीत होते. आई स्वयंपाक करीत होती, वसंत भाऊंकडून दरमहा दहा रुपये नियमाने घेत होता. इंदूचा बाप मुंबईला सट्ट्यात पैसे मिळाल्यामुळे ब्रह्मेश्वराच्या जत्रेत शेकडो रुपयाचे दारूसामान लावीत होता. निरा माहेरी आली की नवऱ्याला शिव्या घालीत होती. महोदयपर्वाप्रमाणे आत्याबाई मधूनच उगवत होत्या व वसंताला मोठ्या मोठ्या हुंड्याच्या मुली सांगून आल्याच्या गोष्टी आईला ऐकवीत होत्या–

आणि चंद्रकांत?

या दिवसात माझ्यापेक्षा भाऊंनाच चंद्रकांताची अधिक आठवण होई. समुद्रावर फिरायला गेल्यावर तो दूरचा खडक दिसला, त्याच्या शिपायाच्या गाण्यांच्या ओळी नकळत मन गुणगुणू लागले किंवा त्याच्या खाणावळवाल्या मामाला दोडक्यांखेरीज बाजारात दुसरी भाजी कधीच मिळत नाही अशी थट्टा कुठे तरी ऐकली, की चटकन चंद्रकांताची मूर्ती माझ्या डोळ्यांपुढे उभी राही पण लहानपणी मन काय वाळूसारखे असते. कुठलेही नाव त्याच्यावर जितक्या लवकर उमटते, तितक्या लवकर ते वाऱ्याने अगर पाण्याने नाहीसे होते. मनुष्य मोठा होऊ लागला की वाळूचा हळूहळू पाषाण होतो!

या वेळी चंद्रकांताची भाऊंना आलेली दोन्ही पत्रे अजून मला आठवतात. पहिल्या पत्राच्या वेळी तो मुळशी- सत्याग्रहात सामील झाला होता. त्याने भाऊंना लिहिले होते,

'माझे मरण पाण्यात आहे असेच दिसते. आईवर संतापून मी समुद्रावर जीव द्यायला गेलो तेव्हा तुम्हा मला वाचविलेत, पण आता मुळशीच्या या धरणात मी आपले प्राण अर्पण करणार. गरीब शेतकऱ्यांसाठी– दरिद्री नारायणासाठी ही चळवळ आहे. माझ्या बलिदानाने जर देशाचे काही कल्याण झाले, तर त्यांचे सर्व श्रेय तुम्हाला आहे. तुम्ही जर त्या दिवशी समुद्रावर मला भेटला नसता तर–

उल्काताई काय करते? तिला माझी आठवण होते का कधी? तिला म्हणावे, मुळशीच्या धरणात मी प्राण देणार असलो, तरी तुझ्या लग्नाचे लाडू खाल्ल्याशिवाय काही जीव जाणार नाही माझा! अगदी जातीचा 'भट' आहे मी! चुकून आधी मेलो, तर भूत होऊन येईन लग्नाला.

इथे सत्याग्रह्यांच्या छावणीत किती गमतीने वेळ जातो. भाऊसाहेब, तुमच्या त्या शिक्षणात आणि शाळांत काही अर्थ नाही. लहान तोंडी मोठा घास होईल, पण लिहितोच. इंग्रजी शाळा काढून तुम्ही शेतकऱ्यांना सुखी करू शकला काय? उलट पांढरपेशा वर्ग वाढवायला मात्र मदत केलीत. इथे आमच्या शिबिरात एक म्हातारे विनोदी गृहस्थ आहेत. पुण्याचे प्रसिद्ध इतिहास-संशोधक आहेत ते! 'पांढरपेशा' शब्दाची त्यांची व्युत्पत्ती मोठ्या गमतीची आहे. ते म्हणतात, या लोकांचे कपडे इतके पांढरे कसे राहतात. आहे का ठाऊक? एक अद्‌भुत साबण मिळाला आहे त्यांना. शेतकरी आणि मजूर यांची घरे धुऊन जे पाणी येईल ते एका मोठ्या कढईत आटवायचे. या कढईचे नाव समाजव्यवस्था. पाणी भराभरा आटावे म्हणून खाली रूढीच्या गोवऱ्या आणि धर्माची लाकडे ही एकसारखी पेटवायची! एखादे वेळी लाकडे पेटत नाहीत असे वाटले, तर त्याच्यावर कायद्याचे रॉकेल भरपूर ओतावे. हे पाणी आटले की अगदी तेलासारखे होते. या तेलात शिक्षणाचा सोडा आणि

संस्कृतीचा सुगंध टाकला, की झाला हा अद्भुत साबण तयार!

पत्र लांबले; पण एक गोष्ट राहिलीच! इथे शिबिरात कविता आणि गाणी म्हणून मी सगळ्यांची करमणूक करतो नेहमी! म्हातारबुवा तर मला नेहमी म्हणतात, 'अरे चंद्रकांत, गंधर्व नाटक मंडळीत जायचा, तो तू इथं रे कसा आलास?' मुळशी सत्याग्रहाच्या पद्यावलीत माझीसुद्धा चार-पाच पदे आहेत. ती पद्यावली लवकरच पाठवून देईन तुमच्याकडे.

त्या दिवशी अशीच गाणी म्हणत होतो मी. त्याच त्याच गाण्यांचा कंटाळा येतो म्हणून मग एक संवाद करून दाखविला. 'बेडूक आणि मुलगे' यांचा आहे तो! लहान लहान मुले गोळा करून त्यांना केले बेडूक आणि मी झालो बेडकांचा पुढारी. पांढरपेशे सत्याग्रही बनले धोंडे मारणारे मुलगे. त्यांनी धोंडे मारले की मी

> 'खेळ होतसे सुंदर तुमचा बाळांनो जरि अहा
> आमुचा जीव जातसे पहा!'

हे अक्कडकडवे म्हणत असे– कोकणात भजन म्हणतात ना? त्याप्रमाणे ती सारी मुले माझ्या मागून ते एकसुराने म्हणत असत. हा संवाद सर्वांना फार आवडला. आमचे विनोदी आजोबा तर म्हणाले, 'गंधर्व कंपनीचा स्वयंवर रद्द आहे या संवादापुढं! स्त्रीपात्रावाचून हे बेडकांचं नाटक इतकं रंगलं. एखादी मुलगी चंद्रकांताला साथ द्यायला असती, तर फारच बहार झाली असती.'

त्या वेळी मला उल्काताईची आठवण झाली. मराठी शाळेत तिची साथ असल्यामुळे किती चांगला झाला होता हा संवाद. उल्काताई कशाला यायला बसली आहे इथे? ती असेल कोकणच्या कलमी आंब्यात गुंग! मला मात्र इथली काटेरी करवंदेच अधिक आवडू लागली आहेत आताशी.'

हे पत्र वाचल्यावर भाऊ हसून म्हणाले, "फुकट जाणार पोरगा. बुद्धी आहे. पण मार्ग? पत्र कसं ऐटीनं लिहिलं आहे. चांगला लेखक अगर संपादक झाला असता–"

मला अगदी राहवेनाच. मी भाऊंना विचारले, "मग तुम्ही लेखक व्हायचं सोडून खेडेगावातले मास्तर का झालात?"

"बोलण्यापेक्षा करणं चांगलं म्हणून–"

"चंद्रकांत तरी कुठं गप्प बसलाय?"

"पण शिक्षणाची गोष्ट निराळी आहे ही– जाऊ दे ते. तू पडलीस नव्या पिढीची. त्या संवादाप्रमाणे याही गोष्टीत तू त्याचीच साथ करणार."

त्याच दिवशी संध्याकाळी वसंत भाऊंना सुट्टीत भेटण्याकरिता म्हणून आला. चंद्रकांताचे पत्र सारखे माझ्या मनात घोळत होते. मी वसंताला विचारले, "तुझ्यापाशी मुळशीची पद्यावली आहे का रे?"

“मुळशी? कुठली मुळशी?”

“तो सत्याग्रह चालला आहे बघ मोठा.”

“हं हं! आहे खरी काही भानगड! जान देऊ पण जमीन देणार नाही म्हणून छापताहेत काही लोक. वेडे कुठले! राणा भीमदेवाचा काळ कधीच जुना झाला आहे म्हणावं. आता स्वयंवर पाहिजे स्वयंवर बालगंधर्वाचे!” लगेच तो गुणगुणू लागला, ‘नृपकन्या तव जाया–’

“ती पद्यावली आणून देशील का रे मला?”

“कसली भिकार पदं असतील कुणास ठाऊक! त्याला काय काव्य म्हणतं कोण? ‘कशासाठी, देशासाठी, मुळशीच्या पोटासाठी’ असं भारूड असेल त्याच्यात झालं.”

मी स्तब्ध राहिलेली पाहून तो पुन्हा म्हणाला, “भाऊंच्यापाशी कवितांची पुस्तकं काय थोडी आहेत?”

“ती सगळी वाचली आहेत मी.” मी फणकाऱ्याने उत्तर दिले.

“नव्या कविता वाचायची हुक्की आलीय वाटतं तुला? चल घे टिपून–”

तो एक ओळ गाऊ लागला–

‘भिल्लीण न तू बाणा न शिकारी...
तो एकच प्यारा बोल...
कुठवर पाहू वाट सुन्दरा जीव कि हो शिणला...’

ही कवितांची खिचडी पाहून मला हसू आले.

नाटके, सिनेमा, कविता इत्यादी गोष्टींविषयी तो एकसारखा बोलत होता. समुद्राच्या पाण्यावर सूर्याचे किरण पडले म्हणजे ते जसे लकाकते, तसे मला कॉलेजातील आयुष्य वाटू लागले. भाऊंच्या मुद्रेवरून त्यांना मात्र वसंताची वर्णने पसंत पडली नसावीत असे दिसले. दुसऱ्या दिवशी फिरायला जाताना वसंत जलद चालू लागला. ईर्ष्येने मीही झपाझप पाऊल टाकायला सुरुवात केली. भाऊ अर्थातच मागे पडले. थोड्या वेळाने आपली चाल मंदावून वसंत म्हणाला, “तारा, तू इतकी कशी वेंधळी राहिलीस अजून?” बोलण्याचा रोख न कळल्यामुळे मी त्याच्याकडे नुसती पाहत राहिले. तो हसत हसत म्हणाला, “काय तुझा पोषाख? अन् काय हा तुझा अंबाडा? व्हिक्टोरिया राणीच्या लग्नात करवली होतीस जणू काही! जग किती पुढे चाललंय–”

“आमच्या वर्गातील इंदूला पाहा नि मग सांग जग पुढे चाललंय की मागं पडलंय ते!” मी खवचटपणे म्हटले. तो आपल्या नादात पुढे बोलतच होता, “बालगंधर्वांची नाटकं पाहिली आहेस तू?”

मी नकारार्थी मान हलवली.

"ती बघितली असतील तर अशी राहिली नसतीस. जोडा पुसणाऱ्या भामिनीचा तो मुरका अन् 'दादा, ते आले ना' म्हणणाऱ्या रुक्मिणीचं ते लाजणं– खरंच नाटक कंपनीपेक्षा उपवर वधूंची एक शाळाच काढायला पाहिजे होती बालगंधर्वांनी! निदान पोस्टानं अशा मुलींना ते शिक्षण देतील, तर त्यांचे आमच्यासारख्या तरुणांवर फार उपकार होतील."

"संपलं का तुझं व्याख्यान?" मी चिडून विचारलेच. त्याच्या बोलण्याचा मला असा राग आला होता! चांगले त्याच्यावर तोंडसुख घ्यावे असे वाटले! पण एकदम मनात आले– याच्याशीच पुढे माझे लग्न होणार आहे ना? लग्नाला बेडीची उपमा देतात ती काही उगाच नाही, मी अगदी गप्प बसले.

चंद्रकांताचे दुसरे पत्र पुढे सात-आठ महिन्यांनी आले. मुळशी सत्याग्रहात झालेली सहा महिन्यांची शिक्षा भोगून तो बाहेर आला होता. त्याने लिहिले होते, "तुरुंगातल्या सहा महिन्यांत माझा पुनर्जन्म झाला. मुळशीचा लढा यशस्वी होणे शक्य नाही हे समजून चुकले. टिळकांनी तुरुंगात गीतारहस्य लिहिले. मला गीता कळण्याइतके संस्कृतसुद्धा येत नाही अजून. तेव्हा माझ्या विचारांना फारशी किंमत नाही हे खरे. पण संध्याकाळी पाचापासून पहाटेपर्यंत कोठडीतल्या काळोखात पडून पडून मला वाटू लागले की मुळशीचा लढा मुळशीचा नव्हे– तो हिंदुस्थानचा आहे– कदाचित साऱ्या जगाचाही असेल. पोटासाठी धडपडणाऱ्या गरिबांच्या रक्तामांसाच्या चिखलातून कमळावर बसलेली लक्ष्मी उत्पन्न होते. हा चिखल होऊ नये म्हणून काय करायचे? माझ्यासारख्या सतरा-अठरा वर्षांच्या मुलाला उपाय कसला सुचणार? रवींद्रांच्या शांतिनिकेतनात जाऊन या विषयाचा खूप अभ्यास करावा असे मला वाटू लागले आहे. पाहू या कसे काय जुळते ते."

पत्र वाचून भाऊ म्हणाले, "धूमकेतू आहे नुसता."

धूमकेतू क्रांतीचा दूत असतो अशी जुनी समजूत आहे.

१२

त्या वेळी भाऊंच्यावर मी रागवायला नको होते. पण इंदू कशीबशी पास झाली तरी सहावीकरिता बाहेरगावी जाणार आणि माझा पहिला नंबर आला असूनही मला घरी बसावे लागणार याचे मला इतके वैषम्य वाटले की– त्यांतल्या प्रत्येक शब्दाची मला आता लाज वाटते. पण माणसाचे असेच आहे. पाखराची तडफड पाहिल्यावर

मग दगड मारल्याचा पश्चात्ताप होतो त्याला.

पंधरावे सरून सोळावे वर्ष लागले होते तेव्हा मला. भाऊंनी वाचून आणि शिकवून मला 'पंडिता' केले आहे असे आई नेहमीच म्हणे! त्या दिवशी गुरूच्या विद्येचा प्रयोग गुरूवरच झाला.

मी रागाने लाल होऊन भाऊंना विचारले, "मुलामुलींत भेदभाव करतात हे तुम्हाला आवडत नाही ना, भाऊ?"

भाऊंनी प्रश्नार्थक दृष्टीने माझ्याकडे पाहिले. मी तावातावाने म्हणाले, "आज माझ्याऐवजी मुलगा असता तर? पाचवी करून त्याला घरीच ठेवले असतंत का?"

"हा भेदभाव मी नाही करीत, उल्का."

"मग समाज करीत असेल! चुकलंमाकलं गुरू धामापूरच्या तळ्यात! आपल्या चुकीचं खापर खुशाल समाजाच्या माथ्यावर फोडा."

"जरा ऐकून घेशील माझं?"

"मला नको काही ऐकायला. इंदू चालली पाहा मुंबईला. दोन वर्षात ती मॅट्रीक होईल. बी.ए. सुद्धा होईल पुढं! आणि मी मात्र– भात शिजविण्याचे प्रयोग करीत बसते घरातल्या प्रयोगशाळेत!"

"उल्का, बाळ उल्का, लहान आहे गं तू अजून!" माझ्या पाठीवरून हात फिरवीत भाऊ म्हणाले, त्यांचा कंठ सद्‌गदित झाला होता. त्याची जाणीव होताच मी चमकले. मला जवळ ओढून भाऊ म्हणाले, "तू आणि निरा एकाच वयाच्या ना?"

"हो."

"निरानं मराठी दुसरीतच शाळा का सोडली?"

"तिचा बाप मेला म्हणून–"

"अन् तुझा जिवंत असला तरी मेल्यासारखाच आहे." हे वाक्य बोलताना भाऊंनी हसण्याचा प्रयत्न केला. पण काळोख काजव्याच्या चमकण्याने अधिकच भयंकर भासत नाही का?

भाऊंच्या गळ्यात मिठी मारून मी म्हटले, "नका हो असं बोलू, चुकले मी. पुन्हा नाही धरणार असला हट्ट!"

"तू नाही चुकलीस बाळ; मीच चुकलो. माझ्यासारख्या गरिबानं आधी लग्न का करावं? केलन् तर आपल्याला मूल का होऊ द्यावं? अन् ते मूल म्हणजे मुलगी का होऊ द्यावी?"

मला अगदी गुदमरल्यासारखे होऊ लागले. पण माझ्या चेहऱ्याकडे लक्ष जाताच भाऊंनी आपल्या हृदयातून वाहणाऱ्या ज्वालारसाच्या प्रवाहाला एकदम बांध घातला. भरून आलेल्या आभाळातून एकदम सूर्याचे किरण चमकले. ते म्हणाले,

“खरं सांगू तुला? तुला सहावीत पाठवायचं म्हणजे तुला दूर ठेवायचं. पण ते अगदी जिवावर आलं आहे माझ्या.”

‘अर्थोऽहि कन्या परकीय एव’ हा श्लोक चार महिन्यांपूर्वी भाऊंनीच आम्हाला शिकवला होता. त्याचा फायदा घेऊन मी म्हटले, “मुलगी हे काय दुसऱ्याचं धन!”

“कबूल! पण ते सध्या तरी स्वत:च्या ताब्यात आहे की नाही? मग मिळेल तेवढं सुखाचं व्याज का मिळवू नये माणसानं?”

“खुशाल मिळवावं. अन् लग्न करताना घरजावईच बघावा. म्हणजे अगदी चक्रवाढव्याज मिळेल!”

हसत हसत भाऊंनी खालील चरण म्हटले:

स्त्रीणामशिक्षितपटुत्वममानुषीषु
संदृश्यते किमुत या प्रतिबोधवत्य: ॥

ढग खाली उतरल्यानंतर हवेत थोडा गारवा यावा त्याप्रमाणे या संभाषणाने माझ्या संतापाचा पारा खाली उतरला. पण मनाची रुखरुख काही गेली नाही. रात्री अंथरुणावर किती तरी वेळ तळमळत होते. इंदू पुढे शिकणार! आणि आपण? आपल्या नशिबी पुढचे शिक्षण नाही. नशीब! दारूच्या धुंदीत आपण काय करतो हे समजत नाही. देवाची करणीसुद्धा अशीच नाही का? गुण पाहून तो नशिबाची वाटणी कधीच करीत नाही. देव म्हणजे दारुडा आहे झाले एक!

माझा केव्हा डोळा लागला ते समजले नाही. पण एका विचित्र स्वप्नाने दचकून मी जागी झाले. वसंत म्हणत होता– मी आता एल.एल.बी. झालो. मला चांगली शिकलीसवरलेली बायको हवी. त्याने मला दूर ढकलून दिले आणि इंदूचा हात हातात घेतला.

जागी होताच भाऊ आणि आई काही तरी बोलत आहेत असे वाटले. कान देऊन मी ऐकू लागले.

“काय करायचंय पोरीला शिकवून पुढं? कुठं नोकरी करायला तर नाही ना जायचं?”

“पण हौस आहे ना तिची–”

“एक हवा पैसा, मग साऱ्या हौसा!” आईने स्वगत भाष्याप्रमाणे ही म्हण उच्चारली.

“नाही कोण म्हणतंय? पण एकुलती एक मुलगी– मुलगी कसली? मुलगाच नाही का आपला?”

हसून आईने उत्तर दिले, “आपल्याला काय वाटतं हे कोण विचारतं? लग्नाच्या बाजारात गिऱ्हाईकाला काय वाटेल ते पाहावं लागतं.”

बाजार-गिऱ्हाईक! प्रत्येक शब्द म्हणजे अंगावर पडलेला रखरखीत निखाराच वाटला मला. माझ्या दृष्टीने लग्न हा बाजार नव्हता; सुंदर बाग होती. पण–

"वसंताला दहा रुपये द्यायचं बंद केलं तर?" भाऊ म्हणाले.

"ते कसं बंद करता येईल? नालापायी राज्य जाईल ना! वन्संनी तारेला सून करून घ्यायचं अगदी वचन दिलं आहे मला."

"पण उल्काला सुख होईल का तिच्या हाताखाली? आक्का म्हणजे काय? कुत्र्याचं शेपूट! तेसुद्धा काही कापलेले नव्हे."

आई हसत म्हणाली, "सारं खरं; पण पोरीला दुसरं कुठलं स्थळ मिळणार आपल्या जातीत?"

"हो. तेही खरंच. आधी बारदेशकरांची जात मूठभर. त्यातून आपण पुनर्विवाह केलेला. त्यात मी बारदेशकर आणि तू साष्टकर."

आई स्फुंदत म्हणाली, "तेच डाचतंय माझ्या मनात सारखं. मी माझं सुख पाहायला गेले– आपणाला विधवेचा कळवळा आला! मी चांडाळणीनं लग्नच केलं नसतं तर–"

"असं काही तरी बोलू नये वेड्यासारखं." आईची समजूत घालीत भाऊ म्हणाले, पण त्यांच्याही डोळ्यांत अश्रू उभे राहिले असावेत असे त्यांच्या स्वरावरून वाटले. वाटले, उठावे आणि भाऊंच्या व आईच्या मध्ये बसून आपणही मन मोकळे करून रडावे. पण मला तेवढा धीर झाला नाही.

डोक्यात विचारांची आणि डोळ्यांत अश्रूंची मात्र गर्दी झाली.

साऱ्या मुलींचे आईबाप असेच रडत असतील का? छे:! इंदूच्या आईबापांना रडण्याचे काय कारण? आपली इंदू खूप शिकेल आणि एखाद्या बड्या मनुष्याची बायको होईल या कल्पनेने या वेळी ती झोपेतसुद्धा हसत असतील आणि माझे आईबाप?

कशाला मी कपाळकरंटी जन्माला आले? पण जन्माला येणे काय कुणाच्या हातचे आहे? मी जर मुलाच्या जन्माला आले असते तर–

चंद्रकांताची एकदम मला आठवण झाली. चंद्रकांत एवढा बुद्धिवान मुलगा! पण त्याच्या शिक्षणाची कुठे चांगली सोय झाली? अंधारात ठेचा खात वाटसरू चालतो तसा बिचारा बंगाल्यात निघून गेला. भाऊंच्या हृदयात प्रेम असले तरी खिशात पैसा नाही. त्यांनी त्याला नुसते सहानुभूतीचे पत्र पाठविले. त्याचा मामा तर काय, अवलियाच पडला! भाऊंपाशी म्हणाला, "मोठं डांबिस आहे ते कारटं. कुठं तरी नाटक कंपनीत हुजऱ्याची कामं करीत बसेल झालं. नाही तर तुरुंगात जाईल एखाद्या दिवशी! चांगली पंधरा रुपयांची मास्तरकी करून आईचे पोट भरायचं ते दिलं सोडून अन् चालला हुप्प्या सत्याग्रह आणि असहकारिता करायला. मास्तर

झाला असता तर दोन हातांचे चार हात करून टाकले असते इतक्यात. पण पोर पडलं गुणी!''

मी, चंद्रकांत, निरा– सारे एकाच माळेचे मणी! निरा खालच्या जातीची असली तरी माझ्यापेक्षा सुंदर आणि इंदूपेक्षा हुषार. कुणी शिकविले असते तर ते काय तिला नको होते? पण शिक्षण राहिले लांब– त्या कुठल्याशा अस्वलाबरोबर संसार करायचे तिच्या कपाळी आले.

मी मुलगी झाले हा दोष नव्हे. गरिबाची मुलगी झाले ही माझी चूक. भाऊंनी तर जाणूनबुजून गरिबी पत्करली. पुनर्विवाह करून सुधारणा करायला ते गेले. पण आमच्या समाजात सुधारणा म्हणजे हलाहल. श्रीमंतीच्या कैलासावर बसणाऱ्या शंकरालाच ते पचविता येते. भाऊंना हा पोच राहिला नाही आणि म्हणूनच आज त्यांच्यावर कपाळाला हात लावून रडत बसायची पाळी आली.

मी मनाशी ठाम निश्चय केला. आपल्या लग्नाची आईबापांना इतकी काळजी वाटते. मग आपण लग्नच केले नाही तर? ''पोरी, नावासारखं काही तरी करून दाखीव.'' हे गडकऱ्यांचे शब्द या वेळी मला आठवले. ''नाहीच लग्न करायचं!'' मी मनाच्या विचारांना अगदी खूणगाठ बांधून ठेवली.

पण माणसाला एकच मन आहे का? मला नाही तसे वाटत. त्या दिवशी पहाटे मला स्वप्न पडले. मी समुद्रात एकटीच वाहत चालले आहे. हात अगदी दमून गेले होते. एखादी काळलाट एकदम तळाला नेईल तर बरे, असे मनाला वाटू लागले होते. इतक्यात वसंत एक सुंदर होडी घेऊन माझ्याजवळ आला. त्या होडीच्या एका टोकावर किती सुंदर मदनाचा पुतळा होता. मला आत घेण्यासाठी वसंत वाकला. मी माझे दोन्ही हात त्याच्या हातात दिले. मी होडीत एक पाय टाकताच वसंताचे ओठ माझ्या ओठाला भिडले. पण इतक्यात– जागेपणाच्या अनुभवापुढे स्वप्ने हवीत कशाला.

१३

शाळा सुटली पाटी फुटली, असे मी लहानपणी म्हणत असे. त्या वेळी पाटी फुटणे हे मोठे भाग्याचे लक्षण वाटे. पण प्रत्यक्ष शाळा सुटली तेव्हा मात्र मन हुरहुरल्यावाचून राहिले नाही. शाळेचे चिमणे जग म्हणजे पाखराचे घरटे! त्याच्याबाहेर या पंधरा वर्षांत मी डोकावून पाहिलेच नव्हते. आता एकदम बाहेरचा देखावा दिसला– अफाट निळे आकाश, वाऱ्याच्या स्वैर लकेऱ्यांबरोबर नाचणारी हिरवीगार पाने, हसरे ऊन्ह, आनंदी पाखरे! सारेच किती सुंदर आणि मनोहर! पण खाली हे

काय दिसतंय? कुणी तरी मनुष्य! आणि त्याच्या हातात काय आहे?– बंदूक! बंदुकीचा नेम वर धरून तो काय करतो आहे?

शाळा सुटल्यामुळे माझे शिक्षण बंद पडण्याऐवजी दुप्पट जोराने सुरू झाले. लहानपणापासून भाऊंनी मला वाचनाचा असा नाद लावला होता की चहाचा कप आणि नवे पुस्तक बरोबर हातात आले की निवलेला चहाच मला प्यावा लागे. या थंड झालेल्या चहात जणू काही त्या पुस्तकातील गोडी उतरत असे. आता तर काय सारा दिवस मोकळा होता. मराठी, इंग्रजी, संस्कृत या तिन्ही भाषांतील हाताला मिळतील ती पुस्तके वाचून टाकण्याचा मी सपाटा लावला. सकाळ- संध्याकाळ भाऊ मला शिकवीत ते निराळेच! माझा हा वाचनाचा हव्यास पाहून आई एक दिवस म्हणाली,

"ही काय मागच्या जन्मी कसर होती की काय?"

"कसर नाही; रेशमाचा किडा आहे हा. तुतीची पानं खाईल आणि रेशीम देईल."

आई पुढे काही बोलली नाही. पण माझे वाचन तिला फारसे आवडत नसे. भाऊंच्या एकलकोंडेपणामुळे व पुनर्विवाहामुळे ती सहसा लग्नाला, हळदीकुंकवाला अगर फुले माळण्याच्या समारंभाला कुठेही जात नसे. पण कुणाच्याही घरचे बोलावणे येवो, ती आता आवर्जून मला पाठवू लागली. पहिल्या पहिल्यांदा या बायकामंडळीत मला कोंडल्यासारखे होई. ती त्यांची अचकटविचकट बोलणी, शेजाऱ्यापाजाऱ्यांची नालस्ती, नट्टापट्टा– सगळेच मला कसेसेच वाटे. पण पाण्यात राहून माशांबरोबर थोडेच वैर करता येते? हळूहळू मी त्यांच्यात मिसळू लागले.

सहा महिन्यांत माझ्यात किती फरक पडला. लग्न न करण्याचा निश्चय कुठल्याकुठे व कसा वाहून गेला हे माझे मलाच समजले नाही. मनाच्या निश्चयाला वज्राची उपमा देतात. पण मला वाटते, ते बर्फासारखे असते. परिस्थितीच्या उन्हाची आच लागली नाही, तोपर्यंत घट्ट! आच लागली की झालेच त्याचे पाणी! अन् पाण्याचे काय? ज्यांच्यात मिसळावे त्यासारखा त्याचा रंग!

माझ्या केशरचनेत आणि वेशभूषेतच नव्हे, तर विचारातही क्रांती घडून आली. माझ्या भोवताली नवऱ्याच्या आशेने आनंदात वावरणाऱ्या वीस-पंचवीस वर्षांच्या कुमारिका पाहून मलाही लग्नाच्या कल्पना करण्यात आनंद वाटू लागला. हळदीकुंकवाला आलेल्या एखाद्या तरुणीचे गोरेगोमटे मूल पाहून मीही एक दिवस असे मूल घेऊन हळदीकुंकवाला जाईन अशी चित्रे रंगविण्यात मन तल्लीन होऊ लागले. आरशात वरचेवर पाहून केस सारखे करावे, समारंभाला जमलेल्या बायकांच्या दागदागिन्यांचे आणि वस्त्रांचे सविस्तर वर्णन आईपाशी करावे, कुरूप अगर अजागळ बायकांच्या व्यंगांची थट्टा करून मनमुराद हसावे, कुणाच्या घरची कुटाळकी ऐकली असली तर ती उगाळीत बसावे, या गोष्टींचा पूर्वीसारखा मला तिटकारा वाटेनासा झाला.

त्या वेळी मला कसला कैफ तर चढला नव्हता ना, अशी आता शंका येते. प्रणयाची नाटके, कादंबऱ्या आणि कविता मला इतक्या आवडू लागल्या की बोलून सोय नाही. फडक्यांची 'कुलाब्याची दांडी' या वेळी मी वाचली. तिच्या पहिल्याच प्रकरणात मी माणिकशी तद्रूप झाले. नायक जगदीश हा गुडघे टेकून तिच्या हाताचे चुंबन घेतो हे वाचताना एक कल्पनाचित्र माझ्या डोळ्यांपुढे उभे राहिले. त्या चित्रातली नायिका मीच होते आणि चुंबन घेणारा– चंद्रकांताचे ओझरते स्मरण न झाले तोच वसंताची मूर्ती तिथे स्पष्ट दिसू लागली. माझा मला राग आला. त्या कल्पनाचित्राचे फाडून तुकडे करावेसे वाटू लागले. पण लगेच विचारी मनाने रागावलेल्या मनाची समजूत घातली– माणिक सावळी आहे असे तिचे कादंबरीकाराने वर्णन केले आहे. उल्कासुद्धा सावळीच नाही का? या साम्यामुळे हे चित्र निर्माण झाले!

आता गडकऱ्यांच्या 'गुलाबी कोडे' व 'पहिले चुंबन' या कविता वाचताना मनाला काही निराळाच आनंद होऊ लागला. रवींद्रांच्या कविता आणि गोष्टी तर भाऊ या वेळी माझ्याकडून वाचूनच घेत होते. अजूनदेखील त्यातील किती चुटके मला पाठ येतात.

Some one has secretly left in my hand a flower of love
Some one has stolen my heart and scattered it abord in the sky
I know not if I have found him or I am seering him Everywhere,
if it is a pang of bliss or of pain.

असली गाणी प्रीतीची नसून परमेश्वराची आहेत असे मोठमोठे टीकाकार म्हणतील. असतीलही! प्रीती व परमेश्वर ही एकरूप आहेत ही कल्पनाच कदाचित असल्या गाण्यावरून सुचली असेल. ते काहीही असो, अज्ञात प्रियकराबद्दल का होईना, गोड हुरहूर लागण्याच्या या वयात असली गाणी प्रीतीची वाटतात आणि म्हणूनच आवडतात.

माझ्या मनोवृत्तीत घडून येणारा हा बदल भाऊंना कळत होता की नाही हे सांगवत नाही. कदाचित कळत असूनही तो त्यांना स्वाभाविक वाटला असेल. आणि तसे पाहू गेले तर त्यात गैर काय होते? जीवन म्हणजे खेळाची हौस असे म्हटले तर ते चूक होईल का? खुळखुळा, पांगुळगाडा, बाहुली, ही बाळपणाची खेळणी! खेळणी संपली की सवंगड्यांबरोबर खेळ सुरू होतात. हे खेळ शिळे झाले की प्रणयाच्या लीला सुचू लागतात. लग्नानंतर मूल खेळविण्याची हौस उत्पन्न होते. मूल झाले की जीवनाचा एक फेरा पुरा झाला. त्या मुलाच्या रूपाने दुसऱ्या फेऱ्याला सुरुवात होते.

त्या वेळी मात्र हे तत्त्वज्ञान मला सुचले नव्हते, माझ्या अंत:करणातील हुरहूर जाणून जर कुणी 'हे बरं का' असे मला विचारले असते, तर मी आधी त्याला खालील प्रश्नांची उत्तरे लिहायला सांगितले असते:

वसंतात कोकिळा का गाते व झाडांना मोहोर का येतो?

उन्हाळ्यात पुसटसुद्धा न दिसणारी वीज पावसाळ्यात सहजासहजी का चमकू लागते?

कळ्या का फुलतात?

नद्या समुद्राकडेच का वाहत जातात?

पृथ्वी सूर्याभोवतीच का फिरते?

इत्यादी इत्यादी! माझ्या प्रश्नांची उत्तरे देण्याऐवजी त्याने सोपी शास्त्रीय पुस्तके वाचण्याची कदाचित मला शिफारस केली असती. माझ्या इंग्रजी पाच यत्ता झाल्या आहेत आणि वाचन तर कॉलेजात जाणाऱ्या विद्यार्थ्यांइतके आहे, याच्यावर त्याचा मुळीच विश्वास बसला नसता; पण मला मात्र माझ्या हृदयाला लागलेल्या अज्ञान ओढीचे कारण या प्रश्नांच्या उत्तरांत आहे, असे त्या वेळी नि:संशय वाटे.

त्याच वेळी चंद्रकांताचे एक पत्र अचानक भाऊंना आले. ते वाचता वाचता ते म्हणाले, "खरा धूमकेतू आहे हा. स्वारी बंगाल्यात पोचली की!"

भले मोठे पत्र होते ते.

"प्रिय भाऊसाहेब,

आज शांतिनिकेतनातून शांत अंत:करणाने मी हे पत्र लिहीत आहे. रवींद्रांसारख्या विश्वविख्यात कवींचा शिष्य होण्याची सोन्यासारखी संधी मला कशी मिळाली याचे तुम्हाला आश्चर्य वाटेल. या चंद्याने कुठे डल्लाबिल्ला मारला की काय अशी शंकाही येईल. बाकी चोरी करणे हा गरिबांचा जन्मसिद्ध हक्कच आहे म्हणा! तुमचा भाचा वसंत पुण्याला भेटला होता मध्ये. तो म्हणाला होता की, उल्काताई शिक्षण सोडून घरीच राहिली आहे. मी शांतिनिकेतन गाठले. आता तिने कमीत कमी युरोपमध्येच अभ्यासाला जायला हवे.

माझे इथे येण्याचे जुळले कसे हेच आधी सांगतो. मुळशीला गेलो त्याचे हे फळ. मुळशीत आमच्याबरोबर आलेले ते म्हातारे विनोदी गृहस्थ ते पुण्यातले मोठे इतिहाससंशोधक आहेत हे मी मागेच लिहिले होते. तुरुंगातून सुटल्यावर त्यांच्याचकडे राहिलो होतो मी. अगदी मुलासारखे वागविले त्यांनी मला. किती लवकर त्यांनी इंग्रजी शिकविले म्हणता. शांतिनिकेतनातले एक बंगाली प्रोफेसर मराठ्यांच्या इतिहासावर काही ग्रंथ लिहिणार आहेत. ते मुद्दाम आले होते पुण्याला या कामासाठी. मराठी शिकल्याशिवाय काही आपले काम मनाजोगे होणार नाही असे त्यांना वाटले.

पण शांतिनिकेतनात राहून मराठी शिकायचे मनासारखे कसे जुळणार? त्यांनी आमच्या भीष्माचार्यांना विचारले. त्यांनी माझी नि त्यांची गाठ घालून दिली. अर्थात मी इथे काही विद्यार्थी म्हणून आलो नाही नुसता; आचार्यही आहे. उल्काताईला म्हणावे, पत्राच्या पत्त्यावर माझ्या नावामागे प्रोफेसर लिहिशील तरच तुझं पत्र वाचीन. माझ्या खर्चाची जबाबदारी त्या बंगाली प्रोफेसरांनी घेतली आहे. मी अर्थशास्त्राचा विशेष अभ्यास करणार म्हणतो. पोटाची काळजी नाही. मग काय? खरेच माणसाला पोट नसते, तर फार बरे झाले असते नाही! किती वेडी कल्पना! पोट नसते, तर मनुष्य जगला असता कसा? आणि पोट आहे तरी त्याने जगावे कसे हा प्रश्न आहे! ईश्वर म्हणजे एक विचित्र कात्री आहे झाले!

भाऊसाहेब, इकडे येण्यापूर्वी तुम्हाला आणि उल्काताईला भेटून जावे असे कितीदा तरी मनात आले. पण मनाच्या वेलीला फक्त कल्पना लागतात; पैसे? अं हं. आता त्याचा वचपा लांब लांब पत्रे लिहून भरून काढणार आहे मी. अगदी चार पैशांत दोन भेटींचे काम करून टाकले की रेल्वेवर चांगला सूड उगविल्यासारखे होईल, नाही का? आज मात्र जरा घाईत आहे. कलकत्त्याला जायचंय आमच्या गुरुजींबरोबर. पण जाता जाता एक गोष्ट लिहितोय. मला काही बंगाली येत नाही अजून चांगलेसे; पण एका बंगाली मासिकाच्या ताज्या अंकातील गोष्ट काल इथे एका स्नेह्याने मला सांगितली. माझ्या इथल्या पुष्कळ प्रोफेसरांनासुद्धा फार आवडली आहे म्हणे ती. बंगाली आल्यावर भाषांतरच करून पाठवीन मी तिचे. आज नुसता सारांश देतो–

एका सुंदर उपवर मुलीला पाहायला मंडळी आली आहेत. ती पुन्हा पुन्हा आरशात पाहून सगळा साज ठाकठीक आहे ना, हे बघत असते. दिवाणखान्यात मंडळी तिष्ठत बसली आहेत म्हणून सांगायला तिचा भाऊ येतो. अशा वेळेला चेष्टा केली नाही तर तो भाऊ कसला?

'आई, काही राहिलं नाही ना?' ती तरुणी आईला विचारते.

भाऊ एकदम म्हणतो, 'एक राहिलंय.'

'काय ते?' ती मोठ्या उत्सुकतेने विचारते.

'ही बाहुली.' असे म्हणून तो एक लाकडी बाहुली तिच्या शालूच्या ओच्यात टाकतो.

'इश्श, हे काय रे दादा!' म्हणून ती मुलगी रागाने ती बाहुली भिरकावून देते.

भाऊ मिस्किलपणाने म्हणतो, 'तिकडच्या डोळ्यांतल्या दोन बाहुल्या मिळणार तुला. मग तू कशाला करशील आता या लाकडी बाहुलीची पर्वा?'

तिचे लग्न होऊन पाच वर्षे होतात. पण तिला काही मूल होत नाही. रात्री शेजारचे मूल रडू लागले की ती झोपेतून जागी होते आणि आपल्याला मूल नाही म्हणून तळमळत पडते. शाळा सुटायच्या वेळी ती दारात भुकेल्या डोळ्यांनी उभी

असते. रस्त्याने जाणारी चिमुकली बालके पाहून तिच्या हृदयाला विलक्षण ओढ लागते. संध्याकाळी पाखरे घरट्याकडे जायला लागली की ती देखील आपल्यापेक्षा सुखी आहेत असे तिच्या मनात येते. नवऱ्याचे प्रेम– त्याची श्रीमंती– काही काही तिचे मन शांत करू शकत नाही.

शेवटी देव तिचे गाऱ्हाणे ऐकतो आणि तिला एक सुंदर मुलगी होते. मुलीला खेळविण्यातच तिचा सारा वेळ जाऊ लागतो. ती लांबून कशी दिसते, जवळून कशी दिसते, हातपाय कशी नाचविते, तोंड कसे फुगविते, आईच्या अंत:करणाला या सगळ्यांचेच कौतुक वाटते. हे पाहून नवरा थट्टेने विचारतो. 'एक जास्ती की दोन जास्ती?'

'इश्श, मी काय वेडी आहे?'

'छे: छे:! मोठी विदुषी आहेस म्हणून तर विचारतो!'

ती हसत उत्तर देते, 'दोन जास्ती!'

'खरं?'

'अगदी खरं.'

'चूक आहे! एकच जास्ती!'

'ते कसं?'

'माझ्या डोळ्यांतल्या दोन बाहुल्या किती तरी आवडत असत तुला पूर्वी; पण आता ही नवी बाहुली आमच्या घरात आल्यापासून–'

'इश्श! काही तरीच आपलं बोलणं. अन् एका नव्या बाहुलीची किंमत दोन जुन्या बाहुल्यांपेक्षा अधिक झाली तर त्यात नवल ते कसलं?'

'वा:! जुनं ते सोनं.'

'मुळीच नाही. ही नवी बाहुली सोन्यासारखी नाही वाटतं? माझी तान्हुली– छकुली– सोनुली.'

ती मुलगी पाच वर्षांची होते. आई एकदा आजारी पडते. आईला वाटते, मुलीने आपल्यापाशी बसावे. मुलीला तर खेळायला जायची अगदी हिरिरी आलेली असते. तापाने ग्लानी आल्यामुळे मुलीने आपल्याजवळ बसावे अशी आईची इच्छा असते. पण मुलगी काही केल्या ते ऐकत नाही.

स्मशानात वैराग्य येते, त्याप्रमाणे आजारी माणसालाही भलभलत्या कल्पना सुचू लागतात. जगात आपले असे काही नाही असे त्या आईला वाटू लागते. सजीव बाहुली खेळायला गेली. नवऱ्याच्या डोळ्यांतल्या बाहुल्या– त्या कधीच जुन्या होऊन गेल्या होत्या. तिला एकदम आठवण होते. वधूपरीक्षेच्या दिवशी आपण भिरकावून दिलेली बाहुली सासरी जायच्या वेळी भावाने आपल्या ट्रंकेत मुद्दाम टाकली होती.

ती लाकडी बाहुली शोधून काढून जवळ घेताच तिला समाधान वाटते. इतक्यात पाणी प्यायला घरात आलेली मुलगी आईच्या खोलीत डोकावून पाहते. बाहुली दिसताच ती ओरडते, 'आई, आई, मला हवी ती बाहुली!'

'लाकडी बाहुलीचे सुखसुद्धा आपल्या कपाळी नाही ना!' आईच्या मनात विचार येतो. बाहुली मुलीला देऊन ती डोळे मिटून घेते.

तिला वाटते– मुलगी बाहुली घेऊन खेळायला जाणार. बाहुली घेताना तिच्या हाताचा चटका मुलीला जाणवतो. मुलगी तशीच उभी राहते आणि आईच्या ऊन गालावर आपले चिमणे ओठ ठेवून म्हणते, 'किती गं तुला ताप आलाय, आई. मी किनई खेळायला जात नाही आता.'

भाऊसाहेब, आमचे मराठी लेखक असल्या गोष्टी लिहितात का कधी? त्यांचे ते मुंबई-पुण्याचे बंगले, चहाचे पेले, श्रीमंतांचे मेळे, प्रणयाचे चाळे, सारेच काही निराळे. महाराष्ट्रीयन म्हणजे बुद्धिमान असे म्हणण्याचा प्रघात पडला आहे; पण बंगाल्यात आलो. इथली कला, वाङ्मय आणि विद्वत्ता पाहिली की आम्ही पोकळ वाशांचे जयस्तंभ उभारून स्वतःची फसवणूक करून घेत आहोत असे वाटू लागते. बुद्धीच्या क्षेत्रात कुठे आहोत आम्ही आज! टिळकांबरोबर आमचे राजकारण गेले. नोबेल प्राइझ मिळविणारा लेखक अजून आम्ही निर्माण केला नाही. बोस, रॉय यांच्यासारखे संशोधक– आमच्या संशोधनाचा बैल, शिवाजी १६२७ला जन्मला की १६३०ला जन्मला या घाण्याभोवती अजून फिरत आहे! ब्रह्मदेवाचा महाराष्ट्रछाप माल हल्ली इतका का बरे वाईट निघू लागला?

माझे पत्र म्हणजे काय? मारुतीचे शेपूट! आता गुंडाळतोच ते! उल्काताईला आठवणीने दोन गोष्टी सांगा मात्र. एक लाकडी बाहुली सासरी न्यायला विसरू नकोस अन् दुसरे, इथे बेडूक आणि मुले हा संवाद केला तर मला साथ द्यायला येशील का? छे:! आता ती मोठी झाली. आता कसली होते ती बेडूक!''

१४

वसंताला चंद्रकांत पुण्याला भेटला होता. पण वसंताने भाऊंना त्याविषयी कधीही अवाक्षरसुद्धा लिहिले नव्हते. बी.ए.ची परीक्षा आटोपून वसंत आमच्याकडे राहायला आला. तेव्हा सहज आठवण झाल्यासारखे करून भाऊ म्हणाले, ''अरे, तो चंद्रकांत भेटला होता कारे तुला कधी?''

''पुण्याला गेलो होतो मधे तेव्हा दिसला होता एकदा.''

''काय करीत होता तो तिथं?''

"सवंग देशभक्ती. चार आण्यांची खादी टोपी डोक्यावर घातली की आतला सारा पोकळपणा भरून निघतो."

भाऊंच्या चेहऱ्यावरून त्यांना वसंताचे बोलणे फारसे आवडले नसावे असे दिसले. पण पृथ्वीच्या पोटात कितीही खळबळ उडत असली, तरी वरच्या माणसांना तो धक्का नेहमी जाणवतोच असे नाही. ते शांतपणाने म्हणाले, "शांतिनिकेतनात गेला आहे तो हल्ली! चांगलं वातावरण आहे तिथलं. रवींद्रांसारखे गुरू..."

"गुरूची एक विद्या घेऊन येईल झालं परत. चांगली लांब दाढी वाढवून आला, तर बुवा म्हणून धंदा चालायला हरकत नाही. आमच्या कोकणात ते साटंबुवा आहेतच एक दानोलीला– हे साटंबुवा होतील दुसरे!"

मी डोळ्याने खुणावले नसते तर वसंताचे हे पुराण आणखीही लांबले असते. पण चंद्रकांताच्या निंदेपेक्षाही वसंताने नकळत केलेला रवींद्रांचा उपहास मला अधिक झोंबला. ज्यांच्या शब्दाशब्दांतून सौंदर्य थयथय नाचत आहे अशा रवींद्रांची दाढी वाढवून बसणाऱ्या बुवाशी तुलना करायची! मला राग आला आहे हे भाऊंच्याही लक्षात आले. ते वसंताला म्हणाले, "रवींद्रांविषयी काही वेडंवाकडं बोलू नकोस बाबा! उल्केचं सध्याचं दैवत आहे ते."

"दैवत आहे ते, यात शंका नाही. कुठलंही पान उघडा त्यांच्या पुस्तकांचं! त्यात फुलांचा सडा आपला पडलेला!"

"फुलांपेक्षा अधिक सुंदर या जगात काय आहे?" वसंताला जिंकणार अशा खात्रीने मी प्रश्न केला.

"फळ." एकच शब्द बोलून वसंत गप्प बसला. त्या शब्दात असे काय होते कुणास ठाऊक! पण भूकंपाच्या धक्क्याप्रमाणे तो मला भासला हे मात्र खरे.

वाद वाढू नये म्हणूनच की काय, भाऊंनी वसंताला चंद्रकांताचे शांतिनिकेतनातून आलेले पत्र वाचायला दिले. त्याचे वाचन संपताच ते म्हणाले, "कशी आहे ही लाकडी बाहुलीची गोष्ट?"

"हे बंगाली लोक म्हणजे निव्वळ भावनाप्रधान! भांग प्याल्यासारखे लिहितात झालं. बसल्या बैठकीला मीसुद्धा लिहीन असली गोष्ट."

मला ती गोष्ट मनापासून आवडली होती. म्हणून मी म्हटले, "लिही की! पडू देत एकदाचे लिहिण्याचे ढवढव!"

"हं. ही घ्या! रबरी बूट– " वसंत म्हणाला.

मी रागाने तेथून उठले गेले.

या संभाषणाचे शल्य काही दिवस माझ्या मनात डाचत होते. वसंत दुसऱ्या वर्गात बी.ए. झाल्याची तार वाचल्यानंतर घरात जी आनंददायी लाट उसळली

तिच्यात ते कुठल्या कुठे वाहून गेले. वसंत आणि आत्याबाई आमच्याकडे मुद्दाम चार दिवस राहायला आल्या. आईने मोठ्या मेजवानीचा बेत केला. वसंत म्हणाला, "मामी, याच परीक्षेला सगळी पक्वान्नं संपली, तर पुढली परीक्षा झाल्यावर काय उपाशीच राहायचं?"

माझी खट्याळ बुद्धी काही केल्या गप्प बसेना. "पुष्कळ वकिलांना तेच करावं लागतं अलीकडे." मी बोलून गेले.

"बरी आहेस बाई वकिलीण! नवऱ्याची कड घ्यायची, की त्याचा पाडाव करायचा!" आई हसत हसत म्हणाली.

"मामी, या अलीकडच्या पोरी! नवरा देवासारखा असतो म्हटलं, तर लगेच पाद्यपूजा करायला निघतील त्याची!"

भाऊंना सोपे पडावे म्हणून रविवार धरून जेवणाचा बेत घेतला होता. येताना एक छोटा कॅमेराही आणला होता वसंताने बरोबर. तो दररोज समोरच्या टेकडीवर जाऊन निरनिराळ्या देखाव्यांचे फोटो काढीत बसे. आदितवारी जेवणे झाल्यावर ब्रह्मेश्वराच्या देवळापासून दीड मैलांवर असलेल्या किल्ल्यावर जाण्याचा बेतही त्यानेच ठरविला होता.

त्या किल्ल्यातच कुठला तरी एक जुनाट शिलालेख होता. त्याची माहिती अण्णासाहेबांनी भाऊंना विचारली होती. आईचे लग्न झाले तेव्हा हे अण्णासाहेब मुंबईच्या विधवाश्रमाचे व्यवस्थापक होते. नंतर त्यांना इतिहाससंशोधनाचा नाद लागला म्हणे! भाऊंचा आणि त्यांचा पत्रव्यवहार मुळीच नव्हता. पण त्यांनी यावेळी मुद्दाम भाऊंना पत्र पाठविले होते. कामात काम होईल म्हणून भाऊंनीही वसंताच्या बेताला संमती दिली.

पण म्हणतात ना! बेत आणि शेत ही सारखीच असतात! पीक पदरात पडेल तेव्हा खरे! शनिवारी रात्रीच आईला ताप आला. "केळवणाला अपशकुन झाला." असे काही तरी ती भाऊंजवळ पुटपुटलीदेखील. भाऊंनी दुसऱ्या दिवशी सकाळी स्वयंपाकाला बाई आणली. सर्व गोष्टी सुरळीत झाल्या. त्या बाईला सारे दाखवीत असताना आई तिच्याशी बोलत होती. मी सहज स्वयंपाकघरात गेले, तो त्यांचा संवाद चालला होता:

"इथेच असता तुम्ही तर!"

"हो, त्या इंदूच्या आईकडे दुपारचं रांधते– काय करणार? ते कारटं मास्तर झालं असतं तर? पण या कलियुगात कुणी कुणाचं नाही बरं!"

"बंगाल्यात गेला आहे म्हणे तो–"

"मसणात जाईना मेला." बाई भाजी चिरीत होत्या. पण त्यांच्या चेहऱ्यावरून जणू काही त्या त्या 'मेल्या'लाच चिरीत आहेत असे एखाद्याला वाटले असते.

“स्वभावानं वाईट नाही तसा तो काही. मागं येत असे तो आमच्या घरी.”

“ही कारटी दुसऱ्यांना धार्जिणी! नऊ महिने मी त्याला पोटात वाढवलं पण बोटभर चिठ्ठीसुद्धा पाठवीत नाही तो मला.”

एकूण ही रांधपीण म्हणजे चंद्रकांताची आई! आईने दुसऱ्याच्या घरी स्वयंपाक करून पोट भरावे आणि या राजश्रींनी मुळशीपासून शांतिनिकेतनपर्यंत देशसेवा करीत भटक्या माराव्यात! छान! असल्या या उडाणटप्पू पोराचा एके काळी मला लळा लागला होता. माझा मलाच राग आला. चंद्रकांत जवळपास असता तर मी हात धरून फरफटत त्याला स्वयंपाकघरात आणले असते आणि म्हटले असते, “तुझी ती लाडकी बाहुली राहू दे जरा बाजूला. या हाडामासाच्या आईकडे बघ जरा.”

इतक्यात विळीचे पाते मिटवून ती उभी करीत त्या बाई म्हणाल्या, “कीर्तनात बुवा म्हणतात ते काही खोटं नाही. फुटकं कपाळ, हातात भिकेचं पाळ! नाही तर आत्याबाईंचं बघा. चांगला बी.ए. झाला मुलगा. आज उद्या वकील होईल. थोरामोठ्यांच्या मुली सांगून येतील–”

वसंताच्या त्या स्तुतीने मला गुदगुल्या झाल्या. मी चटकन बाहेर आले. आज लोक अमक्याची आई म्हणून आत्याबाईंना भाग्यवान म्हणतात. आईपेक्षाही बायकोचा नवऱ्याच्या भाग्याशी जवळचा संबंध नाही का? भरतीच्या लाटांनी एखादी होडी किनाऱ्याला येऊन लागावी, त्याप्रमाणे त्या आनंदात मी वसंतापुढे जाऊन उभी राहिले. तो कॅमेरा दुरुस्त करीत होता. मान वर करून त्याने विचारले, “काय हवंय गं?”

“कामाशिवाय कुणी तोंड दाखवूच नये वाटतं?”

“खुशाल दाखवावं की, पण पाहायला लागल्यानंतर लपवू नये मात्र!” त्याने चटकन कॅमेरा बाजूला ठेवला आणि धिटाईने माझ्यावर डोळे रोखले. क्षणभर दोघांची दृष्टी एक झाली. लगेच दुसऱ्या क्षणी माझी मान वाकून खाली गेली. जणू काही हृदयात कसली खळबळ चालली आहे हेच डोळे पाहत होते.

“प्रदर्शन उघडायच्या आधीच बंद झालं की!” तो खोखो करून हसत म्हणाला.

काही तरी बोलायचे माझ्या मनात होते. पण मला शब्दच सुचेनात. हृदयाचा धडधडाट समुद्राच्या गंभीर आवाजासारखा भासत होता. मात्र तिथूनच शांत शीतल वायुलहरीही वाहत होत्या.

वसंत माझ्याकडे कौतुकाने पाहत म्हणाला, “काय छान उभी राहिली आहेस. कॅमेरा तयार असता तर फोटोच घेऊन टाकला असता आता!”

मी अधिकच लाजले. माझ्या हाताचा काहीतरी चाळा सुरू झाला. केसांतला एक आकडा काढून मी त्याच्याकडे पाहू लागले. वसंत म्हणाला, “वा:! हा आकडा काढता येतो?”

मला त्या प्रश्नाचा अर्थच कळला नाही. तो हसत उद्‌गारला, ''वेटोळं करून बसलेल्या नागाच्या डोक्यावरला नाही का हा आकडा?''

मला हसू आले. पण माघार घ्यावयाची नाही म्हणून मी म्हटले, ''तो आकडा दहाचा असतो.''

''आणि हा अकराचा! नागिणीपेक्षा रमणीतच अधिक विष आहे म्हणायचं! अगदी लांबून चढतो त्याचा अंमल!''

एवढे म्हणून त्याने विषाने तारवटलेल्या माणसाचा अभिनय करायला सुरुवात केली. मला अगदी हसू कोसळले, प्रतिकोटी करायचीच म्हणून मी बोलून गेले, ''बायकांच्या डोक्यावर नाग असतील. पण पुरुषांच्या डोक्यावर फुरशी असतातच की!''

स्वयंपाकीणबाईंचे आणि आत्याबाईंचे मेतकूट चांगलेच जमले. त्यांची सावंतवाडीची आधीची ओळख होतीच थोडीफार! दोघींनी एकाच गुरूचा उपदेश घेतल्याची भर तिच्यात पडली, मग काय विचारता? आम्ही किल्ल्याकडे जायला निघालो, तेव्हा या दोघी गुरुभगिनी देवळाकडे गेल्या. इंदूच्या आईकडेही चंद्रकांतची आई आत्याबाईंना घेऊन जाणार होती म्हणे! आत्याबाई काही कमी लब्ध-प्रतिष्ठित नव्हत्या. पण भाऊंचे कुठेच जाणे येणे नव्हते गावात! त्यात पुन्हा त्यांच्या पुनर्विवाहाची भर, त्यामुळे आजपर्यंत गावात आत्याबाईंची फारशी ओळख झाली नव्हती. पण त्या दिवशी त्यांना अनायसेच मध्यस्थ मिळाला.

किल्ल्याकडे जायला भाताच्या मळ्यातून पायवाट होती. मृगाचा पाऊस नुकताच झाला असल्यामुळे जिकडे पाहावे तिकडे हिरवेगार दिसत होते. दूर दिसणाऱ्या डोंगरांच्या धुरकट रांगा, अलीकडील माडाच्या डौलदार रांगा, जाग्या झालेल्या तान्ह्या बाळाने पाळण्यातून वर डोकावून पाहावे त्याप्रमाणे या रागांतून स्पष्ट दिसणारे एखादे घर– सारेच काही रम्य होते. जाताना वाटेत आम्हाला गाबितवाडा लागला. तिथली घाण, ती खुराड्यासारखी घरे आणि ती नागडीउघडी पोरे पाहून मात्र सृष्टीच्या रम्य चित्रावर कुणी तरी हा काळा डाग घातला आहे असे मला वाटले. वसंत म्हणालासुद्धा, ''विमानं पाहिजेत ती एवढ्यासाठी!''

किल्ल्याच्या प्रवेशद्वाराशीच तो शिलालेख होता, भाऊ तिथेच बसले. फोटोकरिता वसंत आणि मी आत गेलो. आटलेली बाव, पडलेला महाल, गुडघाभर गवत वाढलेले पटांगण– अशा तऱ्हेचे जुन्या किल्ल्यांचे वैभव! त्यात पाहण्यासारखे काय असायचे आहे! वेळ तर जायला पाहिजे म्हणून मी थट्टेने वसंताला म्हटले, ''असल्या जुनाट किल्ल्यात गुप्त धन सापडते म्हणे!''

माझ्याकडे एक कटाक्ष फेकून तो म्हणाला, ''प्रगट झाल्यावर गुप्त कसं

म्हणायचं त्याला?''

काही तरी गमतीचे उत्तर द्यायचे माझ्या मनात होते पण 'इश्श' या उद्‌गाराखेरीज माझ्या तोंडून दुसरा शब्द निघालाच नाही!

फिरता फिरता आम्ही एका बुरुजापाशी आलो. काटे आणि हुमले चुकवून आम्ही वर गेलो मात्र– किल्ल्यावर येण्याच्या श्रमाचे क्षणात सार्थक झाले. समुद्रावरच्या गार वाऱ्याच्या झुळकांचा नुसता वर्षाव होत होता तिथे. बुरुजावरून दिसणारा देखावासुद्धा किती भव्य आणि रम्य होता. निळे आकाश आणि त्याला जाऊन भिडलेला निळसर समुद्र! जणू काही जुळे भाऊच! समुद्राच्या लाटा किनाऱ्यावर आपटून परतताना तो आवाज होत होता, तोसुद्धा किती गोड! लपंडावाच्या खेळात चाललेल्या चिमुकल्या बालिकांचे मंजुळ खिदळणेच होते ते. किनाऱ्यापासून थोड्या अंतरावर मध्येच वाळूच उंच टेकाड होते. त्यावर किती तरी पांढरेशुभ्र पक्षी इकडून तिकडे नाचत होते. पलीकडे काही कोळी गाणी म्हणत जाळी ओढीत होते. त्या गाण्यांचे सूर ऐकूनच की काय, तिथेच असलेली एक होडी पाण्यात डुलत होती. आकाशात मधूनच अभ्रे येत. लगेच खालच्या पाण्याचा रंग बदले; अभ्रे गेली की ते पुन्हा चमचमू लागे. किती वेळ हे पाहिले तरी माझी तृप्ती होईना.

''फोटो घ्यायचेत ना तुला? बघ कुठला देखावा आवडतो ते.'' मी वसंताला म्हटले.

त्याच्या डोळ्यांत खोडकरपणाची चमक खेळत होती. तो म्हणाला, ''उत्कृष्ट देखावा अगदी जवळ आहे माझ्या.''

''म्हणजे?''

''तुझाच फोटो घेणार मी आता.''

''मग किल्ल्यावर कशाला यायला पाहिजे होतं त्याच्यासाठी?''

''घरी अशी फोटोची सुंदर तयारी झाली असती का? उल्का लाटांतला आणि वाऱ्यातला खेळकरपणा घरी तुझ्या चेहऱ्यावर दिसला असता का? आणि हे भुरूभुरू उडणारे केस, हे कपाळावरले मोत्यांचे दाणे– हे पदराचे निशाण– कवी नाही मी? नाही तर–''

आता कुठे माझे लक्ष माझ्या वेषाकडे गेले. पण वसंताने मला काही केस सारखे करू दिले नाहीत.

''फोटो छापताना खाली आपण वनदेवी हे नाव देऊ.'' तो कॅमेरा उभा करीत म्हणाला.

''का या किल्ल्यातली भवानी देवी?''

''जरा इकडे तोंड कर. ती खाडी कशी वळण घेऊन एकदम समुद्राला मिळते आहे ना? तिकडे बघ. म्हणजे छान पोझ मिळेल!''

मी त्या संगमाकडे पाहू लागले. पाहता पाहता एकदम मनात आले. बिचारी खाडी समुद्राला मिळते. समुद्र रंगात आला की खाडीला भरती येते. तो रागावून दूर गेला की– खाडी म्हणजे वाळवंट होते नुसते! खाडीचे सारे जीवन समुद्रावर अवलंबून! स्त्रीचेही असेच नाही का?

भलतेच विचार मनात येऊ लागले. मी मान डोलवीत वसंताला म्हटले, "चांगले फोटो काढशील हं तू. पाळण्यातल्या मुलीचा फोटो काढायला तुला नेलं, तर शेवटी काचेत आजीबाईच उमटायची!"

"अगं पण–"

"काय पण?"

मी पुढे काही बोलण्याच्या आधीच तो माझ्याजवळ आला आणि माझे तोंड दोन्ही हातांच्या तळव्यात धरून ते हलवीत म्हणाला, "तू बसली आहेस कुठं नीट?"

सतारीच्या कंप पावणाऱ्या तारांतून निघणाऱ्या मंजुळ नादाप्रमाणे एक गोड शिरशिरी माझ्या सर्वांगातून नाचून गाऊ लागली.

पण मी उत्तर दिले. "फोटो काढता येईना, कॅमेरा वाईट!"

"कॅमेरा नाही वाईट माझा!'

"मग काय? मी वाईट! होय ना?" लटक्या रागाने गाल फुगवून मी विचारले.

"गुलाब फुलला म्हणजे काय होतं आहे ना माहीत?"

"त्याचे काटे मोठे होतात."

"अंऽहं. त्याची फुलं तोडतात."

आणि त्याने लगेच माझा गालगुच्चा घेतला; त्याचा प्रतिकार मी केला नाही– करू शकलेच नसते मी. त्याने तसे काही केले नसते, तरच त्या वेळी त्याचा मला राग आला असता. त्याच्या त्या स्पर्शात नि:संशय जादू होती. समोरचा पडका किल्ला, बाजूचा अफाट समुद्र, वरचे अमर्याद आकाश, काही काही दिसेनासे झाले मला; झोप डोळ्यांवर तरंगू लागली म्हणजे जी मधुर गुंगी येते तिचाच जणू काही मी अनुभव घेत होते. लहानपणी झोप येऊ लागली की आईने थोपटले म्हणजे आनंद होतो. त्या वेळी तसेच वाटले. वसंताच्या स्पर्शाचे सुख अनुभवीत प्रणयनिद्रेत गुंग होऊन जावे या इच्छेशिवाय दुसरी कसलीच संवेदना मला होत नव्हती. आमचे हात नकळत जुळले. आधी कुणाचे हात पुढे झाले हे मला आठवत नाही. बहुधा दोघांचेही एकदमच पुढे झाले असावेत. दोन नद्या वाहत येऊन एकमेकीला मिळतात म्हणून त्यांचा संगम होत नाही का?

वसंताच्या हातात मी माझे राहू दिले. मला ते मागे घेण्याची शक्तीच नव्हती. तो किंचित वाकला देखील. इतक्यात 'ताई, ताई' अशा हाका ऐकू आल्या आणि

लगेच लंगोटी नेसलेले गाबत्याचे एक नऊ-दहा वर्षांचे काळेकुट्ट पोर धावतच बुरुजावर आले. वसंत एकदम मागे झाला. मीही केवढ्याने दचकले. थोडक्यात चुकले. नाही तर बुरुजाच्या त्या निमुळत्या बैठकीवरून मी खालीच गेले असते.

तो पोरगा शहाळी खाण्याकरिता आम्हाला बोलवायला आला होता. भाऊंच्या शाळेत यंदाच आला होता म्हणे तो!

घरी परत येताना आकाशातल्या निळ्या रंगात मिसळून जाणारे गुलाबी मेघ मी नुसत्या डोळ्यांनी पाहत नव्हते; हृदयाने अनुभवीतही होते. सुरंगी संध्येमागून काळीकुट्ट रात्र येते, याचे त्या वेळी मला भानच नव्हते.

१५

मनुष्य स्वभावत: दुष्ट नाही; पण तो अगदी पुरा स्वार्थी आहे. अन्नाचा अतिरेक झाला की त्याचे विष होते. स्वार्थ अमर्याद झाला की त्याच्यात आणि दुष्टपणात असेच अंतर फारसे उरत नाही.

त्या दिवशी माझा स्वार्थीपणा अगदी कळसाला पोचला होता. मी तापाने फणफणणाऱ्या आईपाशी घटकाभरसुद्धा बसले नाही किंवा भाऊंना त्या शिलालेखाविषयी एका शब्दानेही विचारले नाही. वसंत– मला दुसरे काहीच दिसत नव्हते. पण त्याच्याशी बोलण्याचा धीर मात्र मला होत नव्हता आणि बोलायला हवे होते तरी कशाला? डोळ्यांचे बिनतारी तारायंत्र अगदी एकसारखे सुरू होते. रात्री किती तरी वेळ झोप येईना. वाचण्याकरिता म्हणून माझ्या आवडीचे पुस्तक मी काढू लागले. उत्तरराम घेतले; पण ते तसेच ठेवले. नवऱ्याने टाकलेल्या बायकोची गोष्ट माझ्या मनाला त्या वेळी कशी आवडावी? मृच्छकटिक उचलले; पण ते उघडण्याचा धीर झाला नाही, धूता आणि वसंतसेना! सवती-सवती! वसंतसेनेला पाहून धूतेला काय वाटले असेल?

मी एकदम माझ्या आवडत्या रवींद्रांच्या संग्रहाकडे वळले. गीतांजली? छे:! हे परमेश्वरा, हे दयानंदा, हे जगन्नाथा, मला तू केव्हा दर्शन देणार, असा आक्रोश करण्याचे आता मला काय कारण होते; माझा परमेश्वर मला मिळाला होता. मी 'Gardener' उघडले आणि अधाशासारखी माझी आवडती गीते वाचून टाकली. प्रत्येक गीतांतून आनंदाची नवी नवी कारंजी उडत होती. त्या रात्री वाचलेल्या त्या ओळी–

> I try to fill my arms with her loveliness,
> To plunder her sweet smile with kisses,

To drink her drak glances with my eyes.

Ah! but where is it?

Who can strain the blue from the sky?

या उन्मादक आनंदाच्या प्रवाहात वाहत असताना इतर गोष्टींचे भान मला राहावे तरी कसे? दुसऱ्या की तिसऱ्याच दिवशी आई आजारी होती म्हणून तिला भेटण्याकरिता इंदू मुंबईहून आली. आमच्या घरीही ती साहजिकच पायधूळ झाडून गेली. तिच्यामाझ्या गुजगोष्टी घटकाभर झाल्या असतील. आश्चर्य हे की त्यात पुस्तकाचे नाव नव्हते अगदी.

तिनं मला खोदून विचारले, ''लग्न होणार आहे म्हणे तुझं लवकरच.''

''साऱ्यांचीच लग्नं होतात की जगात!''

''मी नाही बाई लग्न करणार!''

''श्रीमंत आईबापांची एकुलती एक लेक तू! अन्– ''

''एकुलत्या मुलीनं लग्न केलंच पाहिजे असा कायदा नाही काही!''

''इंग्रज सरकारचा नाही; पण सृष्टीचा!''

''हे बघ, तारा, खेडेगावात राहून मागासलीस हं तू फार; मी चांगली बी.ए. होणार आणि गिरणीतल्या मजुरांची स्थिती सुधारण्याचा प्रयत्न करणार. पुढच्या वर्षी कॉलेजात गेले की मी थोडंथोडं करणारच आहे ते काम!''

इंदू आपल्या शाळेची हकिकत सांगू लागली. कुठल्या तरी मिशनची शाळा होती ती. तिथल्या पारशी आणि गुजराथी मुलींच्या रंगीबेरंगी वेषभूषा व केशभूषा, 'उद्या करू हं अभ्यास' म्हणून शिक्षकांची संभावना करण्याची धिटाई, शाळा भरताना व सुटताना शाळेच्या दारात होणारी मोटारींची गर्दी, नृत्य-गायनाचे कार्यक्रम- वर्णन करता करता इंदू अगदी रंगून गेली.

''शाळा लांब आहे का गं तुझी घरापासनं?''

''लांब नाही तशी. पण मोटारीतूनच जाते मी नेहमी! अगं, ज्या लोकांत राहायचं, त्यांच्यासारखं नको का व्हायला?''

मी तिच्या तोंडाकडे टक लावून विचारले, ''मुंबईची हवा चांगलीच मानवलेली दिसते तुला!''

''कशावरून?''

''चेहऱ्यात काही तरी नवं दिसतंय.''

''अगदी वेंधळी आहेस की तू? हे केस पाहिलेस का माझे?''

नागमोडी वळणाच्या विशिष्ट केशरचनेने तिचा चेहरा इतका आकर्षक दिसू लागला होता.

"मुंबईच्या शाळात केशरचनेचंही शिक्षण मिळतं वाटतं?" मी हसत हसत प्रश्न केला.

"मुंबई म्हणजे महाभारतच म्हणेनास दुसरं! महाभारतात सारं जग आहे असं म्हणतातच की!"

"सारं जग भरलंय मुंबईत!"

"मुंबईचं वर्णन करायला लागले तर महाभारतच होईल एक."

तिला वेळ नसल्यामुळे मला संक्षिप्त महाभारतच ऐकायला मिळाले. पण त्यातले प्रत्येक पर्व पदोपदी मला आश्चर्यचकित करून सोडीत होते! केशभूषेकरिता स्त्रियांनी वस्तऱ्याचा उपयोग कसा करावा, चौपाटीवर फिरायला गेले म्हणजे लोक आपल्याकडे टक लावून कसे पाहतात, इराण्याच्या दुकानातील सुंदर मांसयुक्त पदार्थ कोणते, पातळांच्या बाबतीत मुंबईत सध्या कोणती फॅशन लोकप्रिय आहे, हातातील बिलवर किती नाजूक असावेत, काचेची काकणे घालणाऱ्या मुलीची 'पेशवाईत निजली ती आज जागी झाली' या शब्दांनी कशी हेटाळणी केली जाते, लग्न– नवरा– मूल वगैरे भानगडीत पडण्यापेक्षा अविवाहित राहून समाजसेवा करणे अधिक श्रेयस्कर का, इत्यादी गोष्टी एकामागून एक जेव्हा माझ्या कानांवर पडू लागल्या– आणि त्याही वर्गात माझ्या खाली असणाऱ्या इंदूच्या तोंडून– तेव्हा मी अगदी भांबावून गेले.

इंदू निघून गेली तरी मी मुंबईच्या त्या काल्पनिक सृष्टीतच विहार करीत होते. मोटारी, बंगले, नृत्यगायन, नटणेमुरडणे, केशरचना, खरेच, मुंबई किती सुंदर असेल! मजूर अशिक्षित असतात म्हणून त्यांचे हाल होतात मुंबईत! पण सुशिक्षित माणसे नुसती सुखाच्या समुद्रात पोहत असतील. तिथे मला इंदूचा हेवा वाटू लागला. अभ्यासात एकदासुद्धा माझी बरोबरी हिला करता आली नाही. पण ती उद्या बी.ए. होईल, मजुरांच्या पुढे व्याख्याने देईल, वर्तमानपत्रात तिचे नाव झळकेल– आणि आपण? छे:! ते मुळीच उपयोगी नाही. वसंताला मुंबईलाच वकिली करायला सांगायचे.

माझ्या सुखस्वप्नात मी अगदी दंग होते. मग माहेरी आलेल्या निराच्या पाठीवरील वळ मला दिसावेत कसे? आणि कुणी त्यांचे वर्णन केले, तरी सुखस्वप्नांतून दचकून जागे होण्याइतकी शुद्धी मला होती कुठे? निरा आणि मी लहानपणच्या मैत्रिणी. पण आता शिळोप्याच्या गोष्टी बोलण्यापलीकडे आमचा स्नेह राहिला नव्हता. ती अंगापिंडाने चांगली भरली होती. तिची कांतीही लिंबासारखी रसरशीत दिसे. पण तिचे रूप घेऊन मला काय करायचे होते? हिचा तो हेंगाडी नवरा, त्याचे ते कुठलेसे भिकारडे खेडे– यांच्याशी माझा जन्मातसुद्धा संबंध येणार नाही. मग त्यांचा विचार करा कशाला? असे मनात आणून मी त्यांच्याविषयी

निराकडे फारशी बोलतच नसे. माझे जग म्हणजे स्वर्ग होता! निरा पडली मृत्युलोकातली सामान्य स्त्री.

माझे नवीन पद्धतीचे पोलके पाहून भीत भीत निराने त्यातला एक मागितला.

"एवढा त्या गावचा वसूल करतो तुझा नवरा! अन् पोलका देत नाही तो तुला."

"हे पाहा पोलके!" म्हणून तिने आपली पाठ उघडी करून दाखवली. वेताचे वळ स्पष्ट दिसत होते अगदी!

"काय गं हे!"

"नवऱ्याने घातलेले दागिने, ताराबाई!"

"पण झालं तरी काय असं?"

"म्हणच आहे ना! आजाऱ्याला तूप नि गरिबाला रूप!"

भलताच संशय घेऊन तिच्या नवऱ्याने तिला मारहाण केली असावी. अधिक विचारण्याचे मला धैर्य झाले नाही. लहानपणी तिने माझा पोलका कसा पोटाशी धरला होता ते मला आठवले. क्षणभर भडभडून आले अगदी. मी दिलेला पोलका घेऊन चाललेल्या तिच्या पाठमोऱ्या आकृतीकडे पाहता पाहता मला वाटले– किती सुखी मी! भाऊ-आई-वसंत या तिघांत त्रिभुवन साठले आहे माझे. निरा! निराशी काय करायचंय आपल्याला? तिचे घर कसे असेल? आपल्याला काय करायचंय? आपला जन्म मुंबईसारख्या ठिकाणी जाणार! तिचे गाव कसे असेल? ज्या गावाला जायचे नाही त्याची वाट विचारण्यात काय अर्थ आहे? माझे जग निराळे, तिचे जग निराळे! स्वर्गातल्या अप्सरेला मृत्युलोकाशी काय करायचंय? स्वर्गातले देव कधी पृथ्वीवर येतात का? भवितव्यता मुकी नसती तर, तिने खास उत्तर दिले असते; 'अप्सरांना शाप मिळतात आणि देवांना अवतार घ्यावा लागतो.'

यानंतरचे वर्ष-दीड वर्ष किती लवकर गेले. माझे वाढते वाचन पाहून भाऊ म्हणत, "पदवीधराच्या तोंडात मारील ही आता."

आई खुदकन हसून उत्तर देई. "वसंताला म्हणावं, जरा सांभाळूनच राहा आता!"

साखरझोपेतल्या मधुर स्वप्नांचे दिवस होते ते. ती माधुरी-मृगजळाच्या आशेने धावणारे हरिण पाहून कवीच्या मनात करुणा उत्पन्न होईल. पण सध्या माणसाला त्याच्या त्या चौखूर उड्या पाहून आनंदच वाटेल, नाही का? बालकवींनी 'आनंदी आनंद गडे' ही कविता माझ्यासारख्या कुमारिकेची प्रणयसमाधी पाहूनच लिहिली असावी, असे त्या दिवसात मी अट्टाहासाने प्रतिपादन केले असते. वसंताची स्वतंत्र पत्रे मला येत नव्हती पण भाऊंच्याच पत्रात एखादे दुसरे वाक्य असे लिही की,

त्यामुळे मला महिना-महिनाभर गुदगुल्या होत. बटन दाबताच विजेचा दिवा लागावा त्याप्रमाणे त्याच्या त्या वाक्याने किल्ल्यातील प्रसंग माझ्या डोळ्यांपुढे मूर्तिमंत नाचू लागे. एका पत्रात त्याने लिहिले होते–

"माझा अभ्यास व्हावा तसा होत नाही हल्ली. एका माणसाची फार आठवण होते असे मामींना सांगा. असा अभ्यास बुडून परीक्षेत नापास झालो तर नुकसानभरपाईची फिर्याद लावायला कमी करणार नाही मी त्या माणसावर! वकिलीचा अभ्यास फुकट करतो की काय?"

दुसऱ्या पत्रात होते– "परवा आम्हा विद्यार्थ्यांत एक भला मोठा वाद झाला. प्रेम प्रथमदर्शनीच उत्पन्न होते असे म्हणतात, ते खरे का खोटे? माझ्यावर उत्तर द्यायची पाळी आली, तेव्हा मी सांगितले, 'खरं आहे ते. माझ्या भावी पत्नीला तिच्या बारशादिवशी पाहिली मी तेव्हापासून माझं तिच्यावर प्रेम आहे असं म्हणायला हरकत नाही.' "

असल्या पत्रांपुढे शांतिनिकेतनातून येणाऱ्या चंद्रकांताच्या पत्रांची पर्वा मला कशी वाटावी? त्याच्या पत्राला मी नेहमी 'वर्तमानपत्र' म्हणे. राजकारण, अर्थशास्त्र, सामाजिक सुधारणा, साऱ्यांची खिचडी असे त्यात. गृह्यसंस्काराप्रमाणे कुठे उल्काताईचा उल्लेख आला तर आला! पण वसंताचे पत्र म्हणजे अगदी मासिकाचा दिवाळी अंक वाटे मला.

असे होते, तरी वसंताच्या दुसऱ्या एल.एल.बी.च्या परीक्षेच्या किंचित आधी चंद्रकांताचे जे पत्र भाऊंना आले, ते वाचताना मात्र मी गहिवरून गेले.

'प्रिय भाऊसाहेब,

तुम्हाला व उल्काताईला हेच माझे शेवटचे पत्र!'

हाच त्याचा आरंभ होता. कवड्याचा करुण सूरच जणू काही या वाक्यात घुमत होता. त्याने पुढे लिहिले होते–

'शांतिनिकेतनातल्या शिक्षणाचा मला फार फायदा झाला हे मी कधीही नाकबूल करणार नाही. इथला अभ्यास म्हणजे बैलाचा घाणा नाही– ठराविक विषय, कायम ठशाच्या परीक्षा, घोकंपट्टी, यांच्यावर इथे बहिष्कार आहे. महाराष्ट्रातील शाळांतून आणि कॉलेजांतून (मी कॉलेजात गेलो नसलो, तरी पुण्याला असताना कॉलेजच्या विद्यार्थ्यांचे ज्ञान किती असते याचा भरपूर अनुभव घेतला आहे.) दिल्या जाणाऱ्या शिक्षणाला 'बौद्धिक' हे नाव देतात. पण ते सारे बौद्धिक शिक्षण बुद्धिहीन असते. चित्रकला आणि गायनकला यांच्या हातांत हात घालून अर्थशास्त्र व समाजशास्त्र इथे विहार करीत आहेत. ज्ञानाच्या प्रत्येक शाखेची संकुचित प्रांतिक दृष्टीने इथे जोपासना होत नाही; विश्वबंधुत्वाची व्यापक दृष्टी सर्वत्र स्पष्ट दिसते. तिकडे वर्षानुवर्षे राहून जे शिक्षण मला मिळाले ते इथे थोड्या अवधीत मिळाले.

माझ्या बुद्धीचे समाधान झाले; पण भाऊसाहेब– लहान तोंडी मोठा घास होईल– पण लिहितोच! रवींद्रांसारख्या वंद्य विभूतीजवळ येऊनसुद्धा माझ्या हृदयाची तळमळ शांत झाली नाही. अन् ती व्हावी कशी? शांतिनिकेतनाच्या डोंगरावर उभे राहून दोन्ही बाजूंना पाहिले की आतडी तुटू लागतात. या डोंगरावर सरस्वती आहे. बुद्धी आहे, संस्कृती आहे, कला आहे. वाङ्मय आहे, सर्व काही आहे. पण डोंगर कितीही उंच झाला तरी दऱ्याखोऱ्यांच्या रिकाम्या पोटाला त्याच्या गगनचुंबी शिखरांचा काय उपयोग? या विद्यामंदिराच्या एका बाजूला तागाचे कारखाने व त्यांतील मजूर दिसतात. दुसऱ्या बाजूला शेतकऱ्यांची वसाहत आहे. इथल्या शेतकऱ्यांच्या स्त्रिया नुसत्या पंचा लावून कसे तरी लज्जारक्षण करतात. द्रौपदीची लाज राखणाऱ्या श्रीकृष्णाचे आम्ही उत्सव करतो, कवी त्याच्यावर काव्ये लिहितात, तत्त्वज्ञानी त्याला पूर्णावतार मानतात. एका द्रौपदीसाठी धाव घेणाऱ्या त्या देवाला या हजारो-लाखो स्त्रिया दिसत नाहीत का? मला वाटते, कलियुगात देवच आंधळा झाला आहे.

संध्याकाळ झाली की माझे हृदय म्हणते, 'हे चित्र पाहा, आणि ते चित्र पाहा.' आणि ही दोन्ही चित्रे पाहिली, की रात्रभर मला झोप येत नाही, जिवाची तळमळ होते. काय करू अन् काय करू नको असे होऊन जाते. पण इतके दिवस पिंजऱ्यातल्या वाघाप्रमाणे तडफडण्यापलीकडे मी काहीच करू शकलो नाही.

संध्याकाळी शांतिनिकेतनच्या टेनिसच्या पटांगणात खेळाडू नाचू लागतात, तिकडे मजूर-शेतकऱ्यांच्या वस्तीत दारूबाज धिंगाणा घालतात. नृत्य-गायन इत्यादी कलांना इकडे बहर येतो; तिकडेही हे सर्व होते! पण ते अत्यंत भेसूर व बीभत्स स्वरूपात. 'सुधारणेची स्थित्यंतरे' अशा विषयावर भरलेल्या पोटांनी सुसंस्कृत लोक इकडे कंठशोष करीत असतात, तर तिकडे या व्यसनी व अडाणी जिवांची बायकापोरे भाकरीच्या तुकड्यासाठी प्राण जाईपर्यंत ओरडत बसतात. शांतिनिकेतनातील प्रार्थनामंदिरात गुरुदेव प्रार्थना करू लागले, म्हणजे क्षणभर जगावर शांतीचे युग अवतरले आहे असा भास होतो. पण काही झाले तरी तो भासच! आमच्या प्रार्थना ऐकणाऱ्या देवाला आमच्यापासून हाकेच्या अंतरावर असणाऱ्या त्या दीनदुबळ्यांच्या प्रार्थना का ऐकू जात नाहीत?– जाणार कशा? कलियुगातला देव बहिराही झाला आहे!

ही दोन चित्रे पाहून दररोज रात्री मी विचार करीत बसे. तारकांकडे लक्ष गेले म्हणजे वाटे– तारका किती सुंदर आहेत. अगदी आमच्या गुरुदेवांच्या काव्यकल्पनांसारख्या! पण तारकांच्या तेजाचा जगाला काय उपयोग आहे? आकाशात बसविलेले हे हिऱ्याचे खडे– श्रीमंतीच्या वैभवाचे नुसते प्रदर्शन आहे हे! पण श्रीमंतांचा थाटमाट पाहून गरिबांच्या पोटातली आग कधी विझली आहे का?

शिक्षण, संस्कृती, कला वाङ्मय या तारकांच्या तेजाने देशातल्या कोट्यवधी वृक्षवेलींची वाढ होणार नाही. त्यांना सूर्यप्रकाश हवा. या प्रकाशासाठी मी रात्रीच्या रात्री जागून काढल्या. आता कुठे अरुण मला दिसू लागला आहे. मी उद्या शांतिनिकेतन सोडून जात आहे.

कुठे म्हणून तुम्ही विचाराल, कल्पनेच्या मागून! हाडामांसाची कल्पना आहे ही! एका शब्दात सांगू? क्रांती हे तिचे ध्येय आहे. तिच्या कार्यात सामील होण्याचा माझा विचार आहे. मग या धाडसाचा शेवट काहीही होवो. उल्काताई येईल का माझ्या मदतीला? कल्पनेचा मित्र विजय याला उल्का हे नाव फार आवडले, असे ती सांगत होती, म्हणून विचारतो हं! 'बेडूक आणि मुले' हे गाणे कल्पनेला किती मजेदार वाटले म्हणून सांगू? 'तुझ्या उल्काताईला एकदा पाहायचंय मला.' असे ती म्हणाली देखील.

उल्काताई, रागावू नकोस हं माझ्यावर. रवींद्रांचे काव्य तुला फार आवडते, असे भाऊंनी मागे एकदा लिहिले होते. त्यांची कविता सुंदर आहे; पण ती संध्येसारखी! आजच्या अभागी भारताला उषा हवी, संध्या नको. उल्काताई, ही उषा पाखरांनी किलबिलाट केल्याशिवाय जागी कशी होणार? मी तर गात गात उडून चाललो. उषा जागी होण्याच्या आधीच पारध्याचा बाण लागून मी जमिनीवर पडेन. पडलो तर पडलो? मी पडलो तर? उल्काताई उषेला जागी करण्याकरिता गाऊ लागेल. होय की नाही? मराठी शाळेत माझ्या जोडीला तीच बेडूक झाली होती. ती इंदू– श्रीमंत अन् गर्विष्ठ, खेळातसुद्धा बेडूक होणे तिला कमीपणाचे वाटले. पण माझी उल्काताई काही तशी नाही.

प्रिय भाऊसाहेब, किती किती लिहावेसे वाटते. पण हा काळ लिहिण्या-बोलण्याचा नाही; करण्याचा आहे. काय करीन ते कळेलच तुम्हाला. माझा मार्ग चुकीचा वाटला, तरी माझ्यावर रागावू नका. या नश्वर जगातून मी निघून गेलो तरीसुद्धा तुम्ही आणि उल्काताई मला विसरणार नाही. उल्काताई, खरे ना गं हे?'

चंद्रकांत, कोणत्या मुहूर्तावर हे पत्र लिहायला तू बसला होतास रे?

१६

आज सोन्याच्या शाईने हे पत्र छापावे असे मला वाटते. त्या वेळीसुद्धा माझ्या हृदयाला ते जाऊन भिडले; नाही असे नाही. पण चांगला फोटो घ्यायला फोटो घेणाराच्या अंगात कौशल्य असावे लागते. माझी त्या वेळची चंद्रकांताकडे पाहण्याची दृष्टीच निराळी होती. 'शांतिनिकेतन आणि रवींद्र ही नुसती हिरेमाणके! भुकेच्या वेळी

त्यांचा काही उपयोग नाही, असे म्हणणारा हा चंद्रकांत काय दिवे लावणार आहे ते दिसेलच!' मी मनात म्हटले. काजव्याने सूर्याला स्वत:भोवती फिरायला सांगण्यातलाच सारा प्रकार! मोठा मातृभूमीच्या नावाने टाहो फोडतो आहे. ती गुलामगिरीत आहे म्हणून याला स्वस्थ झोपसुद्धा येत नाही आणि आई दुसऱ्याच्या घरी तुकडे मोडीत बसली आहे याची काय वाट? कुठली तरी 'कल्पना' ही उनाड पोरगी मिळाली! लागलाय झाले तिच्या नादाला. लहानपणी त्याचा मामा त्याला धूमकेतू म्हणत असे ते खोटे नाही. माझा वसंता! तो काही धूमकेतू नाही असा! सुंदर चंद्र आहे तो!

चंद्र सुंदर खरा; पण तो चंचल नाही का?

त्या वेळी तरी मला चंद्र चंचल असतो याची बुद्धी राहिली नाही. जणू काही प्रत्येक रात्र पौर्णिमेचीच असते असे मला वाटत होते. रवींद्रांनी वर्णन केलेल्या दिव्य प्रेमाच्या सागरात कल्पनेच्या लाटांवर मी तरंगत होते.

पण सागरात खडक लपलेले असतात. चंद्र सुंदर असला, तरी अमावस्येला तो तोंडदेखील दाखवीत नाही. माझ्या आयुष्यातली ती अशुभ अवसेची रात्र आठवली, की अजून अंगावर काटा उभा राहतो. संध्याकाळी आत्याबाई सावंतवाडीहून एकदम उपस्थित झाल्या. त्यांच्या चेहऱ्यावरून वसंत आजारीबिजारी तर नाही ना, असा आईला संशय आला. पण किती वेळ तरी त्या घुम्याच होत्या. भाऊ बाहेरून फिरून आले आणि आत्याबाईंना वाचा फुटली.

"नशीब म्हणून काही तरी आहे जगात!" त्या उद्‍गारल्या.

त्यांच्या या नमनाचा अर्थ कुणालाच कळला नाही. कुणा तरी हरिदासांचे कीर्तन त्यांनी नुकतेच ऐकले असावे अशी शंका मात्र माझ्या मनात येऊन गेली. पुराणांचे दाखले देण्यात आणि वेदांतले घुटके पाजण्यात आत्याबाईंचा हातखंडा होता. आत्याबाई उंबऱ्यात बैठक मारून बोलायला लागल्या तेव्हा आई तुळशीवृंदावनापाशी सांजवात लावायला गेली होती. तिचे सारे लक्ष या बोलण्याकडे असल्यामुळे की काय, निरांजन तिच्या हातातून चटकन खाली पडले आणि विझले. 'इडा पिडा टळो आणि अमंगळ पळो' आईचे कापरे शब्द मला ऐकू आले. का कुणाला ठाऊक, पण माझ्याही हृदयाचा थरकाप झाला. त्याच्यातली प्रेमाची सांजवात–

"हे पाहा भाऊ, आंधळ्यानं देवाजवळ एक डोळा मागितला अन् देव देऊ लागला दोन तर काय करावं त्यानं?"

"तीन मागावेत! म्हणजे आंधळ्याला एकदम शंकराची जागा मिळेल," भाऊंनी हसत उत्तर दिले. आत्याबाईंच्या उखाण्याचा रोख त्यांच्या लक्षातच आला नव्हता. आई मात्र चपापून तुळशीवृंदावनापाशीच उभी होती. मी सोप्यावरल्या खांबाला टेकून आत्याबाईंकडे चकित होऊन पाहत होते. भात्यातून एक एक नवा बाण बाहेर काढीत होत्या त्या. मला वाटले– कसली शिकार करणार आहेत या?

त्यांच्या बोलण्याचा माझ्याशी काही संबंध?

"आमचा वसंत किनई आंधळा आहे अगदी–" आत्याबाईंनी पुन्हा एक संदिग्ध वाक्य उच्चारले.

माझ्या मनात आले– माझा वसंत! जन्मभर आंधळाच राहू दे तो! भाऊंना आत्याबाईंच्या आडपडद्याच्या बोलण्याचा थोडासा राग आला. ते म्हणाले,

"आक्का, उघड बोल की काय ते?"

"उघड काय सांगायचं? माणसं जर डोळे झाकूनच बसली–" भाऊ तरी बोलतील म्हणून आत्याबाई क्षणभर स्वस्थ बसल्या. पण भाऊ एखाद्या दगडी पुतळ्याप्रमाणे स्तब्ध होते. त्यांच्या कपाळावर विचाराच्या वेळी दिसणाऱ्या आठ्या मात्र प्रगट होऊ लागल्या होत्या.

"वसंताला मोठमोठ्यांच्या मुली सांगून यायला लागल्या आहेत आताशा."

"मी काहा मोठा नाही हे उघड आहे. दरमहा तीस रुपड्या मिळविणारा मास्तर मी!"

"त्याला बालिस्टर व्हायला पाठवणारा सासरासुद्धा मिळेल आता!"

आम्हा बारदेशकरांची जात फार लहान. तेव्हा आत्याबाई पदरचेच काही सांगत असाव्यात अशी आईला शंका आली. थरथरत्या ओठांनी ती म्हणाली,

"ऐकू दे तरी त्या सासऱ्याचं नाव."

आईकडे तीक्ष्ण दृष्टीने पाहत आत्याबाई उद्गारल्या, "इंदूच्या आईला आमचा वसंत पसंत पडलाय अगदी."

"इंदूची आई!" आई कापत म्हणाली, पण तिच्या चेहऱ्यावर कसलेतरी हसे खेळत होते. भाऊंनी आरामखुर्ची वळवून तिच्याकडे सूचक नजरेने पाहिले देखील. थोडा वेळ कोणीच काही बोलले नाही. जणू काही आम्ही सारी एखाद्या प्रेताशी बसलो होतो. माझ्या प्रेमाचे प्रेत होतेच की तिथे!

खालच्या ओठावर दात घट्ट रोवून आणि आवंढा गिळून मी विचारले, "आत्याबाई, वसंतानं वचन दिलं आहे मला लग्नाचं!"

"असेल!" विकट हास्य करीत त्या उद्गारल्या, "माझा वसंत म्हणजे एकवचनी राम नव्हे काही."

"मग काय कृष्ण आहे वाटतं? सोळा हजार एकशे आठ सुना आणून देणार असेल तो तुम्हाला." मी रागाने लटलट कापत बोलले. 'उल्का, उल्का' म्हणून भाऊंनी हाक मारून मला जवळ घेतले नसते, तर मी झीट येऊन खाली तरी पडले असते, नाही तर आत्याबाईंच्या अंगावर धावून तरी गेले असते. एका हाताने मला थोपटीत ते म्हणाले, "आक्का, वसंताला श्रीमंताची मुलगी पाहिजे, असाच ना तुझ्या म्हणण्याचा अर्थ? उल्का, वसंतावर रागावू नकोस! सारा अपराध माझा आहे. मीच श्रीमंत असतो तर–"

श्रीमंती आणि रूप यांचा मोह प्रत्येकाला पडतो. पण तो कबूल करणे मात्र कुणालाच आवडत नाही. आत्याबाईंचेही तसेच झाले. त्या तावातावाने म्हणाल्या, ''माझा वसंत पेज जेवूनसुद्धा राहील, सोने पाहून डोळे पिवळे करणारा नाही तो. पण सोन्याला मोल नसलं, तरी धर्माला आहे ना? यल्यल्बी व्हायला आला, तरी देवधर्म हवा आमच्या वसंताला.''

''उल्का काही देव बाहेर नाही फेकून देणार तुमच्या घरातले!''

''पण काही झालं तरी ही पुनर्विवाहाची मुलगी!''

भाऊंनी संतापाने आत्याबाईंकडे पाहिले. आई खळ्यात उभी होती. अंगात भूत यावे तशी ती सोपानावरून धावतच आली. पाण्याबाहेर काढलेल्या माशासारखी वळवळत होती ती. आत्याबाईंच्या पुढे दिवे ओवाळल्यासारखे हात करून ती किंचाळली, ''तारा पुनर्विवाहाची अन् इंदू?''

''चांगली लग्नाची आहे पहिल्या!''

आईला भान राहिले नाही. ती ओरडली, ''पण झालीय कुणापासनं? साऱ्या गावाला ठाऊक आहे– त्या शेजारच्या व्यापाऱ्याचं इंदूच्या आईशी किती सूत आहे ते.''

''अगं– अगं–'' म्हणून आईला थांबविण्याकरिता भाऊ खुर्चीवरून उठले. माझ्या सुन्न झालेल्या डोक्यात मात्र आईच्या शब्दांनी निराळाच प्रकाश पडला. निराच्या लग्नाआधी प्रसाद कसे लावतात ते पाहायला मी देवळात गेले होते. इंदू आपल्या शेजारच्या व्यापाऱ्याबरोबर देवळात आली. त्या दोघांच्या चेहऱ्यातील सारखेपणा पाहून मी इंदूला विचारले, ''हेच का तुझे वडील?''

ती म्हणाली–

तिच्या म्हणण्याशी मला काय करायचे होते? खरी हकीगत आईच्या तोंडून आयतीच बाहेर पडली, माझ्या संतापलेल्या मनाला वाटले– करू दे वसंत इंदूशी लग्न! लग्न झाल्यावर आपण त्याला म्हणू, 'मी पुनर्विवाहाची म्हणून तू माझ्याशी लग्न केलं नाहीस. अन् इंदू– ती बिनलग्नाची! तिच्या शेजारच्या व्यापाऱ्याच्या चेहऱ्याकडे पाहा जरा...''

भणाणून गेलेल्या डोक्यात दुसरा विचार आला, 'इंदूची आई करील वसंताला आपला जावई. पण इंदूनं त्याच्याशी लग्न केलं पाहिजे ना! ती तर लग्नच करणार नाही म्हणते. खाशी खोड मोडेल वसंताची! इंदूनं लाथा मारल्या म्हणजे मग येईल माझे पाय धरायला–'

त्या रात्री मात्र माझ्या डोळ्याला डोळा लागला नाही. तापलेले डोके शांत व्हावे म्हणून मी मध्यरात्री हळूच उठून उभी राहिले. आकाशातल्या चांदण्याकडे पाहून मला वाटले– चंद्राने रजनीला फसविल्यामुळे तिच्या हृदयाचे तुकडे तुकडे झाले

आहेत. हे तुकडे कधी तरी एक होतील का?

या प्रश्नाचे उत्तर कोण देणार?

त्याच क्षणी अंगणातल्या निशिगंधाचा मंदमधुर सुगंध वायुलहरींबरोबर माझ्याकडे आला.

१७

भाऊंनी वसंताला पत्र पाठविले. उत्तरात 'तुमचे शिक्षणाकरिता घेतलेले पैसे मी लवकरच परत करीन. आईच्या इच्छेविरुद्ध जाणं मला शक्य नाही.' एवढाच मजकूर होता.

आईच्या इच्छा! आईची इच्छा मोडता येत नाही! प्रणयचेष्टांचे पाणी घालून एका भोळ्या कुमारिकेच्या मनात वाढविलेली आशा मात्र हिसक्यासरशी उपटून टाकता येते! हा वसंत उद्या वकील होणार– कुळांना न्याय मिळवून देणार! पण त्याच्या या गुन्ह्याची दाद कोण घेणार!

आत्याबाईंचे इंदूच्या आईशी संधान कसे जुळले ते नंतर आमच्या लक्षात आले. चंद्रकांताच्या आईची व त्यांची मागेच ओळख झाली होती. दोघीही मुलखाच्या ढालगज! आम्ही किल्ल्यावर गेलो होतो त्याच दिवशी चंद्रकांताची आई आत्याबाईंना इंदूच्या घरी घेऊन गेली होती. इंदूच्या आईला आपली मुलगी इकडेच कुठे तरी पडावी असे फार वाटे. बारदेशकरांत बहुतेक लोक व्यापारी. शिकल्यासवरलेल्या इंदूच्या तोलाचा नवरा मिळणे– आणि तोही इकडेच राहणारा– कठीण होते एकंदरीत! त्या तिघींचे सख्य वाढता वाढता त्यातून हे निष्पन्न झाले. आत्याबाईंना काही तरी कुसपट काढायचे होते, म्हणून त्या भाऊंच्या पुनर्विवाहावर घसरल्या. जणू काही मला वसंताला करायची ठरल्यानंतर भाऊंचा पुनर्विवाह होऊन मी झाले होते!

या सर्वांचे खापर त्या वेळी वसंताच्या माथ्यावर फोडले. त्याचे प्रेम हे मला खरेखुरे प्रेम– रवींद्रांच्या काव्यात वर्णन केलेले प्रेम– वाटले. पण तो शुक्राचा तारा नव्हताच मुळी! नुसता करमणुकीसाठी लावलेला आकाशदिवा! बालगंधर्वांचे वेड, सिनेमाची आवड, नाटकी प्रेमगाण्यांचा शोक आणि तारुण्याबरोबर वाढणारा प्रणयभाव या चौकडीच्या परिपाकाला तो प्रेम समजत होता! अन् नवल हे, की मलासुद्धा ते अगदी दिव्य प्रेम वाटत होते! लहान मूल कुठलाही पदार्थ घेऊन चोखून पाहते, त्याप्रमाणे प्रणयी हृदय प्रेम करून पाहत असते. मामा वसंताला पैसे देत होते, आत्याबाईंनी आणि आईने लग्नाचा वाङ्‌निश्चिय केला होता. अशा स्थितीत त्याच्या

प्रणयाचा शोध माझ्याकडे वळला, इतकेच. पण पैशाचे आमिष दिसल्याबरोबर– पैसा! श्रीमंत! या जगात श्रीमंत आणि गरीब हे भेद नसते तर? माझे वसंताशी खास लग्न झाले असते.

खेडेगावात टिमकी वाजली, तरी ढोलासारखा आवाज होतो तिचा! भाऊ थट्टेने नेहमी म्हणत, "खेडेगाव म्हणजे डोंगराळ भाग! तिथं ध्वनीचा प्रतिध्वनी आणि प्रतिध्वनीचा प्रतिध्वनी सारखा होत राहायचा!" भाऊंनी पुनर्विवाह केला. तेव्हा सबंध वर्षभर गावाला तो विषय पुरला होता म्हणे! माझे लग्न मोडले मात्र– कावळ्यांच्या कंपूत सापडलेल्या पोपटाच्या पोरासारखी माझी स्थिती झाली.

कुठे हळदीकुंकवाला गेले की लगेच माझ्याकडे बोट दाखवून बायकांत कुजबूज सुरू होई. गावात लोक काय बडबडतात ते एरवी आईला आणि मला कळले नसते; पण निराची आई कामाला गेली म्हणजे काही तरी ऐके. बरे-वाईट काही ऐकले की अशिक्षित माणसांना गप्प बसवत नाही. एके दिवशी मागच्या दाराच्या पडवीत ती आईला हळूहळू काही तरी सांगत होती आणि डोळे पुशीत होती. मी बसले होते वाचीत भाऊंच्या खोलीत. तहान लागली म्हणून पाणी प्यायला स्वयंपाकघरात गेले, तो खिडकीतून आई डोळे पुशीत असलेली दिसली. आड राहून त्यांचे संभाषण ऐकण्याचा मोह काही मग आवरला नाही मला.

"कुणी सांगितले हे सारं इंदूच्या आईला!"

"त्या रांदपिणीचाच तो काम, वयनी! इंदूची आवस इतकी वशाड बोलली–"

आईने हुंकारसुद्धा दिला नाही. पण निराची आई पुढे बोलतच होती–

"'कित्याक करतलो तो लगीन? पोटाची पोर अन् जिवाक घोर' असां म्हणाली– माका इचारूक लागली, 'तू गेल्लय त्याल लांवक्?'

'मी म्हटलं, कोणाक?'

'त्या ताऱ्याक्?'

'त्याला लांवक् काय झालां?'

'झील जालो का चडूं जालां तुकाच माहीत' असा म्हणत ती फिदीफिदी हसली बघ, वयनी."

निराच्या आईने सांगितलेली हकीगत ऐकून माझ्या अंगाचा कसा संताप झाला. नवरा बारमाही मुंबईला! ही इथे! शेजारच्या व्यापाऱ्याच्या गळ्यात गळा घालणारी ही बाई– आईसारख्या गायत्रीची ती पुनर्विवाहित म्हणून थट्टा करावी! या बेताल बाईला इंदूचा चेहरा त्या व्यापाऱ्यासारखा दिसतो याची खंतच नाही; पण माझे लग्न मोडले हे ठाऊक असूनही मला वाईट चालीची ठरविण्याचा तिचा केवढा अट्टाहास! असल्या बाईला लोक दारात उभे तरी कसे करतात?

लोक नुसते तिला दारात उभे करीत नाहीत, तर तिच्या दारात हात जोडून उभे असतात. पैशाला पर्वताएवढी पापे पचतात हेच खरे! माझे भाऊ श्रीमंत असते, तर माझे रंगढंगसुद्धा लोकांना आवडले असते. पण मी पडले महिना तीस रुपये मिळविणाऱ्या मास्तरची मुलगी! माझे भाऊ ध्येयवादी असतील, उच्च शिक्षण आणि मोठ्या पगाराची नोकरी लाथाडून एका शाळेला वाहून घेण्यात त्यांनी स्वार्थत्याग केला असेल, तत्त्वाकरिता त्यांनी पुनर्विवाह केला असेल, पण त्यांना या गावात ना घर ना रानात शेत! असल्या गरीब माणसाच्या मुलीसंबंधाने वाटेल ते बडबडायला कोण कचरणार?

मी गरीब म्हणून वसंताने दिलेले वचन मोडले, भाऊ गरीब म्हणून त्यांच्या मुलीची वाटेल तशी नालस्ती होते– गरिबी! निरा, चंद्रकांत, मी– अगदी सारखेच गरीब. फरक असेल तर तो गरिबीच्या प्रमाणात, निराचे रूप, चंद्रकांताची बुद्धी, माझे प्रेम, पायदळी का तुडविले जात आहे? आम्ही गरीब म्हणून!

असल्या विचारांनी डोके पिकून गेले म्हणजे ते मी चंद्रकांताचे शेवटचे पत्र घेऊन वाचीत बसे. पत्र वाचताना किती तरी कल्पना माझ्या मनात स्वैरपणे नाचू लागत. कल्पना ही बंगालमधील माझ्याच वयाची मुलगी! ती क्रांती घडवून आणण्याचा प्रयत्न करते. मग माझ्यासारख्या महाराष्ट्रीयन मुलीने तसेच काही का करू नये? चंद्रकांताचा पत्ता जर पुन्हा कळला, तर लगेच त्याला पत्र लिहायचे–

'हिंदुस्थानच्या रंगभूमीवर एक नवं नाटक करू या तयार आपण. बेडूक आणि मुले हा संवाद फार जुना झाला आता! नवीन– अगदी नवीन पाहिजे काही तरी हं! नाही तर मुले दगड मारायला लागली की बेडकांनी वाघासारखं त्यांच्या अंगावर धावून तरी जायला हवं. आपल्याकडे बायका अजून फारशी कामे करीत नाहीत नाटकात! पण हे नवे नाटक, तू करणार असशील, तर मी अवश्य येईन तुझी साथ करायला.'

असले विचार फार वेळ टिकत मात्र नसत. काही तरी अघटित घडावे आणि माझे लग्न व्हावे असेच मला वारंवार वाटे. ऐन विशीतल्या सुखलोलुप मनाची ती इच्छा होती, की दुखावलेल्या स्वाभिमानाची ती धडपड होती हे माझे मला अजूनही सांगता येत नाही. पण पाचवी नंतर पुढील शिक्षणाचा हट्ट धरून बसणारी मी! पुन्हा शिकायला लागावे असे भाऊंनी आता सुचविले की माझे मन खट्टू होई! माझ्यासारख्या स्थितीतल्या मुलीच्या मनात आत्महत्येचे विचार येतात असे नाटक-कादंबऱ्यांत मी वाचले होते. पण आत्याबाईंच्या बोलण्याने मनाला धक्का बसला, त्याक्षणीसुद्धा मला जीव द्यावासा वाटला नाही. जगण्याची इच्छा ही अगदी हलक्या लाकडासारखी आहे. दुःखाच्या समुद्रात तिला कितीही खोल बुडवा, ती वर येतेच येते.

माझे चटकन लग्न होईल तर बरे असे आईलाही वाटे. पण ते व्हायचे कसे हाच प्रश्न होता. जात फार लहान. पुनर्विवाहाची मुलगी करण्याची कल्पनाच कोकणातल्या लोकांना पटण्यासारखी नव्हती. भाऊंनी वीस-पंचवीस वर्षे अगदी एकलकोंडेपणाने काढली होती; कुठे जाणे नाही; येणे नाही. त्यामुळे पुण्या-मुंबईला त्यांच्या फारशा ओळखीसुद्धा नव्हत्या. बरे, जुलमाने ओळख काढलीच, तरी शेवटी हुंड्याचा प्रश्न येणारच हे ठरलेले होतेच!

या कोंडमाऱ्यातून सुटायचे कसे? भाऊ पूर्वीपेक्षाही उदास दिसू लागले, आई नित्य डोळ्यांतून टिपे गाळी. ''मला लग्न करायचंच नाही आता.'' असे मी तोंडाने म्हणे. पण आपण चक्रव्यूहात सापडलो आहोत आणि बाहेर पडायचे कसे हे आपल्याला ठाऊक नाही, हा भाव सर्वांच्याच मुद्रांवर नेहमी दिसे. भाऊंच्या विचारतरंगातील हा उतारा जर त्या वेळी मला वाचायला मिळाला असता, तर खरोखर स्नेहलतेप्रमाणे मी स्वत:ला जाळून घ्यायलादेखील कमी केले नसते.

'उल्का झाली तेव्हा केवढा आनंद झाला होता मला. पण आज? ती झाली नसती तर बरे झाले असते असे वाटू लागते. वेलीला फूल येण्यातच तिच्या जन्माचे सार्थक असते हे खरे; पण उमलणारे फूल किड्यांनी कुरतडून टाकण्यापेक्षा ते लागलेच नाही तर काय वाईट?

एक पैसा नाही की उच्च शिक्षण नाही, चांगला नवरा नाही, सुखाचे चार घाससुद्धा कपाळी नाहीत! समाजाच्या सोईसाठी पैसा निर्माण झाला. पण हा भस्मासुर आता शंकराच्याच डोक्यावर हात ठेवीत आहे! याचा नाश करणारी मोहिनी–

कुठून येणार ही मोहिनी? याचीच मोहिनी सर्वांना पडली आहे. जो पैशाच्या मागे लागत नाही तो महामूर्ख! मला वकील होऊन खोऱ्याने पैसे मिळविता आले नसते असे का आहे? पण ध्येयामागे लागून मी ते केले नाही! निदान या गावात तरी माझ्याइतका त्याग कुणीही केलेला नाही. या त्यागाचे फळ काय? तर एकुलत्या एक मुलीचे जुळलेले लग्न मोडणे आणि भरपूर हुंडा देऊन तिचे लग्न करण्याची शक्ती माझ्या अंगी नसणे! तरी दैवाने खैर केली. चार पोरे झाली असती तर माझे हाल कुत्रा देखील खाता ना! बुद्धिमान आणि त्यागी लोकांची स्थिती रस्त्यावरील बेवारशी कुत्र्यासारखी व्हावी आणि सामान्य बुद्धीच्या स्वार्थी लोकांनी हत्तीप्रमाणे ठाणावर डुलत झुलत राहावे. रक्ताचे पाणी करणाऱ्या शेतकऱ्यांच्या आणि मजुरांच्या मुलाबाळांना दुपारची भ्रांत पडावी आणि पोटातले पाणीसुद्धा हलू न देता जमीनदारांनी आणि सावकारांनी दिवसा अत्तराचे दिवे जाळावेत!

किल्ल्याजवळचा तो गाबीत मुलगा किती हुशार आहे! बिचारा सकाळी दहा वाजता जेवून येतो, तो संध्याकाळी परत जातो. अंगावर फाटके कपडे आणि हातात

फाटकी पुस्तके! त्याच्याच वर्गात येणारा तो इंदूचा चुलतभाऊ– शाळेत पुस्तके आणायला गडी लागतो त्याला. अभ्यासाच्या नावाने भोपळ्याएवढे! संपत्तीची ही विषमता– 'गाबत्याला गुरू आणि भटाला तारू' असा प्रकार नाही का हा! ही दोन चित्रे–

चंद्रकांताच्या त्या शेवटच्या पत्राची पुन्हा आठवण होते. या दोन चित्रांतला विरोध कसा नाहीसा होणार! अगदी स्वाभाविक गोष्ट! पण आमच्या समाजात किती कृत्रिम झाली आहे ती! उल्का, कशाला तू या अभाग्याच्या पोटी जन्माला आलीस?'

पुढे लवकरच एके दिवशी भाऊंना एक पत्र आले. त्यांनी ते फोडून वाचायला सुरुवात केली मात्र! वाचता वाचता ते स्वयंपाकघरात गेले.

ते पत्र अण्णासाहेबांचे होते. लग्नापूर्वी भावजयीच्या जाचाला कंटाळून आई जीव देण्याकरिता घराबाहेर पडली होती. एका दयाळू गृहस्थाने तिला मुंबईच्या विधवाश्रमात पोचविले. त्या वेळी अण्णासाहेब त्या आश्रमाचे व्यवस्थापक होते. पत्रातील महत्त्वाचा भाग ऐकून तर आई अगदी आनंदित होऊन गेली.

'अलीकडे बऱ्याच वर्षांत तुमच्याकडून काहीच हकीगत कळली नाही. हो, कळावी तरी कशी म्हणा? आम्ही मुंबईत, तुम्ही कोकणात. मुंबईत शेजारच्या खोलीत काय चाललंय तेसुद्धा कळत नाही! हो, म्हणच आहे की! दोन डोळे शेजारी अन् भेट नाही संसारी!

परवा सहज पुण्याला गेलो होतो. सहज म्हणजे इतिहाससंशोधनाच्या काही कामाकरिता! हो, हा नाद लागला आहे हल्ली मला! लोकांच्या गळी नवे उतरवायचे तर ते जुन्यात खलून दिले पाहिजे! हो नवे पौष्टिक भस्म आणि जुने हा मध!

तेव्हा सांगायची गोष्ट अशी की तिथल्या एका संशोधकाकडून तुमचा पत्ता कळला मला. मागे तुमच्या तिकडलाच एक मुलगा होता म्हणे त्यांच्या घरी. त्यांना तिकडल्या कुठल्या शिलालेखाची माहिति हवी होती; म्हणून मी तुम्हाला पत्र पाठविले, ती माहिती वेळेवर मिळाली. पण तुमची माहिती? एक अक्षरसुद्धा लिहिले नाही तुम्ही त्या पत्रात.

अलीकडे नव्या नाटकात सूत्रधार-नटी नसतातच. तेव्हा झाली इतकी प्रस्तावना पुरे झाली. सांगायचा मुद्दा हा की माझे एक तरुण स्नेही इंग्लंडातून इंजिनियर होऊन नुकतेच परत आले आहेत. इथल्या एका गिरणीत चांगली जागा मिळाली आहे त्यांना. सध्याच्या काळात भाग्यच म्हणायचे! कारण गृहस्थ जातीने आहे कऱ्हाडा ब्राह्मण. वय वर्षे सव्वीस-सत्तावीस, पण मिशा काढीत असल्यामुळे वीस वर्षांचा पोरगा दिसतो अगदी. सामाजिक सुधारणेची फार तळमळ आहे त्याला. 'काही तरी

झालं पाहिजे हातून.' असे नेहमी म्हणत असतो. आपल्याच जातीतली एक गोरीगोमटी पोरगी पाहून लग्न करण्याची मुळीच इच्छा नाही त्याची!

हो, विसरतच होतो की! तुमचे नाव परवा पुण्याला गेल्यापासून डोक्यात घोळत होतेच. म्हटले, तुम्हाला एखादी मुलगीबिलगी आहे की काय ते विचारावे. पुनर्विवाहाची मुलगी लग्न– आणि त्यातून कोकणात– जमविणे काही सोपे नाही अजून. वीस वर्षांच्या आसपास मुलीचे वय असले म्हणजे बस्स! शिक्षण काय नवऱ्याशी इंग्रजीतून बोलण्याइतके असले तरी चालेल! खाण्यापिण्याचा प्रश्न नाही! तुम्ही नुसती मासळीच खात असाल! पण ही स्वारी इंग्लंडमध्ये काय काय मारून आली आहे– हो, चालायचेच हे आता. नवा मनू आहे हा.

लग्नाची मुलगी असली, तर अगदी तार ठोका. गृहस्थाचे आईबाप आहेत जुन्या वळणाचे. त्यांनी कुणाला रुकार देण्याच्या आधीच आपण किल्ला सर करू या!

तुमचे लग्न मी जुळविले होते. तुमच्या मुलीचेही मीच जुळविणार. इतिहासाची पुनरावृत्ती होते तशी.'

भाऊंचे आणि आईचे यावर बरेच बोलणे झाले. शेवटी त्यांनी इकडे येऊन मुलगी पाहून जावे असे पत्र भाऊंनी घातले. अमूक दिवशी येतो असे त्यांनीही कळविले. माझे हृदय धडधडू लागले. रात्री मध्येच झोपेतून दचकून मी जागी होई. मनात येई– वसंतावर माझे प्रेम होते. आता यांच्यावर प्रेम करता येईल का मला? खरे प्रेम मनुष्य आयुष्यात एकदाच करू शकतो असे कवी सांगतात. ते खरे असेल तर–

मनात असा उलटसुलट गोंधळ चालला होता. तरी ते येण्याच्या दिवसाची मी अगदी उत्सुकतेने वाट पाहत होते. त्या दिवशी पहाटे बोटीचा भोंगा ऐकला नि मी लगेच उठले. मुंबईची माणसे ही! त्यातून ते तर इंग्लंडला जाऊन आलेले! त्यांना आवडेल असे दिसायला नको का आपण?

पाहुणे आले तेव्हा माजघराच्या खिडकीतून मी पाहत होते. अंगणातच म्हातारेसे गृहस्थ म्हणाले, "माणिकराव, करा लाडवांची तयारी हं!"

"वा: अण्णासाहेब!" दुसऱ्यांनी उत्तर दिले.

पायऱ्या चढता चढता अण्णासाहेब उद्गारले, "मघाशी मोटारीपुढून कोल्हा गेला एक. पुढच्या जागेवर बसलेल्या माणिकरावांनीच फक्त पाहिलं त्याला. सकाळी कोल्ह्याचं तोंड दिसलं तर भाग्य लाभतं म्हणे मोठं!"

भाऊंनी चहा घेऊन मला बाहेर बोलावले. ट्रे टेबलावर ठेवून मी उभी राहिले.

माणिकराव म्हणाले, "बसा ना!"

मी बसता बसता हळूच त्यांच्याकडे पाहिले! किती तेजस्वी होता त्यांचा चेहरा!

उगीच नाही कुणी माणिक नाव ठेवले!

चहा पिऊन होताच त्यांनी एक ताजे इंग्रजी वर्तमानपत्र माझ्या हातात दिले.

"एवढा मजकूर वाचता का?" बोटाने दाखवीत ते म्हणाले.

मी मोठ्याने वाचू लागले–

'बंगाली क्रांतिकारकांच्या कटात महाराष्ट्रीयन तरुण! कलकत्त्यातील मॅजिस्ट्रेटवर टाकलेला बाँब! तीन महिन्यांपूर्वी कल्पना व विजय या आरोपींना पोलिसांनी पकडले!

विजय माफीचा साक्षादार झाला. तिसरा आरोपी सापडल्यावर खटला सुरू होईल. हा इसम महाराष्ट्रीयन असून तो फरारी झाला आहे. त्याला पकडून देण्याकरिता हजार रुपयांचे बक्षीस लावण्यात आले आहे. त्याचे नाव चंद्रकांत!'

१८

पुढची हकीगत मी कशीबशी वाचली, पण ती वाचताना माझ्या स्वरात कंप उत्पन्न झाला होता. त्या कंपाचे कारण माणिकरावांना कसे कळणार? ते म्हणाले, "भारीच हळव्या तुम्ही! करावं तसं भरावं! मरायला कट करतात लेकाचे!"

मी काहीच बोलले नाही.

भाऊ म्हणाले, "मार्ग चुकीचा असेल या तरुणाचा! पण त्याच्या त्यागाबद्दल काही शंका आहे का?"

"त्याग? भाऊसाहेब, अगदी १९०८च्या कल्पना आहेत तुमच्या! सती जाण्याचं वेड नव्हतं का पूर्वी बायकांत? हे क्रांतिकारक त्यातलेच! आणि लायकी तरी पाहा या कटवाल्याची! इनमीन तीन माणसं कटात! त्यातला विजय झाला माफीचा साक्षीदार! बिचारा बंगाली बाबू पडला! मराठ्यांचा गनिमी कावा त्याला कुठून ठाऊक असणार? नाही तर हा चंद्रकांत सापडला असता तर तो फासावर लटकला असता–" निदान जन्मठेप भोगायला गेला असता हे मला कळत होते. पण तो फरारी झाला हे काही मला आवडले नाही. त्याची भाऊंना आलेली पत्रे! त्यातल्या शौर्याच्या कल्पना म्हणजे पोकळ वल्गनाच ठरल्या शेवटी!

भाऊंनी चंद्रकांताची व आपली ओळख आहे हे माणिकरावांना मुळीच सांगितले नाही. पहिल्याच भेटीत ही हकीगत त्यांना कळली तर त्यांचा ग्रह आपल्याविषयी प्रतिकूल होईल म्हणूनही ते गप्प बसले असतील, मीही मुग्धच राहिले. माणिकरावांनी सुरुवात केली. "या क्रांतिकारकांइतकं देशाचं नुकसान दुसऱ्या कुणीच केलं नसेल. अनुभवाची गोष्ट सांगतो मी. गतवर्षी बंगाल्यात कुणा युरोपियन कलेक्टराचा खून

झाला पाहा, इंग्लंडमध्ये ही बातमी आली. तेव्हा माझे इंग्लिश सोबती इतके चिडले–''

''म्हणणं काय त्यांचं?'' भाऊंनी निर्विकार मुद्रेनं प्रश्न केला.

''असल्या एका खुनामुळं स्वराज्य दहा वर्ष लांबणीवर पडतं.''

''क्रांतिकारकांचे मार्ग चुकीचे आहेत हे कबूल. पण लांबणीवर पडणारं स्वराज्य लवकर येईल असं दुसरं काही करायला नको का लोकांनी?''

''अलबत्! माझं तेच म्हणणं आहे. मला मूळची काव्याची आवड. पण काव्य करून देशसेवा थोडीच होणार आहे? म्हणून तर मी मुद्दाम उद्योगधंद्यात पडलो. गिरण्या वाढल्या पाहिजेत. कारखाने काढले पाहिजेत–''

''पण गांधीजी तर अगदी विरुद्ध आहेत गिरण्यांच्या?'' मी भीत भीत प्रश्न केला. गप्प बसले तर मी मुखदुर्बळ आहे असा त्यांचा ग्रह होईल या भीतीनेच मी हे बोलले.

''चांदोबा चांदोबा भागलास का, निंबोणीच्या झाडामागं लपलास का?'' हे गाणे एखाद्या मुलाने म्हणावे आणि ते ऐकून दुर्बीण घेऊन बसलेल्या त्याच्या बापाला हसे यावे! माणिकराव अगदी तस्से हसले. मी लाजेने अगदी चूर होऊन गेले. भीतीही वाटली थोडी! ते मला वेडी म्हणतील आणि – माणिकरावांचे शब्द ऐकून मी भानावर आले. ''इंग्रजीत Between Scylla & Charybis म्हणतात ना? मराठी काही बरोबर आठवत नाही मला– ''

''एकीकडे वाघ आणि दुसरीकडे आग!'' संस्कृत सुभाषिताचे एक नवे रूपांतर चटकन माझ्या तोंडून बाहेर पडले. या वाक्याचा परिणाम माणिकरावांवर झाला असे त्यांच्या मुद्रेवरून दिसले.

ते म्हणाले, ''छान! गांधीना काही वाघ म्हणायची सोय नाही! तेव्हा क्रांतिकारक हे झाले वाघ आणि असहकारितावादी गांधी ही आग. त्यांच्यामधून वाट काढायचीच आपल्या देशाला! पहिल्यांदा या वाघाला गोळी घालून ठार केलं पाहिजे अन् मग ही आग विझविली पाहिजे! म्हणजे–''

''हे सारं अलंकारिक झालं! प्रत्यक्ष काय करायचं ते–'' भाऊंनी विचारले.

''मघाशीच सांगितलं की मी! गिरण्या काढल्या पाहिजेत. कारखाने उघडले पाहिजेत. गांधी म्हणतात, 'खादीनं गरिबांचं पोट भरेल!' झाडून सारे श्रीमंत पासोड्या मारुतीचे अवतार झाले, म्हणजे गांधीचे घोडे गंगेला न्हाले! आहे झालं एक वेड! हेच पाहा, मी जिथं असतो त्या गिरण्यात सात हजार मजूर पोट भरताहेत– सात हजार! खादीत आहे का ही शक्ती?''

माणिकरावांनी मोठ्या अभिमानाने माझ्याकडे पाहिले, त्यांच्या शेवटच्या वाक्याने माझेही डोळे दिपून गेले. सात हजार गरीब लोकांना पोसणाऱ्या गिरण्या! या

कारखान्यातील माणिकरावांसारख्या अधिकाऱ्यांची मी अर्धांगी होणार. यांना मी आवडले तर माझी सुखस्वप्ने खरी होतील. मुंबईत राहायला मिळेल. सभांतून भाग घेता येईल. वर्तमानपत्रात नाव चमकेल. इंदू जे जे करणार आहे ते ते मला करून दाखविता येईल. वसंताशी लग्न मोडल्याचा खराखुरा आनंद या वेळी मला झाला.

भाऊंचे ओठ एकदोनदा हलल्यासारखे वाटले मला. पण पुढे ते काहीच बोलले नाहीत. संभाषण बंद पडलेले पाहून इतका वेळ स्वस्थ बसलेले आण्णासाहेब उद्गारले, "भाऊसाहेब, आमचे माणिकराव गडकऱ्यांचे मोठे भक्त आहेत हं."

"अस्सं का?" भाऊंनी उत्सुकतेने विचारले, "उल्केनं गडकऱ्यांना पाहिलंय लहानपणी!"

"गडकरी काय काय बोलले ते आठवतं का तुम्हाला?"

माणिकरावांच्या चेहऱ्यावरील उत्सुकता पाहून मलाही स्फुरण चढले. मी मोठ्या अभिमानाने उत्तर दिले, "मला जवळ घेऊन ते मोठ्या प्रेमाने म्हणाले, नावासारखं काही तरी कर हं पोरी जगात."

ते माझ्याकडे टक लावून पाहू लागले. सूर्याचे किरण डोळ्यांवर पडले की जसे होते तसे मला वाटले आणि मी मान फिरवली.

"एक गंमत करू या हं आपण." ते म्हणाले, "गडकऱ्यांची कुठली कविता आपल्याला आवडते ते प्रत्येकाने एका कागदावर लिहून तो खाली टाकावा."

लगेच एक नोटपेपर काढून त्याचे तुकडे त्यांनी केलेसुद्धा. त्यांच्या या खेळकरपणाने मला गुदगुल्या होत होत्या.

सर्वांनी चिठ्ठ्या टाकल्या. माणिकराव त्या उचलून वाचू लागले.

"भाऊसाहेब– बागेत बागडणाऱ्या लहानग्या लाडक्यास.

अण्णासाहेब– राजहंस माझा निजला.

अस्मादिक– प्रेम व मरण.

उल्का– उल्काताई– गुलाबी कोडे."

माझे नाव उच्चारताना पहिल्यांदा ते नुसते उल्का म्हणाले! शिवाय 'गुलाबी कोडे' हे नाव ऐकून सर्व एकदम हसले. आनंद आणि लाज यांनी माझे मन कसे भरून गेले.

माणिकराव म्हणाले, 'प्रेम व मरण' हीच गडकऱ्यांची सर्वोत्कृष्ट कविता आहे. प्रेम अमर आहे. ते रूप जाणत नाही, विषमतेची पर्वा करीत नाही, मरणाला भीक घालीत नाही– या दिव्य प्रेमाचे किती सुंदर चित्र रेखाटले आहे या कवितेत."

ते ती कविता म्हणू लागले. चंद्रकांताइतका नसला तरी बरा होता त्यांचा आवाज. किंचित किनऱ्या पण गोड स्वराने हावभाव करीत ते कविता म्हणत होते. कविता ऐकता ऐकता माझे अंग रोमांचांनी फुलून गेले.

'वेड पुरे लावी त्याला गगनातील चंचल बाला.'

या ओळी म्हणताना त्यांनी माझ्याकडे जो कटाक्ष फेकला– कटाक्ष कसला, हृदयाचा संदेश वाटला तो मला.

त्यांचे बोलणे अगदी मोकळेपणाचे होते. दुपारी भाऊंबरोबर झालेले त्यांचे संभाषण मी माजघरात बसून ऐकत होते. सामाजिक अन्यायासंबंधी बोलताना किती लालबुंद झाला होता त्यांचा चेहरा. जणू काही ते अन्याय दूर करण्याकरिता आपण आपले रक्त सांडायलासुद्धा तयार आहोत असेच ते दर्शवीत होते.

भाऊ म्हणाले, ''मिश्रविवाह म्हणजे विष आहे समाजाच्या दृष्टीने!''

माणिकराव उत्तरले, ''कऱ्हाडा आहे मी भाऊसाहेब! कर्कोटकाला हो कसली विषाची भीती?''

भाऊ हसून म्हणाले, ''खरं, पण वडील माणसांना काय वाटेल आपल्या!''

''कळवायचंच नाही त्यांना पहिल्यांदा. कटच करू या आपण एक. सामाजिक क्रांतिकारकांचा कट म्हणाना!''

''पण कटाचा परिणाम काय होतो तो वाचलाय आपण सकाळी!''

भाऊंच्या चेहऱ्यावर हास्य होते; पण त्यांच्या कपाळावर विचारांमुळे उत्पन्न होणाऱ्या आठ्याही दिसू लागल्या होत्या.

''मी काही चंद्रकांत नाही फरारी व्हायला.'' माणिकरावांनी खो खो हसत उत्तर दिले.

त्यांना आधल्या रात्रीचे बोटीचे जाग्रण होते म्हणून आम्ही जवळच्या टेकडीवर संध्याकाळी फिरायला गेलो. दररोजचा देखावा! पण त्या दिवशी माणिकरावांना दाखविताना मला तो किती आनंददायक वाटला! जिकडे तिकडे माडांच्या बागाच बागा दिसत होत्या. त्यांच्याकडे पाहिले की अधांतरी हिरवागार गालिचा पसरला आहे असा भास होई. समोर लहानसा मोकळा मळा, त्याच्या पलीकडे वाळूच्या टेकड्या आणि त्याच्यापुढे क्षितिजापर्यंत टेकलेला शांत निळा समुद्र! आम्ही टेकडीवर गेलो, तेव्हा मालाची बोट जात होती. दूर क्षितिजावर तिच्या इंजिनाचा धूर वरच्या ढगात हळूहळू मिसळत असलेला दिसत होता. उजवीकडल्या लहानशा तळ्यातील अर्धवट मिटलेली कमळे, शेतांतून माडांकडे परत जाणारे पोपट आणि काजींना आलेला नाजूक हिरवा-पिवळा मोहर, यात अधिक सुंदर काय होते असे कोणी मला विचारले असते, तर खरोखरच त्याचे उत्तर मला देता आले नसते. आम्ही खडकावर बसलो होतो, पण त्या खडकाच्या आसपास जिकडे तिकडे बारीक हिरवळ पसरली होती. जगात दुःखाला सुख असेच बिलगून असते, असा विचार त्या वेळी माझ्या मनात आला. गुराख्याचा एक पोर टेकडीच्या एका टोकाला पतंग उडवीत होता.

उंच गेलेल्या त्या पतंगाची दोरी मुळीच दिसत नव्हती. त्यामुळे एकदम पाहणाराला जणू काही एखादा रंगीबेरंगी पक्षीच आकाशात संथपणे विहार करीत आहे असे वाटले असते. लहान मुलांप्रमाणे किती वेळ तरी मी त्याच्याकडे पाहत होते.

माणिकरावांनी म्हटले, ''काय, कुठं आहे लक्ष?''

मान वळवून मी म्हटले, ''पतंगाकडे.''

''आकाशात भरारी मारताय म्हणायचं!''

मी नुसती हसले. वळून पाहिले तो पतंगाची दोरी तुटल्यामुळे तो वाऱ्यावर भडकून चालला होता. गुराख्याचा पोर मोठमोठ्याने ओरडत त्याच्यामागे धावत होता! त्या पोराची धावपळ पाहून मला वाईट वाटले.

माणिकराव म्हणाले, ''त्या कागदाच्या पतंगाबद्दल इतकं वाईट वाटतं तुम्हाला? पण तिकडे आकाशात पाहा–''

रंगीबेरंगी ढग पतंगाप्रमाणे दिसत होते. थोडा वेळ इकडे तिकडे फिरून ते नाहीसे होत होते.

वायुलहरीबरोबर कुठून तरी मंद मंद सुगंध आला. भाऊ म्हणाले, ''बकुळीचं झाड फुललंय!''

''बकुळीची फुलं! वा!'' माणिकराव माझ्याकडे पाहत म्हणाले.

भाऊंच्या ध्यानात त्यांची इच्छा आली. ते म्हणाले, ''उल्का, जा की त्यांच्याबरोबर! फुलं मिळाली तर तूच माळशील!''

''हो, मी काही बुचडेवाला मद्रासी नाही!'' माणिकराव हसत उद्गारले. मी उठून उभी राहिले! एकदा वाटे, जावे त्यांच्याबरोबर! लगेच किल्ल्यावरल्या त्या प्रसंगाची आठवण होई.

''भारीच लाजरी आहेस तू?'' भाऊ किंचित रागाने म्हणाले.

''बायका या अशाच! समोर पाहा की! हजारो वर्षे झाली असतील, पण सूर्य दारात आला की संध्येच्या गालांवर लाली चढलीच.'' माणिकरावांनी काव्य केले.

आता मला जाणे प्राप्तच होते. टेकडीवरल्या साऱ्या वाटा मला ठाऊक होत्या. त्यामुळे ते झाड मी हां हां म्हणता शोधून काढले. झाड लहानसेच होते; पण कळे अगदी वरवर दिसत होते. ''आता कसं करायचं बाई?'' माझ्या तोंडातून उद्गार निघून गेला.

''चढायचं बाई.'' ते माझ्याच स्वराची नक्कल करीत म्हणाले.

''पण मला नाही चढता येत.''

''हरभऱ्याचं झाड नाही काही हे.''

ते मनःपूर्वक हसले आणि हां हां म्हणता वर चढून गेले.

मी कौतुकाने त्यांच्याकडे पाहत होते.

त्यांनी भराभर कळे काढण्यास सुरुवात केली.

"हं! घे हे!"

त्या एकवचनाने मला जागच्या जागी खिळवून टाकले.

"अंगावर टाकीन हं!"

"मी म्हणेन देवानी पुष्पवृष्टी केली माझ्यावर."

त्यांच्या हातांतील फुले घेण्याकरिता मी हात वर केला. त्यांनी ओणवून फुले दिली. फुलांच्या साक्षीने एकमेकांचे हात हाताला लागले. मला त्यांच्याकडे बघण्याचा धीर होईना. मी समुद्राकडे पाहू लागले, सूर्यबिंब लहरींना स्पर्श करीत होते. तो मधुर तांबूस रंग जणू काही परावर्तन पावून टेकडीकडे येत होता.

झाडावरून उतरल्यानंतर ते म्हणाले, "ही बकुळीची फुलंदेखील लाजरी!"

"ती कशी?"

"पाहा कशी दडून बसली आहेत बुरख्यात!" एका कळ्यावरील साल दूर करीत ते म्हणाले.

"मी आता ठेव ठेवायला देते हं एक आपल्याकडे!"

"ठेव? अरे बापरे! व्याजाचा दर भारी असेल पण! दर पळाला, दर पैला शंभर रुपये व्याज, की–"

"व्याज नाही या ठेवीला! अगदी निर्व्याज आहे ती!"

माझ्या श्लेषावर खूष होऊन ते म्हणाले, "साळुंकी ती कैशी बोले मंजुळवाणी."

"बोलविता धनी वेगळाची!" मी लगेच बोलून गेले.

हसे ओसरल्यानंतर ते म्हणाले, "कुठं आहे ती ठेव?"

बकुळीची फुले त्यांच्या हातात देत मी म्हटले, "ही आठवणीनं उद्या सकाळी मला द्यायची."

"अच्छा!" असा उद्गार काढून त्यांनी ती आपल्या हातरुमालात अलगद बांधली.

दुसऱ्या दिवशी सकाळी मी त्या फुलांकरिता किती किती उत्कंठित झाले होते! काही झाले तरी त्यांना आठवण करायची नाही असा मी निश्चय केला होता मनाशी. मी वेणीफणी करायला बसले, तेव्हा आई स्वयंपाकघरात आहे असे पाहून ते हळूच आले आणि सुंदर गुलाबाची फुले त्यांनी माझ्यापुढे ठेवली.

"कुठून आणली ही?"

"बाजारातून!"

मी अगदी हर्षून गेले. इतकी की त्या बकुळीच्या फुलांची आठवणदेखील मला झाली नाही. ती टवटवीत गुलाबे माळून मी आरशात पाहू लागले. इतक्यात माणिकराव कशालासे आत आले. मी लाजून दुसरीकडे पाहू लागले.

"गालांना काही केसांचा हेवा वाटायचा नाही आता!" ते हळूच पुटपुटले.

तो सारा दिवस आनंदात गेला. रात्री झोपेत तर यक्षिणीच्या पंखांवर बसून मी गंधर्वनगरीत फिरत होते. सकाळी जागी होऊन मी डोळे चोळून पाहते तो उशीपाशी गुलाबाच्या पाकळ्यांचा हा खच!

मला त्या बकुळीच्या फुलांची आठवण झाली.

माणिकरावांनी फुले दिली; पण ती बाजारातल्या गुलाबांची. टेकडीवरून हौसेने काढलेल्या बकुळीची फुले नव्हती ती.

बकुळीची फुले काही एका दिवसात सुकून जात नाहीत.

गुलाबाचे काय? सुकली की मातीमोल झाली. बकुळीची फुले सुकली तरी त्यांचा सुगंध नाहीसा होत नाही. गुलाबाच्या त्या पाकळ्या पाहून मला रडू आले.

१९

माणिकरावांना मी आवडले हे उघड उघड दिसत होते. भाऊंचे म्हणणे त्यांनी आपल्या आईबापांच्या मनाविरुद्ध काही करू नये. माणिकराव म्हणत, "तुम्ही पुनर्विवाह केला, तो तुमच्या बहिणीला आवडला का? पहिल्यापहिल्यांदा ती तुमच्या घरी पाऊलसुद्धा टाकीत नसे हे खरं ना? तुमच्यासारख्या स्वार्थत्यागी माणसानं तरवारीच्या धारेवर नाचावं आणि माझ्यासारख्या चांगल्या पगाराच्या माणसानं धोपट मार्गानं जावं हे काही मला पसंत नाही. आईबापांची आणि मुलांची मतं सध्याच्या काळात जमायची कशी? मुलानं म्हातारपणी आईबापांचं पालनपोषण खुशाल करावं. पण ते म्हणतील त्याला मान तुकवणं? छे:! प्रेम कसलं? गुलामगिरी झाली ही! अन् सगळीच तरुण माणसं जर आईबापांच्या हातातली कळसूत्री बाहुली झाली, तर समाजात जिवंतपणा दिसायचा कुठून? सुधारणा व्हायची कशी?"

ही बोलणी चालू असतानाच गोव्यात जायचा बूट अण्णासाहेबांनी काढला. ते कधीच इकडल्या बाजूला आले नव्हते. माणिकरावही इकडच्या बाजूला नवखेच होते! गोव्यातल्या बोरी शिरोड्याची कामाक्षी हे आईच्या माहेरचे कुलदैवत. आईची फार भक्ती होती कामाक्षीवर. पण भाऊ उभ्या जन्मात या देवीच्या दर्शनाला गेले नव्हते! आईला वारंवार देवीला जाऊन यावेसे वाटे, पण तिला मुद्दाम कोण घेऊन जाणार होते? शेवटी भाऊंनी घरी राहावे व आम्ही सर्वांनी चार दिवसांत गोव्यातील देवस्थाने पाहून यावे असे ठरले.

गोव्याची बोट पहाटे यायची. म्हणून आधले दिवशी संध्याकाळी वेंगुर्ल्याला जाऊन आम्हांला बंदरावर निजावे लागले. लाटांच्या त्या खळखळाटात मला काही केल्या झोप येईना. डोक्यातही तसाच खळखळाट सुरू झाला. वसंत व माणिकराव! दोघांच्याही मूर्ती डोळ्यांपुढे उभ्या राहिल्या. वसंताने मला झिडकारले नसते– माझ्या लग्नानंतर माणिकरावांनी मला पाहिले असते आणि आजच्यासाखे त्यांचे माझ्यावर प्रेम बसले असते तर– समुद्रात रत्ने असतात तरी त्याचा आक्रोश काही थांबत नाही. माझे रत्न मला मिळाले होते; पण मन काही केल्या गप्प बसेना. वसंतावर प्रेम करून पुन्हा माणिकरावांवर प्रेम करण्यात पाप कसले आले आहे? नदीला बांध घातला तर तिचा प्रवाह दुसऱ्या वाटेने गेल्याशिवाय राहील का? अशा प्रश्नांनी शेवटी मी त्याचे समाधान केले.

बोटीची घंटा झाल्यावर गडबडीनेच आम्ही पडावात जाऊन बसलो. पडाव चालू झाले आणि अण्णासाहेबांना आठवण झाली, ''ओ हो! माझी तपकिरीची डबी हरवली धर्मशाळेत!''

''माझी कस्तुरीची आहे माझ्याबरोबर.'' माणिकराव खोडकरपणाने म्हणाले.

बोट पणजीच्या खाडीत वळली, त्या वेळी आम्ही दोघेही कठड्याजवळ जाऊन उभी राहिलो. मधूनच एक जोराची लाट उसळली. तिचे आमच्या अंगावर आलेले तुषार मला अक्षतांसारखे वाटले. बोट बंदरात येत असल्यामुळे पुष्कळ किरिस्ताव व कुरवाडी लोक आपल्या नव्या सामानाची व्यवस्था करू लागले. एका मनुष्याने जरीचे तुकडे उपरण्याप्रमाणे अंगावर घेतलेले पाहून माणिकराव म्हणाले, ''वेडाबिडा आहे की काय हा?''

''छे:! जकात असते इथं नव्या वस्तूंवर! हे नवं लुगडं नित्याच्या वापरण्यातलं आहे असं दाखवणार आहे तो.''

''अस्सं! साऱ्या नव्या वस्तूंवर जकात आहे का?''

''हो!''

माणिकरावांच्या चेहऱ्यावर काळजीची छटा दिसली. मला वाटले त्यांच्या सामानात काही तरी नवे आहे.

''तुमच्यापाशी काय आहे नवं?''

ते हसत उद्गारले, ''तुझ्यावरलं माझं प्रेम!''

''इथं उतरताना फक्त नाडी तपासतात, हृदय नाही!'' हे उद्गार माझ्या अगदी ओठांवर आले होते. पण ते काही माझ्या तोंडातून बाहेर पडले नाहीत.

बोट धक्क्याकडे जाण्याकरिता वळली. समोरच सूर्योदय होत होता. त्याचे ते पिवळसर किरण माझ्या अंगावर पडले. सृष्टिदेवतेची किती सुंदर अष्टपुत्री होती ती! त्या किरणांनी पाण्यात सोनेरी स्तंभ निर्माण केले. माझ्या धुंद मनाला वाटले, मी

सोन्याच्या द्वारकेत आहे. माझा श्रीकृष्ण माझ्याजवळच उभा आहे. मी त्याची रुक्मिणी. रुक्मिणीला सत्यभामेसारखी मत्सरी सवत होती याचा विसरच पडला मला.

'हंगा हंगा,' 'वच् वच्' सारखे गोमंतकी बोलीतले शब्द व सराव नसल्यामुळे विचित्र वाटणारे हेल त्या वेळी मला कर्णकटू वाटले नाहीत. धुरीच्या दिव्यातून आमचे सामान बाहेर पडायला तास-दीड तास तरी लागला. आई व अण्णासाहेब दोघेही कंटाळली. आई तर म्हणालीच, ''विलक्षणच राज्य आहे हे सारं!''

मी व माणिकराव एकमेकांकडे उगीचच पाहत होतो. या विलक्षण राज्यात आल्यामुळे आम्ही दोघे वेडी झालो की काय असे मला वाटू लागले.

मोटारीत अण्णासाहेब पुढे बसले. मागच्या बाजूला मधे मी आणि एका बाजूला आई व दुसऱ्या बाजूला माणिकराव होते. पणजी मागे टाकून मोटार थोडीशी पुढे जाताच डावीकडचा देखावा फार सुंदर दिसू लागला. उन्हात चमकणारे आणि चुळबूळ करीत काठावर येऊन आपटणारे खाडीचे पाणी, मधूनच धूर सोडीत येणारा वाफोर, पाण्यावर झुलणाऱ्या लहानमोठ्या होड्या, पलीकडच्या काठावरील गर्द झाडी, त्यातून डोकावणारा किल्ला, की–

लहान मूल नवे खेळणे मिळाले म्हणजे ते आनंदाने जसे दुसऱ्या मुलाला दाखविते, त्याप्रमाणे मी म्हटले, ''पाहिला का हा सुंदर देखावा?''

''वा:! किती सुंदर आहे!'' असे माणिकरावांनी उत्तर दिले. पण हे वाक्य उच्चारताच त्यांची दृष्टी माझ्यावर खिळली आहे, असा भास झाला.

जुन्या गोव्यातल्या भव्य ख्रिस्ती देवालयावरून आमची मोटार गेली. तेव्हा साहजिकच त्यांच्याविषयी गोष्टी सुरू झाल्या. ड्रायव्हरने महादेवाचे देऊळ याच नावाने अजूनही ओळखले जाणारे एक चर्च दाखविले. त्याच्यावर क्रूस अनेक वेळा चढविला; पण तो लगेच ढळून पडला म्हणे. झेवियरच्या शवाच्या दर्शनाकरिता केवढी प्रचंड यात्रा जमते, याचेही त्याने रसभरित वर्णन केले. ते संपल्यावर माणिकराव म्हणाले, ''अण्णासाहेब, आपण हिंदू लोक काही हार जाणार नाही या किरिस्तावांना! आमच्याकडेही असे अनेक झेवियर आहेत.''

''कोणते बुवा?''

''आमच्या जुन्या रूढी!''

त्यांचे सुधारणेचे प्रेम या कल्पनेतून मोठ्या गमतीने प्रगट झाल्यामुळे मला त्यांचे कौतुक वाटले.

माणिकराव बोलले ते किती खरे होते! रूढीची प्रेते पाहत बसण्यात आणि त्यांची पूजा करण्यात आपला समाज गुंग झाला आहे. त्याला भानावर आणायला नव्या नव्या सुधारणा तरुणांनी छातीठोकपणाने अमलात आणल्या पाहिजेत. वसंत

काय? जन्मभर वकिली करत बसणार. त्याच्याशी लग्न झाले असते तर माझे सारे आयुष्य मिळमिळीत– अगदी अळणी झाले असते. चंद्रकांतही वेडाच! तीन माणसांचे कट करून कोठे क्रांती होत असते काय?

रस्त्यापासून देवळापर्यंत गेलेली मंगेशाची ती सरळ सुंदर वाट आणि ती रम्य दीपमाळ अद्यापि माझ्या डोळ्यांपुढे आहे. बेलिंगच्या तळीवर डोंगराच्या झऱ्यातून आलेले गोमुखातून पडणारे गार पाणी मी एकदाच प्याले, पण त्याची आठवण काही अजून बुजली नाही. सभामंडपातली संगमरवरी फरशी आणि समोरची सुंदर तळी ह्या गोष्टी प्रत्येक देवळात आम्ही पाहत होतोच; पण नागेशाच्या समोरील ती रम्य पुष्करिणी– त्या साऱ्या तळ्यांची राणीच वाटली ती मला. तिथल्या एका विहिरीचे पाणी तर किती गोड आणि गार होते. नागेशीहून जाताना शांतादुर्गेच्या देवळाचा सोन्याचा कळस माडांमधून वर चमकू लागला. ते रमणीय दृश्यसुद्धा माझ्या स्मृतीतून अजून गेले नाही.

मंगेशापासून शांतादुर्गेपर्यंत खूप देवळे पाहिली आम्ही. "अगदी अजीर्ण झालं देवाचं!" माणिकराव अण्णासाहेबांना म्हणाले, पण आईकरिता शिरोड्याच्या कामाक्षीपर्यंत जाणे प्राप्तच होते. संध्याकाळी आम्ही तिथे पोचलो. राहण्याची व्यवस्था करून आम्ही तळीवर पाय धुवायला गेलो. ती सुंदर तळी, कामाक्षीच्या समोरच वसंतोत्सवाकरिता का कशाकरिता बांधलेले ते चिमुकले मंदिर आणि सायंकाळचा रमणीय समय! सर्वांची मने अगदी आनंदाने भरून गेली.

"गोमंतकाला नंदनवन म्हणतात ते काही खोटं नाही." माणिकराव तळीच्या पाण्याशी चाळा करीत म्हणाले.

"या नंदनवनात अमृतही फार स्वस्त आहे!" मी थट्टेने बोलून गेले.

"म्हणजे?" त्यांनी आश्चर्याने विचारले.

"दारू!"

हसत हसत ते एकदम म्हणाले, "आणि अप्सरा?"

याच वेळी धुणी धुण्याकरिता एक बाई तळीवर आली. तिचे ते तलम रंगीत पातळ, तो बाजूला रुळणारा पदर, कृत्रिम केशरचना, लाल ओठ आणि धिटाईची दृष्टी– वेश्येचा धंदा करणाऱ्या देवदासींपैकी ती कुणी तरी असावी असे मला वाटले.

थोडा वेळ कुणीच काही बोलले नाही. पण माणिकराव त्या बाईकडे टक लावून पाहत होते. ती बाई माझ्यापेक्षा सुरूप होती यात संशय नाही, पण त्यांचे ते पाहणे काही मला आवडले नाही.

"बिऱ्हाडी जाऊ या आपण." मी सुचवले.

"बसू या की आणखी थोडं! गार वारा आहे, सुंदर संध्याकाळ आहे– "

"आणखी काय काय आहे?'' असे त्यांना विचारावेसे वाटले; पण ते धैर्य मला झाले नाही.

रात्री निजताना वसंत, माणिकराव, किंबहुना सारी पुरुषजात निमकहराम आहे असे विचार माझ्या मनात घोळत होते. पुरुषांचे तारुण्यातील खेळणे एवढीच स्त्रीची किंमत असावी ना? दुसरे बरे खेळणे दिसले तर लहान मूल जसे पहिले टाकून दुसऱ्याच्या नादाला लागते. त्याप्रमाणे– बाहेरच्या रातकिड्यांप्रमाणे किती तरी विकल्प माझ्या मनात किरकिरत होते. अंधाराप्रमाणे उदासीनताही मनात थैमान घालीत होती!

पण पहाटे मी जागी झाले, तेव्हा बाहेर सुरेख चांदणे पडले होते. रातकिड्यांचा आवाज कुठेच ऐकू येत नव्हता. मी मोठ्या उल्हासाने माणिकरावांना म्हटले, ''फिरायला जाऊ या का आपण?''

त्यांच्याही मनात तोच विचार आला असावा. अण्णासाहेब व आई यांपैकी कुणीचे थंडीचे बाहेर पडायला तयार नव्हते.

मिळेल त्या पायवाटेने आम्ही जाऊ लागलो. उजव्या हाताला लहानसा डोंगर दिसत होता. तिथपर्यंत जायचे हा बेत, दिशा उजळू लागल्यामुळे डोंगरमाथ्यावरील विरळ धुके मोठे रम्य दिसत होते. पायाखालची चार तर दवाने अगदी न्हाऊन गेली होती. दूर रानात झाडांवर पडणाऱ्या दवाचा टपटप आवाज ऐकू येत असल्याचा भासही होई. माझ्या अंगात आणि मनात गोड शिरशिरी भरली.

आकाशात दोन पाखरे किलबिल करीत उडत होती.

माणिकराव म्हणाले, ''या आरशात पाहिलंस का?''

मला वाटले खालच्या दवाकडे ते पाहायला सांगत आहेत. त्यांनी बोटाने दाखविले तेव्हा मी वर पाहिले, अंतराळातील त्या आनंदी जोडीकडे पाहताच मी हसले.

टेकडीपर्यंत जाऊन आम्ही परत आलो, तेव्हा सूर्य किती तरी वर आला होता. पाहुणा आला की लाजून घरात पळणाऱ्या बालकाप्रमाणे धुके अदृश्य झाले होते. गवतावर कुठेकुठे दवबिंदूंची नाजूक जाळी स्मृतिचित्राप्रमाणे पुसट दिसत होती. मी सहज आकाशाकडे पाहिले. दोन पाखरं कर्कश आवाज करीत चोचींनी एकमेकांना टोचीत होती.

आमचे बोलणे असे फारसे झालेच नाही. परब्रह्म शब्दांनी जाणता येत नाही म्हणून सांगतात, प्रेमाचेही तसेच असावे. देऊळ जवळ आले तेव्हा माणिकराव म्हणाले, ''का मौनव्रत धरलंयस आज?''

''मौनं सर्वार्थसाधनम्!'' मी उत्तरले. ते नुसते हसले.

बिऱ्हाडाच्या बाजूला आम्ही वळणार, इतक्यात काही मंजुळ सूर एकदम आमच्या कानांवर आले. भजन? छे:! देवळाकडून काही ऐकू येत नव्हते ते गाणे. कुतूहल जागृत होऊन आम्ही दोघेही त्या दिशेकडे वळलो. थोडे जवळ जाताच लक्षात आले. शाळा होती ती मुलांची.

" 'हा हिंद देश' म्हणतात वाटतं?" मी म्हणाले, माणिकरावांनी मान डोलावली. गोमंतकातील लोकांच्या मराठी भाषेवरील भक्तीची वर्णने भाऊंकडून मी अनेक वेळा ऐकली होती. सरकारचे साहाय्य नसतानासुद्धा खेडोपाडी त्यांनी मराठी शाळा चालविल्या आहेत. भाषेप्रमाणे देशावरही त्यांचे विलक्षण प्रेम आहे असे मला वाटले. किती मधुर लागत होते त्या गाण्याचे सूर! गोमंतकातल्या बालकांवरसुद्धा कलेचा वरदहस्त असतो यात शंका नाही.

आम्ही अगदी जवळ आलो शाळेच्या. मुले काही दिसत नव्हती. पण गाणे मात्र स्पष्ट ऐकू येत होते.

मुलांची एकेक तुकडी एकेक कडवे म्हणत होती, असे बदलणाऱ्या आवाजावरून दिसत होते, 'हा हिंद देश माझा' हे गाणे नव्हते ते काही! आम्ही लक्ष देऊन ऐकू लागलो.

"हा हिंद देश माझा — गाती सभेत बाला
गुंगुनि गीतनादे — धरितात लोक ताला
कृतिशून्य शब्दजाल — जणु गंधहीन माला
बाहेर मंदिराच्या — निज दीन बंधु बघुनी
हा हिंद देश माझा — आणि मनी न कोणी

'हा हिंद देश माझा' — गर्वे कशास गावे?
का पंजरात रमुनी — नभ जिंकतील रावे?
रणदुंदुभीपरी का — बदलतील बोल पावे?
विझवू शके न झंझा — ज्योतीस ज्या विजेच्या
मुखि गर्जना तिची का — शोभेल काजव्याच्या?

सुखशैलि चांदण्यात — गासी खुशाल रसिका
अंधार घोर खाली — ग्रासी अनंत लोका
क्षण एक थांब ऐक — आक्रोश दीन हाका
चल धाव घे दरीत — या दीपराग गानी
फुलता प्रकाश तिमिरी — येतील शैल चढुनी"

गाणे तर अगदी नवे होते. पूर्वी कुठेही ते वाचल्याचे मला आठवेना. खेडेगावातल्या शाळेत मुलांना असली नवी गाणी शिकविणारा मास्तर मोठा हौशी असावा.

माणिकराव आत यायला फारसे उत्सुक नव्हते. पण माझी उत्कंठा मला स्वस्थ राहू देईना. शाळेत जाण्याकरिता मी पाऊल उचलले! माणिकराव माझ्या मागून आत येत होते. आत पाऊल टाकून मी मास्तरांकडे पाहिले! त्या वेळी मी आश्चर्याने ओरडले कशी नाही, याचेच मला आश्चर्य वाटले.

चंद्रकांत मुलांना ते गाणे शिकवीत होता.

२०

पण चंद्रकांतला पाहताच माझ्या चेहऱ्यावर उमटलेले भाव माणिकरावांना स्पष्ट दिसले असावेत. "तुझ्या ओळखीचे आहेत वाटतं हे मास्तर?"

मी होकारार्थी मान हलविली, "नाव काय यांचं?" असे माणिकरावांनी विचारले, तर त्याचे काय उत्तर द्यायचे?

चंद्रकांताने प्रसंग ओळखला, चटकन पुढे होऊन तो आम्हा दोघांना नमस्कार करीत म्हणाला, "ओळखलंत का मला, उल्काताई?"

घोगऱ्या आवाजात मी उत्तर दिले, "हो."

"पाहुणे कुठले?"

"मुंबईचे."

"गोवा पाहायला आला वाटतं?"

"कामाक्षी ही आईच्या माहेरची देवी! आईही आलीय बरोबर!"

"भाऊ नाही आले?"

"नाही! ते म्हणतात, माझा देव काही दूर नाही माझ्यापासनं?"

"खरं आहे, देवमाणूसच आहेत ते."

या कोटीने इतका वेळ चंद्रकांताकडे तिरसट दृष्टीने पाहत उभे असलेले माणिकराव किंचित हसले– त्यांच्याकडे पाहून तो म्हणाला, "पाहुणे मुंबईचे ना?"

"हो!"

"काय करतात?"

"गिरणीत अधिकारी आहेत मोठे." हे बोलताना मूर्तिमंत अभिमान माझ्या शब्दांत उतरला असावा.

"अस्सं!" म्हणून चंद्रकांताने मान हलविली.

लगेच त्याने विचारले, "हे मुद्दाम गोवा पाहायला आले आहेत वाटतं?"

"तसं नाही काही–"

"मग काय पाहायला?" माझ्याकडे सूचक दृष्टीने पाहत चंद्रकांताने प्रश्न केला. सर्वांनाच हसू लोटले.

हसू ओसरताच चंद्रकांत म्हणाला, "माझी माहिती नाही तू सांगितलीस अजून पाहुण्यांना, इंग्रजी मुलगी हो की जरा!" इतके बोलून माणिकरावांकडे वळत तो म्हणाला, "माझं नाव जयवंत शिरोडकर!"

"शिरोडकर! म्हणजे– मराठी तुम्ही?"

"हो."

विजांच्या कडकडाटात उघड्या माळावर उभे राहावे तसे मला झाले होते.

"गोव्याचे का तुम्ही मूळचे?"

"छे:! पोटामागं लागून आलो गोव्यात! उल्काताई माझी शाळा-सोबतीण. आठवतं का ते बेडकाचं गाणं तुम्हाला, उल्काताई?"

खरे आणि खोटे याचे बेमालूम मिश्रण तो करीत होता.

आम्ही जायला निघालो तेव्हा त्याने विचारले, "दुपारी मोकळ्या आहात का उल्काताई? खूपखूप बोलायचंय तुमच्याशी."

"हो, या की आमच्या बिऱ्हाडी. देवळाजवळच उतरलोय आम्ही."

"तुम्हीच या ना शाळेत."

आईच्या दृष्टीला तो पडला, तर सगळेच बिंग बाहेर फुटेल हे माझ्या लक्षात आले. मी म्हणाले, "येईन की दुपारी."

शाळा मागे पडताच माणिकरावांनी मला विचारले, "खरंच, हा शाळेत होता तुझ्याबरोबर?"

"हो."

"मराठी असून खूप गोरा आहे की! अन् डोळे तर कोकणस्थासारखे घारे आहेत अगदी! काय म्हणाला तो आपलं नाव?"

माणिकरावांना खोटे सांगायचे माझ्या जिवावर आले. पण गत्यंतरच नव्हते तसे केल्यावाचून! मी उत्तर दिले, "जयवंत शिरोडकर."

"हुषार दिसतो हं बाकी मोठा. शिक्षण नाही म्हणून बिचारा कुचंबत पडलाय या खेड्यात!"

दुपारी चंद्रकांत भेटला म्हणजे काय काय सांगेल याची कल्पना करण्यात वेळ कसा निघून गेला ते माझे मलाच कळले नाही. तळीत अंग धुवून मी वर आले तेव्हा माणिकरावांच्या थट्टेने मला गुदगुल्या झाल्या.

आईबरोबर देवळात गेले तेव्हा प्रदक्षिणा न घालता देवकृत्यांचे दर वाचीत मी उभी राहिले. आई म्हणाली, "तू कशाला घालशील प्रदक्षिणा? मनाजोगता नवरा

मिळाल्यावर मग–''

''हे गं काय आई?'' म्हणून मी एक-दोन प्रदक्षिणासुद्धा घातल्या. पण खरे सांगायचे, तर आईच्या टीकेने मला आनंदच झाला होता.

पण धुक्याआडून डोंगर दिसतो ना? तसा या थट्टेच्याही मागे चंद्रकांत मला पदोपदी दिसत होता. जेवायला बसायच्या आधी मागच्या दारात झळकीत एक नवेच फूल दिसले मला. ते कसले आहे हे पाहण्याकरिता मी हात घातला. हाताला काटे तर लागलेच; पण धडपड करताना करंगळीत एक कूस गेले. माणिकरावांनी ते कूस काढण्याकरिता माझा हात हातात घेतला. इथे आहे ते म्हणून दाखविण्याकरिता मी डाव्या हाताचे बोट उचललेदेखील. इतक्यात माणिकरावांनी चटकन आपली अंगठी काढून ती माझ्या करंगळीत घातली.

कुसाचे दु:ख कुठल्या कुठे गेले. लाजून ती मी अंगठी काढणारसुद्धा होते. पण माणिकरावांनी एवढाले डोळे केले की–

जेवताना आई म्हणाली, ''तुझं लक्ष नाही आज जेवणावर! लवंगेने उष्णता आणि वेलदोड्यांनी थंडी होणाऱ्या कसल्या ग पोरी तुम्ही आजकालच्या! कूस कूस ते काय–'' इतक्यात तिची दृष्टी माझ्या करंगळीवर गेली.

''अंगठी कुठली ग ती?''

मी काय उत्तर देणार? माणिकरावही नुसते हसले.

अण्णासाहेब म्हणाले, ''अरे वा:! तीन अंक झाले म्हणायचे शाकुंतलाचे! घरी गेले की भाऊसाहेबांना कण्वाचं सोंगच घ्यायला सांगितलं पाहिजे आता.''

अण्णासाहेब हे सहज बोलून गेले. पण माझे मन उगीचच चरकले. अंगठी– शाकुंतल! त्याचा चवथा अंक– चवथ्या अंकामागून पाचवा अंक हा यायचाच!

पण ही उदासीनता फार वेळ राहिली नाही. आईची थट्टामस्करी आणि अण्णासाहेबांचा घास देण्याचा आग्रह यांच्यापुढे मनाचा खिन्नपणा टिकणार तरी कसा? त्या दोघांनी लग्न केव्हा, कुठे व कसे करायचे याची वाटाघाटसुद्धा केली. मला वाटते, पुढल्या वर्षी नातवंड झाले तर त्याला घेऊन तुझ्या दर्शनाला येईन असा कामाक्षीला आईने नवसदेखील केला असेल मनात, या दंगलीत मी चंद्रकांताची आठवण पार विसरून गेले. आज त्या गोष्टीचे किती वाईट वाटते! पण मुले खेळात गुंग झाली की त्यांना भुकेचीसुद्धा शुद्ध राहत नाही! प्रणयलीला म्हणजे तरी काय? तरुणांचे खेळच नव्हेत का?

त्या दिवशी रात्री आम्हा दोघांनाही काही केल्या झोप येईना. दु:ख आणि आनंद यांच्या शरीरावर होणाऱ्या परिणामात किती साम्य असते! मध्यरात्र उलटली, बाहेर चंद्रोदय झालेला दिसत होता. माणिकराव म्हणाले, ''तळीवर येतेस का? गार वाऱ्यानं झोप तरी येईल मग.''

नकार देण्याचा विचार माझ्या मनात आलाच नाही, असे नाही. पण भाऊंनी माणिकराव येण्यापूर्वीच मला सांगितले होते, 'उल्का, इंग्लंडात राहिलेल्या माणसांना धीट मुली आवडतात. तिकडे स्त्रिया पुरुषांइतक्या मोकळेपणाने वागतात. त्यातून ज्याच्याशी आपलं लग्न व्हायचंय त्याच्याशी मनमोकळेपणानं वागलं पाहिजे. समुद्राची मर्यादा भरतीवरून ठरवतात; सुकतीवरून नाही! विनयही असाच हवा.'

ते सारे संभाषण मला आठवले. आळस देण्याकरिता मी हातात हात घालून बोटे मोडली, तेव्हा करंगळीतल्या अंगठीचा स्पर्श जणू काही मनाला झाला आणि चटकन जायला उठले. चंद्र नुकताच वर आला होता. त्यामुळे तळीचे रम्य दृश्य एखाद्या सुंदर स्वप्नाप्रमाणे आम्हाला भासले. पाण्यात पाय सोडून किती तरी वेळ आम्ही बसलो होतो. बऱ्याच वेळाने माणिकराव म्हणाले, "उल्का, ही रात्र अशीच राहिली तर किती बरं होईल."

"कध्धी कध्धी उजाडूच नये?" मी म्हटले.

"उल्का, आपलं लग्न होईल तेव्हा होईल. पण मनात तू माझी अन् मी तुझा आहे हे तरी खरं ना?" माझा थरथरणारा हात आपल्या हातात त्यांनी घेतला. नदीच्या मुखापाशी बांध घालून तिला समुद्रापासून दूर कोण ठेऊ शकेल? मी त्यांच्या हातात हात दिला. त्यांनी झटकन वाकून त्याचे चुंबन घेतले. एक प्रकारची गोड भोवळ मला येऊ लागली. वाटले, त्यांच्या खांद्यावर मान टाकावी आणि–

तळीच्या फरशीवर कुणाचीशी पावले वाजली. चपापून आम्ही दूर झालो. ती व्यक्ती आमच्याकडेच येत होती. आम्ही तिथे बसलो आहो याचे तिला कदाचित भानही नसावे. चंद्र आता चांगला वर आला होता.

त्या व्यक्तीचा चेहरा दिसला– चंद्रकांत! आम्हाला पाहताच तो दचकून मागे फिरला.

माणिकराव हळूच म्हणाले, "चांगली बाहेरख्याली दिसते स्वारी!"

माझ्या काळजात चर्र झाले. माझी वाट पाहून चंद्रकांत अगदी शिणला असेल. मी भेटायला गेले नाही म्हणून त्याला किती वाईट वाटले असेल. उदास मन:स्थितीत झोप कशी येणार? बिचारा डोके शांत करण्याकरिता तळीवर आला असावा.

पण माणिकरावांना हे कसे सांगायचे? त्यांच्या दृष्टीने चंद्रकांत म्हणजे जयवंत शिरोडकर. मराठा जातीचा एक पोटार्थी मास्तर! त्या रात्री झोप न येण्याचे कारण काय? त्याचा क्रांतिकारकांच्या कटाशी थोडाच संबंध होता!

गोव्यात एवीतेवी आलो आहोत, तेव्हा दूधसागरही पाहून घ्यावा, असे अण्णासाहेब म्हणू लागले. माणिकरावांची रजा शिल्लक होती. तेव्हा त्यांनीही संमती दिली. मला तरी कुठे पाहायला नको होता.

भाऊ घरी काळजी करतील म्हणून त्यांना या वेळी जे पत्र मी पाठविले त्यातला काही भाग वाचला की अजूनही मन उद्विग्न होते. मानवी जीवन म्हणजे आशा आणि निराशा यांनी खोखो खेळावे म्हणून तयार केलेले क्रीडांगणच आहे का नुसते? दिव्य तारकांप्रमाणे वाटणारे प्रणयभाव म्हणजे अंतराळात उडणारे काजव्यांचे थवेच ठरावेत ना? ते काही का असेना, प्रणय मनुष्याला केवढी मोहिनी घालतो हे त्या पत्रावरून आता मला कळून येत आहे.

'काल अण्णासाहेबांनी जेवताना श्लोक म्हणायची टूम काढली. प्रथम माणिकरावांनी एक लहानसा श्लोक, पण फारच सुंदर म्हटला. नंतर माझी पाळी आली, तेव्हा मात्र मला ब्रह्मांड आठवले. पण सर्वांनी विशेषत: माणिकरावांनी फार आग्रह केल्यामुळे मी कसेबसे 'शिपायाचे गाणे' हे पद रडत मरत म्हटले. मुलगी असून माणिकरावांच्या मानाने काहीच म्हणता आले नाही मला. मी जवळ जवळ रडकुंडीलाच आले. येते वेळी चांगली दोन-तीन गाण्यांची रंगीत तालीम करून आले असते तर बरे झाले असते असे वाटले.

'भाऊ, मी किती तरी सुदैवी आहे. पाच-दहा हजार हुंडा देऊनही मला असं स्थळ सात जन्मी तरी मिळालं असतं की नाही याची शंकाच आहे. माणिकरावांना पाचशे रुपये पगार असो नाही तर पन्नास असो, मला त्याची पर्वा नाही. मला दागिन्यांची हौसही नाही व गरजही नाही! देवाने मला एकच बिनमोल दागिना दिला आहे.

आणखी पुष्कळ लिहिणार होते. पण मनात लपून बसलेली लाज लिहूच देत नाही. काय करू?

तुमची
उल्का.'

दूधसागर पाहून आम्ही घरी परत आलो. माणिकराव, भाऊ व अण्णासाहेब यांचे खूप बोलणे झाले. आईबापांची परवानगी मिळायला चरा-सहा महिने लागतील. ती नाही मिळाली तर आपण लग्नच करणारच; मात्र सध्या लग्न ठरल्याची गोष्ट गुप्त ठेवावी, असे माणिकरावांचे म्हणणे पडले. त्यात गैर काहीच नव्हते. भाऊंनी ते आनंदाने मान्य केले.

मुंबईला जायच्या आदल्या दिवशी माणिकरावांनी किल्ल्यावर जाऊन येण्याचे ठरविले. शाळा असल्यामुळे भाऊंना काही बरोबर जाणे शक्य नव्हते. पण शाळेत येणारा किल्ल्याजवळचा गाबीत मुलगा वाटाड्या म्हणून ते देणार होते. दुपारपर्यंत सर्व ठीक होते. पण जेवताजेवताच आईला थंडी पाजून ताप भरला. दूधसागराचा भर थंडीतला प्रवास तिला सोसला नाही असे दिसले. शिलालेख पाहण्याकरिता

अण्णासाहेब आणि वेळ गमतीने जावा म्हणून मी जाणार होते; पण आयत्या वेळी माझे जाणे रहित झाले. ताप भरल्यानंतर दोन तासांनी आईला ओकारी येऊ लागली. तिचे डोके धरणे, हात-पाय आवळणे वगैरे कोण करणार? मी घरीच राहिले.

तो गाबत्याचा मुलगा आला आणि त्या दोघांना घेऊन गेला. संध्याकाळी माणिकराव परत आले ते स्वस्थ पडून राहिले. मला वाटले, मी बरोबर गेले नाही म्हणून ते रागावले असावेत. त्यांचा राग घालविण्याकरिता मी म्हणाले,

"मी का आले नाही आहे का ठाऊक?"

"मी काही भूतभविष्य जाणणारा ज्योतिषी नाही!"

"किल्ला म्हणे जुन्या काळची रहस्यं सांगतो माणसांना आणि गुप्त गोष्ट तर षट्कर्णी सांगू नये असा नियमच आहे; नाही का?"

"किल्ला जुन्या काळची रहस्य सांगतो हे मात्र खरं!"

"काय सांगितलंन त्यानं तुम्हाला?"

"रहस्य फोडण्याकरिता नाही कुणी सांगत!" माणिकराव जरा विचित्र स्वरातच उद्गारले.

हे भाषण चालले असताना वसंत आणि मी ज्या दिवशी किल्ल्यावर गेलो होतो तो दिवस मला आठवला! मन कसे शिरशिरले. पण मी स्वत:ची समजूत घातली, "मेलेल्या माणसांचीसुद्धा भुतं होत नाहीत; मग मेलेल्या दिवसांची कुठून होणार?"

आमची संवाद ऐकून अण्णासाहेब उद्गारले, "किल्ला जुन्या काळचं रहस्य सांगतो हे मात्र खरं. मी सारखा शिलालेखापाशी बसलो होतो त्या! माणिकराव आपले फिरत होते त्या पोराबरोबर!"

सुख मृगाच्या पावसासारखे असते. तो एकदा पडायला लागला की सरीवर सरी सुरू होतात. पुढचा महिना दीड महिना किती आनंदात गेला माझा! माणिकरावांची पत्रे आणि त्यांच्याबरोबर येणाऱ्या भेटीच्या वस्तू दर आठवड्याला येत होत्याच. इंदूचे मध्ये एक आले.

'आईने वसंताशी (तुझा आतेभाऊ आहे तो म्हणे) माझे लग्न ठरविले होते. पण माझ्या वडिलांना परवाच सट्ट्यात खूप फायदा झाला आहे. ते इतक्यात एका गिरणीचे भागीदार होतील. आता त्यांना इतका भिकार जावई कसा पसंत पडणार? त्यांनी आईला चक्क नकार कळविला. लग्न न करण्याचा माझा बेत आयताच पार पडला. नाही? गिरणीकामगारांच्या सभांत मी हल्ली भाग घेऊ लागले आहे. उल्का, तुझे लग्नाचे वेड अजूनही कायमच आहे का?'

मला वाटले, प्रेमाला वेड म्हणणारी इंदूच वेडी आहे. ताजमहालापुढे आंधळ्याला नेऊन उभे केले, म्हणून त्याला आनंद थोडाच होणार आहे? प्रेम हे वेडे असेलही कदाचित. पण गोड गोड वेड नाही का? इंदू मोठी शहाणीच की नाही? मोठमोठ्यांना

लागते हे वेड? अगदी आजीबाईचा आव आणून उपदेश करते आहे मला. पण म्हणावे, ''बाईसाहेब, नुकती कुठं विशी उलटली आहे. उद्या एखादे आजोबा दिसले, की आजीबाईंचे तत्त्वज्ञान राहील बाजूला! आणि–''

'एखादे आजोबा दिसले की' हा विचार मनात आला, तेव्हा माझे मलाच हसू आले. आज ना उद्या इंदूची फजिती खास होणार. विमानात बसून काही सबंध जन्म काढता येत नाही कुणाला. विमानाला जमिनीवर उतरावे लागतेच की कधी तरी!

आत्याबाईंची आणि वसंताची पुरी खोड मोडल्याची बातमी या पत्रावरून मला पहिल्यांदा कळली. क्षणभर का होईना, सुडाचे समाधान माझ्या मनाला मिळाले. हातचे सोडून पळत्याच्या पाठीशी लागणारा मनुष्य हात चोळीत परत आलेला पाहण्यात गंमत आहे एक प्रकारची. आत्याबाईंचा चेहका आता कसा दिसत असेल ते एकदा पाहावेच अशी तीव्र इच्छा माझ्या मनात उत्पन्न झाली.

त्या दिवशी देव अगदी माझ्या मनात येऊन बसला होता की काय कोण जाणे! संध्याकाळी आत्याबाई सावंतवाडीहून अचानक आल्या! बरोबर चंद्रकांताच्या आईलाही त्यांनी आणले होते. या पिछेहाटीच्या प्रसंगी थोडा पाठिंबा मिळावा म्हणून दूरदर्शीपणाने त्यांनी ही योजना केली असावी. येऊन हातपाय धुताच त्यांनी मोठ्या प्रेमाने मला हाक मारली, ''बाळ, उल्का–''

त्या हाकेने केवळ मीच नव्हे, तर आई व भाऊही चकित झाले. मला काहीच कळेना! स्वभावावर कुणी रामबाण औषध हल्लीच शोधून काढले की काय आणि त्याचा पहिलाच प्रयोग आत्याबाईंवर झाला आहे काय?

मला जवळ घेऊन माझ्या पाठीवरून हात फिरवीत त्या म्हणाल्या, ''किती ग वाळलीस तू!''

आत्याबाई चष्मा लावीत नव्हत्या, नाही तर त्याच्या काचा उलट्या बसल्या असाव्यात असे मला वाटले असते. गेल्या दोन-तीन महिन्यात माझी प्रकृती किती तरी सुधारली होती! कालच भाऊ म्हणाले होते, ''उल्काचे गाल वर यायला लागले हं आता!''

आई हसून म्हणाली होती, ''यायला पाहिजेत हळूहळू! तान्ह्या मुलांना आईचा गालगुच्चा घेण्याता गंमत वाटते फार!''

या थट्टेने मला आनंद झाला होता. मग ती जणू काही आपल्याला आवडली नाही असे दाखवीत मी उत्तर दिले होते, ''तर– तर! घरचा दरवाजा मोठा करा लवकर भाऊ, नाही तर मी काही घराबाहेर जाणार नाही. इथंच राहीन जन्मभर.'' हे सारे संभाषण आठवून मला हसू आले.

आत्याबाई म्हणाल्या, ''हसतेस काय पोरी? निम्म्यानं नाही राहिलीस पूर्वीच्या!''

चंद्रकांताच्या आईने दुजोरा दिला, ''परवा कीर्तनात सांगितलं नाही का?

बोवांनी? काळजी म्हणजे काय? जी जी करायला लावणारा काळ! आधीच उफाड्याची पोरगी लग्नाच्या काळजीने वाळली झालं. होईल आता तुझं लग्न!''

वारा कोणत्या दिशेला वाहत आहे हे आमच्या सर्वांच्याच लक्षात आले. त्याला तोंड देण्यापेक्षा पाठ देणं अधिक बरं असा विचार करून भाऊंनी हातात वर्तमानपत्र घेतले. आई स्वयंपाकाला लागली आणि आकाशातील शुभ्र ढगांच्या पायघड्यांवरून पौर्णिमेच्या चंद्रांची वरात नुकतीच कुठे निघाली होती, ती पाहत मी अंगणात येरझाऱ्या करू लागले.

जेवणखाण आटोपले, किल्ला सर करायचा असला तर आता हल्ला चढविलाच पाहिजे, अशा निर्धाराने आत्याबाईंनी संभाषणाला सुरुवात केली. इंदूची आई, इंदू, इंदूचा बाप, या सर्वांचा उद्धार झाला. शेवटी डोळ्यांत पाणी आणून त्या म्हणाल्या, ''वसंत लग्नच करणार नाही म्हणतो आता. चांगला वकील झाला. पहिल्यापासून चार पैसे मिळायला लागले. आंबेगावचे जमीनदार असतात बघ बेळगावला. सबंध गाव आहे म्हणजे त्यांच्या मालकीचं. वसंत आपल्याच जातीचा म्हणून त्याच्याकडे काम देऊ लागले आहे ते!''

''मग नडतंय कुठं?'' भाऊंनी विचारले.

''तो म्हणतो करीन तर उल्काबरोबरच लग्न करीन.''

हे वाक्य ऐकून मला काय वाटले हे सांगणे कठीण आहे. एका क्षणात मनुष्याच्या मनात एवढे मोठे वादळ होते आणि परस्परविरोधी इतक्या लाटा उठतात की शब्दांनी त्यांचे वर्णन करणेच शक्य नसते.

''छान जोडा दिसेल हं दोघांचा.'' चंद्रकांताच्या आईने मत दिले.

''पण उल्काचं लग्न ठरलंय दुसरीकडे!''

''दुसरीकडे?'' पायांखालची जमीन दुभंगू लागली तर मनुष्य जसा चेहरा करील तसा करीत आत्याबाई म्हणाल्या.

''हो, दुसरीकडे! तुम्ही नाही म्हटलंत म्हणून उल्काला काही कुवार तर ठेवायची नाही जन्मभर!''

''कुठं जमलं?'' आत्याबाईंनी धूर्तपणाने प्रश्न केला. स्थळ गरीब असले तर वसंताच्या वकिलीचे रसभरित वर्णन करण्याचा डाव त्यांच्या मनात घोळत असावा.

''जमलंय कुठं तरी!'' माणिकरावांना वचन दिल्यामुळे असो, अगर आत्याबाईंशी अधिक बोलण्यात अर्थ नाही या विचाराने असो, भाऊंनी एवढेच उत्तर दिले.

''गुप्त स्थळ आहे वाटतं?'' आत्याबाई खोचक स्वराने म्हणाल्या, भाऊ काहीच बोलत नाहीत असे पाहून त्यांनी पुढे उद्‌गार काढले, ''यांच्या चंद्रकांताशी नाही ना ठरलं? हो, तोही गुप्तच आहे म्हणे कुठं! तुमचं काय? सुधारक पडला तुम्ही, मागच्या पिढीला पुनर्विवाह झाला. पुढच्या पिढीला भटाबामणांचं लग्न

व्हायला काय नड आहे?'' भाऊ नुसते हसले. मी चंद्रकांतच्या आईकडे पाहिले. नापत्ता झालेल्या मुलाच्या आठवणीने तिच्या डोळ्यांत अश्रू उभे राहिले असतील अशी माझी कल्पना होती. पण कुठले अश्रू आणि कुठले काय? आत्याबाईंची सुधारणेवरील सरबत्ती आनंदाने ऐकत ती स्वस्थ बसली होती!

माजघरात हा सर्व संवाद चालला होता. मी खिडकीत बसून तो ऐकतच होते. खळ्यात एकदम कुणाचीशी सावली दिसली. मी दचकले. मला मग वाटले भाऊंकडे कुणी तरी आले असेल, बाहेर जाऊन बघावे हे बरे! मी दार उघडताच अंगणातल्या त्या व्यक्तीने वर पाहिले. स्वच्छ चांदण्यात चटकन मी ओळखले– चंद्रकांत होता तो!

आराखड्यापलीकडच्या माडांच्या सावलीत त्याला नेऊन मी उभे केले आणि अंगणात येऊन भाऊंना हाक मारली. भाऊंच्या कानात घाबऱ्या घाबऱ्या मी सारे सांगितले. ते म्हणाले, ''मी कंदील देतो. तो घेऊन टेकडीवर जाऊन बसा तुम्ही. ही माणसं निजली म्हणजे मी येतो बोलवायला.

भाऊ आत गेले. त्यांचे शब्द बाहेर स्पष्ट ऐकू येत होते. ''उल्काची कुणी मैत्रीण आली आहे म्हणे वाडीहून. उद्या पहाटेच जाणार आहे ती मुंबईला. भेटायला बोलावलं आहे तिनं उल्काला.''

मला हसू आले. चंद्रकांत माझी मैत्रीण! कंदील हातात घेऊन मी पुढे झाले. चंद्रकांत मागून येऊ लागला. पांदणीतली वाट उंचसखल असल्यामुळे मी वारंवार मागे वळून त्याला दिवा दाखवी. दोन्ही बाजूंना दाट झाडी असल्यामुळे सावल्या व चांदणे यांचे विचित्र मिश्रण पदोपदी दिसत होते. मला ते क्षणभर माझ्या मनाचे प्रतिबिंबच वाटले.

टेकडीवर या रात्रीच्या वेळी कोण असणार? माणिकराव आले होते तेव्हा ज्या खडकावर आम्ही बसलो होतो, तिथेच आताही जाऊन बसलो. चांदणे पिठासारखे स्वच्छ पडले होते. समोर समुद्र एखाद्या जुन्या गोड आठवणीप्रमाणे अंधुक पण रम्य दिसत होता. डावीकडले माड, उजवीकडले तळे– जिकडे तिकडे शांतता नांदत होती. समुद्राचा शांत गंभीर आवाज देवालयातील रुद्राच्या आवर्तनाप्रमाणे मला वाटला. टेकडीच्या अगदी दूरच्या कोपऱ्याकडे मी सहज पाहिले. एक चिता जळत होती. माणिकराव आले त्या दिवशी तिथेच मुले पतंग खेळत होती. पतंग– चिता! माणिकराव– चंद्रकांत!

''तुला शंभर वर्षे आयुष्य आहे हं अगदी!'' थोड्या वेळाने मी चंद्रकांताला म्हणाले.

''ते कसे?''

''नुकतीच आठवण काढली होती तुझी आम्ही!''

''असं!'' त्याच्या चेहऱ्यावर आनंदाची छटा येऊन गेली. लगेच तो म्हणाला, ''शंभर वर्षे असलं तर बरंच होईल! देश सुखी झालेला पाहायला तरी मिळेल!''

''कसा सुखी होणार तो?'' मी टोचून विचारले.

''कसा? उल्का, सोपा आहे का हा प्रश्न? रानडे-आगरकर-टिळक-गोखले– किती किती मोठ्या लोकांनी हा प्रश्न सोडवण्याचा प्रयत्न केला. त्या विभूती गेल्या; पण प्रश्न काही सुटला नाही अजून.''

''महात्मा गांधींनासुद्धा नाही का सुटणार तो?''

''खरं सांगू? गांधी मोठे आहेत; पण हा प्रश्न त्यांच्याहूनही मोठा आहे.''

''टिळकांपासून गांधींपर्यंत सर्व नापास झाले त्या प्रश्नात! मग पास कोण होणार? तुझ्यासारखे क्रांतिकारक?'' हे बोलताना माणिकरावांनी केलेली क्रांतिकारकांची निंदा मला अक्षरश: आठवत होती. तिच्यात जिवाच्या भीतीने गोव्यात लपून बसलेल्या एका सामान्य मनुष्याने सर्व मोठ्या लोकांवर तोंडसुख घ्यावे या रागाची भर पडली.

चंद्रकांत संथपणाने म्हणाला, ''उल्का, पास-नापासाचा प्रश्न नाही हा! एका रीतीने उदाहरण सुटलं नाही तर दुसरी रीत शोधून काढायला नको का?''

''मुलखावेगळी रीत घेऊन उदाहरण सुटतं वाटतं? तीन माणसांनी कुणाला तरी ठार मारण्याचा कट करायचा– एकानं पळून जायचं, दुसऱ्यानं माफीचा साक्षीदार व्हायचं! काय पण रीती या?''

''माझं ऐकून घेशील जरा? त्या दिवशी शिरोड्याला भेटायला येते म्हणून सांगितलंस अन् तू आली नाहीस, किती वाईट वाटलं मला. रात्रभर झोप आली नाही त्या दिवशी!''

''विसरले रे मी त्या दिवशी!'' किंचित वरमून मी म्हटले.

''विसराळूपणाचं औषध घेतल्यावर विसरायला व्हायचंच!''

''म्हणजे?''

''म्हणजे काय? प्रेम हे अजब औषध आहे असलं! एकलव्याची गोष्ट आहे ना महाभारतात? त्यानं नेम धरला तेव्हा त्याला जवळची माणसं दिसली नाहीत, झाड दिसलं नाही, त्याचा शेंडासुद्धा दिसला नाही. दिसत होता काय? तर ज्याच्यावर नेम धरला आहे तो पक्षी!''

''अनुभवाचे बोल दिसतात हे!'' त्याची थट्टा त्याच्यावर उलटविण्याच्या उद्देशाने मी बोलून गेले.

''अनुभव खरा; पण फार कटू आहे तो!'' एवढे म्हणून त्याने एक सुस्कारा टाकला. त्या जळत्या चितेकडे तो किती तरी वेळ पाहत होता. मला लहानपणाची

आठवण झाली. तो असाच समुद्रातल्या खडकावर बसला होता. मी जाऊन त्याला हाक मारली आणि मृत्यूच्या मुखातून तो बाहेर आला. मला राहवेना. मी म्हटले, "चंद्रकांत, वेड्यासारखं तिकडे काय पाहतोस सारखा? हे पाहा–" मी किंचित जवळ जाऊन त्याच्या कपाळावर हात ठेवला. किती तापले होते ते!

मी चटकन हात मागे घेतलेला पाहून तो म्हणाला, "चटका बसला ना चांगला? माझ्या डोक्यातसुद्धा जळतेय एक चिता. पण अजून काही राख झाली नाही त्या प्रेताची!"

कोणत्या गोष्टीला उद्देशून तो हे बोलत आहे हे मला कळले नाही. पण त्याच्याविषयी मन मात्र अगदी कळवळून गेले. मी त्याला म्हटले,

"तुला काय होतंय ते सांग तरी!"

"एक गोष्टच सांगतो तुला. एक होता राजा अन् एक होती राणी–"

"असं आडपडद्यानं कशाला सांगतोस? त्या राजाचं नाव चंद्रकांत आणि राणीचं नाव कल्पना!" मनात आले ते मी बोलून गेले.

तो एकदम चपापला, क्षणभर स्वस्थ बसला आणि मग हसून म्हणाला, "उल्का, सी.आय.डी.त चांगली जागा मिळेल तुला!"

"कशाला? तुझ्यासारख्या फरारी माणसाला पकडायला?– चंद्रकांत, क्रांतिकारक कट करतात की प्रेम करतात रे?"

"दोन्ही करतात. माणसंच आहेत ती! उल्का, खरं सांगू तुला? कल्पनेला शांतिनिकेतनजवळ मजुराच्या झोपड्यात मी पहिल्यांदा पाहिलं. माझ्या ध्येयाची देवताच वाटली ती मला!"

"ध्येयाची का हृदयाची?" हा प्रश्न माझ्या अगदी ओठाशी आला होता. पण मी तो विचारला नाही.

"मजुरांच्या बायकांना शिकवणे, मुलांना औषध देणे, किती तरी गोष्टी ती आठवड्यातून दोनदा येऊन करीत असे. तिच्याबरोबर मी कलकत्त्याला गेलो आणि जाळ्यात सापडलो."

"कसल्या? प्रेमाच्या?"

"प्रेमाच्या आणि कटाच्या! उल्का, एखाददुसऱ्या अधिकाऱ्याचा खून करून क्रांती व्हायला सध्याचं राज्य काही लपंडावातलं आहे का? मला हे सारं कळत होतं. पण विजय आणि कल्पना यांची पाच वर्षांची मैत्री. विजयला अधिकाऱ्याच्या खुनाखेरीज दुसरं काहीच दिसत नव्हतं. मी त्याला किती समजावून सांगितलं. पावसाळ्याच्या दिवसांत आपले पतंग नि पाखरं दिव्यावर घालून घेतात ना? त्यातले हे क्रांतिकारकांचे कट! पाखरं भुर्रकन् जळून जातात! चुर्र आवाज होतो, झालं! एखाद्याची उडी बरोबर पडली, तर एखादा दिवा विझतो. पण दिवा

विझला म्हणून तेल आणि काड्या काही संपत नाहीत, लगेच पुन्हा तो दिवा लागतो–''

''तू संबंध का सोडला नाहीस आपला?''

''विजयचा सोडला असता, पण–''

''कल्पनेला सोडवेना! होय ना? खरंच आहे. तू कवी आणि ती कल्पना!''

थोडेसे हसून तो म्हणाला, ''कलकत्त्याला कालीची देवळं असतात, उल्का! कामाक्षीची नाहीत! अन् देवळापुढं तळ्याही नसतात. मग तिथली चांदण्यातली शोभा पाहायला–''

''गोव्यातल्या गोष्टी मग बोलू आपण. कलकत्त्याच्या सांग तू आधी.''

''सांगायचं काय? तुझ्यासाठी आज मी इथं नाही का आलो? कल्पनेमुळं तसाच कलकत्त्याला अडकून पडलो. त्या बॉंबशी प्रत्यक्ष संबंध काहीच नाही माझा. पण पोलिसांना तिघांचा फोटो मिळाला असावा–''

''तिघांचा कशाला काढला होता फोटो?''

''काढणार होतो दोघांचाच! माझा आणि कल्पनेचा! तिनं विजयला पत्ताच लागू दिला नव्हता. पण आयत्या वेळी विजय आला तिथं!''

''अगदी रंगाचा भंग झाला म्हणायचा!''

''काय झालं ते झालं! त्या फोटोच्या दिवसापासून कल्पनेचं माझ्यावर प्रेम जडलं आहे हे विजयला कळून चुकले. मी त्याचा प्रतिस्पर्धी आहे असं त्याला वाटू लागलं. कल्पनेच्याही हे ध्यानात आलं असावं. त्या दोघांनी मी येण्यापूर्वी काही तरी करायची शपथ घेतली होती. कल्पना काही केल्या शपथ मोडायला तयार होईना. एके दिवशी काशीला आपली मावशी आजारी आहे असं सांगून तिनं मला काशीला पाठवलं. मी येऊन तिनं दिलेल्या पत्त्यावर जातो तो मावशी नाही नि काही नाही! त्याच दिवशीच्या वर्तमानपत्रात कलकत्त्यात मॅजिस्ट्रेटवर बॉंब टाकल्याची बातमी मी वाचली. कल्पना आणि विजय– दोघंही सापडली. विजय माफीचा साक्षीदार होत असल्याचं कळलं. पोलिसांच्या हातात सापडायचं म्हणजे जन्मभर तुरुंगात रखडत बसायचं म्हणून मी तडक गोव्यात आलो.''

त्याचे आयुष्य म्हणजे अद्‌भुतरम्य कादंबरीच वाटली मला!

किती तरी वेळ चांदण्याकडे चंद्रकांत पाहत होता. नंतर माझ्याकडे वळून तो तो म्हणाला, ''हे चांदणं म्हणजे गाणंच वाटतं आकाशाचं! आपणही या वेळी गुणगुणावं असं नाही का?''

''म्हण ना एखादं नवं गाणं–''

''वा:! म्हणजे टेकडीवर कोण ओरडतंय म्हणून पोलिसांनी इथं यावं आणि मला पकडून एक हजाराचं बक्षीस मिळवावं. त्यापेक्षा तूच घेऊन चल मला

पोलिसठाण्यावर. हजार रुपयांचा आहेर तरी केल्यासारखा होईल मी तुझ्या लग्नात!''

किंचित हसून मंजुळ स्वरात तो म्हणू लागला–

''बाळ होऊ या   खेळ खेळू या
सृष्टीलाही खेळीमेळी   बाळ करू या ॥धृ.॥
आकाशाच्या अंगणात   प्राजक्ताचा सडा होत
फुलवाया पृथ्वीलागी   प्रेम वर्षू या ॥
घालूनिया नित्य पाणी   श्रमली ना वर्षाराणी
बाळे तिची हळूहळू   जळ सिंचू या ॥
रुसोनिया पानाआड   बैसल्या ज्या कळ्या द्राड
लाडे लाडे त्यांना गोड   हसू आणू या ॥
विश्वाच्या या भव्य वृक्षी   तारकांचे दिव्य पक्षी
डोलवाया तरुमुळी   जळ घालू या ॥
किती उंच अंतराळ   भूमि भासे खूप खोल
वायूचा हा हाती सोल   भीति कासया ॥
मरणाचे भय कोणा   प्रेमा मृत्यू नाही जाणा
होऊनिया मोतीदाणा   पर्णी नाचू या ॥
साईसुट्ट्या म्हणूनिया   रानी धावू या लपाया
तृणपर्णांमागे उगी   सारे बसू या ॥
मांडू ऐसा लपंडाव   शोधशोधो सूर्यदेव
हाती त्याच्या लागताना   हासू नाचू या ॥
किरणांच्या विमानात   वायूवरी झोके घेत
प्रेमगीत गात गात   घरी येऊ या ॥''

''लहान मुलांचं गाणं दिसतंय हे?''

''लहानांचं का? मोठ्यांचं देखील आहे. कल्पनेला हे शिकवलं होतं मी. ती हे नेहमी म्हणे!''

मी त्याच्याकडे पाहून हसत हसत विचारले, ''हा दवबिंदू बाळ होऊन काय करणार आहे आता? चांगला गोव्यात सुरक्षित होता–''

''नुसता जीव सुरक्षित ठेवून काय करायचंय? त्याचा उपयोग नको का व्हायला? गुन्हा नसताना पाच-दहा वर्षांची सक्तमजुरी कपाळी येणार म्हणून गोव्यात आलो पहिल्यांदा! पण तळमळ काही कमी होत नाही मनाची. उल्का पोटाची भूक दुपारीच लागते, हृदयाची तहान तारुण्यातच उत्पन्न होते. पण

आत्म्याला केव्हा भूक लागते याचा नेम नाही आणि ती लागली म्हणजे दुसरं काही सुचत नाही. ती कशी भागवायची हे–''

एरवी त्याच्या या वाक्याची मी थट्टा केली असती. पण रात्रीचे दहा वाजून गेले तरी तो अजून उपाशी आहे हे एकदम माझ्या लक्षात आले.

मी क्षमा मागण्याच्या सुराने म्हणाले, ''तू उपाशी आहेस हे विसरून गेले होते मी!''

''चांगली गृहिणी होशील! एकदा आलेला पाहुणा फिरून काही पाऊल टाकणार नाही तुझ्या घरात!''

इतक्यात भाऊच एका हातात कंदील व दुसऱ्या हातात एक लहानसा डबा व भांडे घेऊन आले. त्यांनी डबा उघडून ठेवताच चंद्रकांत गहिवरला.

भाऊ म्हणाले, ''आधी खा तू थोडे, मग बोलू या आपण.''

''तुम्हीही घ्या की थोडे!''

''आम्ही जेवलोय चांगले पोटभर!''

''पण हे चांदणं-भोजन आहे ना! यात पंक्तिप्रपंच कसा चालेल?''

त्याच्या आग्रहावरून आम्ही थोडेसे खाल्ले. त्याचे पाणी पिणे संपल्यावर भाऊंनी विचारले, ''काय करणार आहेस तू पुढे?''

''गिरणीत मजूर होणार!''

''ब्राह्मणाचा मुलगा आणि–''

''ब्राह्मण नाही तो सध्या! मराठा आहे! होय की नाही शिरोडकर?'' मी हसत म्हटले.

''आणि ब्राह्मण असतो तरी मजुरी करायला काय हरकत आहे? भाऊसाहेब, एका अर्थानं तुम्हीसुद्धा मजूर नाही का? महिना तीस रुपये घ्यायचे आणि–''

''पण गिरणीतले श्रम तुला सोसतील का?''

''मजुरांची बायका-पोरंसुद्धा राबतात तिथं! मग माझ्यासारख्या पुरुषाला काय धाड होणार आहे! आपण सगळेच मजूर झालो, तर आमची सारी दुःख हां हां म्हणता कमी होतील!''

''सगळेच मजूर झाले तर मालक कुणी व्हायचं?'' मी थट्टेच्या स्वरातच विचारले.

''सगळ्यांनीच! तेच मजूर आणि तेच मालक!'' त्याने गंभीरपणाने उत्तर दिले.

मला त्यांचे बोलणे धड कळलेसुद्धा नाही. मनात मात्र आले, असहकारिता, मुळशी सत्याग्रह, शांतिनिकेतन, क्रांतिकारकांचा कट, इतकी सोंगे झाली याची आतापर्यंत. आता हे नवे सोंग दिसतेय स्वारीचे.

''पण मुंबईत धोका नाही का तुझ्या जिवाला? कुणी ओळखलं तर–''

''गिरणीत येऊन कोण शोधीत बसलंय मला? अन् कावळा होऊन शंभर वर्षे जगण्यापेक्षा गरुड होऊन एका वर्षात मेलेलं काय वाईट!''

''हा गरुड आता कुठलं अमृत घेऊन येणार?'' मी थट्टेनं प्रश्न केला.

पण चंद्रकांत विचारात निमग्न झाला होता. त्याने काहीच उत्तर दिले नाही.

घरी आल्यावर त्याला बाहेरच्या खोलीत निजवून तिला भाऊंनी कुलूप लावले. दार लावून घेताना मी म्हटले, ''रंगीत तालीम चालली आहे हं ही तुरुंगाची!''

२१

लेखी पुरावा असल्यावर तोंडी साक्षी घेण्याची यातायात न्यायाधीश करीत नाही. मीही तसेच केलेले बरे. नाही का?

चंद्रकांत मुंबईला गेल्यानंतर पाच-सहा दिवसांनीच माणिकरावांचे पत्र आले.

'प्रिय उल्का,

तुझे व भाऊसाहेबांचे पत्र घेऊन आलेले शिरोडकर परवाच भेटले. आमच्या गिरणीत त्यांना काम देत आहे. 'कारकुनी काम करा हवं तर' असे मी सुचविले. पण ते काही त्यांना पसंत पडले नाही. आपण जातीने मराठे, शेतातली आणि बागांतली कामे पिढ्यान्पिढ्या करीत आलेल्या कुळातले, असा अभिमान असेल या तुझ्या मास्तराला. पण कापडाच्या गिरणीत माणसाचे पीठ कसे पडते हे लवकरच कळेल त्याला. शाळेत खुर्चीवर बसून बारा एके बारा शिकविणे निराळे आणि बारा वाजेपर्यंत यंत्राच्या घरघरीत आणि गिरणीतल्या आगीत उभ्याने राबणे निराळे! थोडे दुर्लक्ष झाले, तर प्रसंगी प्राणावरच बेतायचे! स्वारी महिन्याभराने रडतकण्हत माझ्याकडे येणार झाले.

उल्का, इतक्या लवकर तुला आनंद देणारी ही गोष्ट मला करता आली हे मी माझे भाग्य समजतो. तुझी मला दररोज किती वेळा आठवण होते हे सांगितले तर तू म्हणशील, 'मग गिरणीतलं काम करता तरी केव्हा? कामाकडे असंच दुर्लक्ष केलंत तर नोकरी जाईल उद्या!' नोकरी नसलेल्या मनुष्याबरोबर लग्न करायला कोणतीच मुलगी तयार होणार नाही. तेव्हा नाहीच ते लिहीत!

आमची गिरणी सकाळपासून संध्याकाळपर्यंत सुरू असते. पण तुझ्याविषयीच्या विचारांची गिरणी (गोड लुसलुशीत शब्द सुचायला मी काही कवी नाही. क्षमा कर हं या गावंढळ शब्दाबद्दल) अखंड चालू असते. अष्टौप्रहर चाललेल्या या गिरणीत घरघर मात्र बिलकूल नाही. जिकडे तिकडे गुंजारव! मनाच्या या गिरणीत तयार

होणारा माल किती तलम आणि सुंदर आहे म्हणून सांगू? पण तो विकायचा नाही. तुझी एकट्याची मालकी आहे त्याच्यावर, 'ही इतकी सुंदर वस्त्रं नेसून होणार तरी कशी?' असा तू मला प्रश्न करशील. त्याचेही उत्तर आहे माझ्यापाशी! दर क्षणाला तुझी मूर्ती माझ्या डोळ्यांपुढे उभी राहते! तोच तोच वेष पाहून कंटाळा येऊ नये म्हणून त्या मूर्तीला प्रत्येक क्षणाला नवे वस्त्र नको का?

मी सिनेमाला दररोज जातो. त्यातील नायक-नायिकांची एकमेकांकरिता चाललेली धडपड पाहून मला वाटते, 'मी किती सुखी! माझा स्वर्ग मला किती सहज मिळाला!' पण शेवटी ती एकमेकांचे चुंबन घेतात तेव्हा मात्र मला त्यांचा हेवा वाटतो. मलबार हिलवर किंवा महालक्ष्मीवर फिरायला गेले तरी कसे एकटे एकटे वाटते. 'पुरुष हा व्यवहारी अपूर्णांक आहे; स्त्रीची जोड मिळाल्यावरच तो पूर्णांक होतो,' अशी कोटी मी मागे कुठेशी वाचली होती. तिचे रहस्य आता समजतंय मला. तहान लागल्याखेरीज गार पाण्याची गोडी कळत नाही, हेच खरे.

तू म्हणशील, 'इतकं जर एकटं एकटं वाटतंय, तर काय पंचांगात मुहूर्त नाहीत, का धरणीकंप होऊन व्यंकोबाचा गिरी पृथ्वीच्या पोटात गडप झाला. का मुंबईचे भिक्षुक मंगलाष्टकं विसरून गेले– काय, झालं तरी काय असं?' आईला मध्यस्थ घालून वडिलांची परवानगी मिळण्याची खटपट करतोय मी! उगीच थोडक्यासाठी नाखूष कशाला करा त्यांना! मी काही 'पितृदेवो भव' म्हणत बसणारा नाही! परंतु वडिलांना देव सोडा, पण माणूस तरी मानलंच पाहिजे की नाही? हो! नाही तर–

लग्न लांबणीवर पडतंय म्हणून राग येत असेल माझा तुला! पण Marry in haste असा उपदेश आतापर्यंत कुणी तरी केला आहे का? साहित्यसागरातील देवमासा आहेस म्हणून तुलाच विचारतो. शिवाय वाङ्निश्चय आणि विवाह यांच्यामध्ये जाणारा काळ किती सुखाचा असतो, नक्की ओळी काही आठवत नाहीत मला, पण कालिदासाने वस्तूच्या प्राप्तीपेक्षा तिच्याविषयीची उत्कंठा अधिक आनंद देते असं म्हटलंय नाही का? पुढच्या पत्रात त्या ओळी मुद्दाम लिहून कळीव हं मला.

तू नेमाने समुद्रावर फिरायला जातेस हे वाचल्यापासून मीही दररोज कुठे ना कुठे समुद्रावरच जातो. पाण्यात सहज हात हलविला की लहान लहान तरंग उठतात. मला वाटते, माझा हस्तस्पर्श तुझ्याकडे पोचविण्याकरिताच ते येथून निघतात. ते तो हस्तस्पर्श लाटांच्या पदरात टाकतात, त्या लाटा त्याला दुसऱ्या लाटांच्या हवाली करतात आणि शेवटी तू उभी असशील त्या ठिकाणच्या लाटांपर्यंत तो येतो. खरेच उल्का, हल्ली एखाद्या लाटेचा स्पर्श इतरांपेक्षा विशेष सुखकारक तुला वाटतो का?

किती वेडा आहे मी! पण प्रेम वेडे असायचेच. या वेड्या प्रेमाला वेड्याखेरीज इतरांच्या संगतीत कसे करमावे? प्रेम आणि वेडाचा इतका जिव्हाळ्याचा संबंध

असण्याचे कारण हेच आहे! नाही का?

सर्वस्वी तुझाच,
माणिक'

या पत्रानंतरचे एक दोन महिने मी अगदी सुखशिखरावर होते. ह्या पत्राचीच नव्हे, तर माणिकरावांच्या सर्व पत्रांची मी किती पारायणे केली याची गणतीच नाही. चंद्रकांताची पत्रे त्या मानाने फार रुक्ष वाटत. केव्हा मजुरांच्या चाळीचे वर्णन, केव्हा त्यांच्या बायकापोरांच्या हालांचे चित्र, असले काही तरी त्याच्या पत्रात असे. ती पत्रे वाचून मला संशय येई. या रुक्ष माणसावर कल्पनेसारख्या, भावनाप्रधान बंगाली तरुणीचे प्रेम जडले होते, हे खरे तरी असेल का?

भाऊ शाळेच्या बाबतीत थोडे उदासीनच दिसत. 'करायला गेलो गणपती, आणि झाला मारुती' या त्यांच्या एका वाक्यावरून त्यांची त्या वेळची मन:स्थिती मला कळे.

आईला गोव्यातून आल्यापासून हिवताप जडला, भाऊ औषधे देत; पण ती घेण्याचा तिला अगदी मनस्वी कंटाळा. ती म्हणे देखील, ''माझं काय? उल्काचं लग्न होईल आता चार महिन्यात! बोहल्यावर दोघांना पाहिलं एकदा की मी सुखानं डोळे मिटीन.''

यानंतर दोन-अडीच महिन्यांनी एकाच दिवशी इंदू व चंद्रकांत यांची पत्रे आली. चंद्रकांताचे काय, नेहमीचे मजुरांचे रडगाणे असायचे! म्हणून मी इंदूचेच पत्र आधी फोडले.

''प्रिय उल्काताई,

कित्ती कित्ती दिवसांत लिहिलं नाही मी तुला. तू मनात म्हटलं असशील, 'इंदूला कसली माझी आठवण होते? ती झाली आता मुंबईकरीण.' ही मुंबई आहे खरी बाई अशी! काम करणाऱ्या माणसाला जेवायला नाही फुरसद मिळत इथं! घाईनं येऊन जाणाऱ्या माणसाला 'अगदी घोड्यावरनं आला होतात?' असं आपल्याकडे विचारतात. पण इथं त्याचा काही उपयोग नाही. 'अगदी विमानातून आलात?' असंच विचारायला हवं इथं.

चऱ्हाट वळत बसत नाही. पण मागच्याच महिन्याची गोष्ट सांगते. मजूर दारूच्या पायी पैसा उधळतात. बायका-पोरांना बडवतात आणि संसाराची धूळधाण करतात. त्यांनी संध्याकाळी गुत्त्याकडे जाऊ नये म्हणून त्यांच्या वस्तीत एक सुंदर वाचनालय उघडायचं ठरवलं आम्ही. दारूच्या ऐवजी विद्यामृत पाजल्यावर त्यांचा संसार सहज सुखाचा होईल, नाही?

या वाचनालयासाठी एका नाटक कंपनीचा खेळ घेतला होता आम्ही, चांगलं अडीच हजार उत्पन्न झालं खेळाला! पण तिकिटं खपवायला खटपट किती करावी लागली! आमच्या कॉलेजातले एक चांगले लठ्ठ पगाराचे प्रोफेसर! पण पाच रुपयांचं तिकीट मी गळ्यात बांधलं, तर म्हणतात काय?

"कशाला बांधता हा धोंडा माझ्या गळ्यात?" पाच रुपयांनी बुडणारच होता मेला जसा काही! दुसरे इतिहासाचे प्रोफेसर म्हणाले, "फंड पुरे झाले आता बंद करा."

असल्या लग्नघाईत पत्र लिहायला सवड कुठून मिळणार बाई? वाचनालय नुकतंच स्थापन झालं. वर्तमानपत्रात वाचलंच असशील तू बहुधा. आपल्या कोकणातल्या मजुरांपैकी पुष्कळांना अक्षर-ओळख असते. एकदा त्यांचं मन वाचनात रंगलं, म्हणजे मग काही आठवण होणार नाही त्यांना दारूची.

माझे वडील नुकतेच भागीदार झाले आहेत एका गिरणीचे. बाप मालकांचा पुढारी आणि मुलगी मजुरांची कैवारी! मोठं गमतीचं होईल नाही नाटक? मजुरांचं आणि मालकांचं भांडण सुरू झालं की मालक म्हणतील– आमच्याशी वाटाघाट करायला अखत्यारपत्र देऊन मनुष्य पाठवा एक! मग मी बाबांच्या बंगल्यावर येईन. पण त्यांची मुलगी म्हणून नव्हे! मजुरांची पुढारी म्हणून!

हो, आणखी एक लिहायचं राहिलं की! Platonic love वर तुझा भरवसा आहे का गं? मला तर जगात तसं प्रेम असतं असं वाटू लागलं आहे. स्त्री-पुरुषांतलं प्रेम शारीरिक असलंच पाहिजे असं कुठं शास्त्र का आहे? पृथ्वीला सूर्याचं आकर्षण नाही का? तसं एखाद्या स्त्रीला पुरुषाचं किंवा पुरुषाला स्त्रीचं आकर्षण का असू नये?

परवाचीच गोष्ट. बाबांच्याकडे एक गृहस्थ आले होते. गिरणीतल्या काही कामाकरिता. नाव मुद्दामच लिहीत नाही. नाही तर लगेच तू उखाणा रचून पाठवशील एखादा! चांगले शिकलेसवरलेले, इंग्लंडात जाऊन आलेले गृहस्थ आहेत हं. पगार– तो सांगितला तर तू म्हणशील, "इंदूताई प्लेटो नाही; पैसा आहे हा!" रूप– पण जाऊ देच ते! बाबांनी सहज ओळख करून दिली आमची! पण चार दिवसांत इतकं जुळलं की जशी काही पूर्वजन्मीचीच ओळख होती आमची. बोलायचालायला अशी माणसं असली म्हणजे बरं वाटतं मला! सकाळी कॉलेजचा अभ्यास, दुपारी ती प्रोफेसरांची रडगाणी, संध्याकाळी मजुरांच्या वस्तीतलं समाजसेवेचं काम– जीव कसा उबून जातो अगदी! अशा वेळी वाटतं की खेळीमेळीनं आपल्याशी बोलणारं कुणी तरी असावं! ते नि मी कालच सिनेमाला गेलो होतो. ते मला म्हणाले, "तुमचे केस फार सुंदर दिसतात, नटी का होत नाही तुम्ही?"

मला त्यांचं ते बोलणं कसंसंच वाटलं. पण ही सूचना करण्यात त्यांचा हेतू किती स्तुत्य होता. वाचनालयासाठी हजार दोन हजार रुपये मिळविण्याकरिता किती

माणसांच्या पायधरण्या कराव्या लागल्या मला. त्यापेक्षा नटी होऊन स्वत:च्या पगाराचा उपयोग मजुरांकरिता केलेला काय वाईट? पण ते शक्य नाही आता. लोक हसतील ही भीती नाही मला! पण या दृष्टीनं लहानपणापासून काही तरी असायला नको का?

उल्काताई, मी इथं शहरात करते आहे तसं काही तरी खेड्यात कर की! कुरवाड्यांच्या बायकांना शिकव, त्यांना स्वच्छतेचं महत्त्व समजावून सांग. स्वस्थ बसू नकोस गडे अशी. कर, काही तरी कर!

तुझी मैत्रीण,
कु. इंदू

ता.क. – कु. शब्द मुद्दाम घातला आहे हं!'

इंदूच्या शुद्ध प्रेमाचे (Platonic love) मला हसू आले. 'या गृहस्थाचं आणि इंदूचं चार महिन्यात लग्न झालं नाही, तर नावाची उल्काच नव्हे मी,' असे मनात म्हणत मी चंद्रकांताचं पाकीट उघडले.

"प्रिय उल्काताई,

माझ्या मागच्या पत्रात आमच्या गिरणीचे साग्रसंगीत वर्णन दिले होते. आज मजुरांच्या आयुष्यक्रमाविषयी थोडेसे लिहितो. तुला हे कदाचित कंटाळवाणे वाटत असेल हे खरे! पण आपल्यासारखीच असलेली माणसे ज्या उकिरड्यात उभा जन्म घालवतात, त्यांचे चित्र पाहून मान फिरविण्याइतके काही तुझे मन मेलेले नाही.

ताई, मजुरांच्या राहत्या खोल्या पाहिल्यास की कोकणातले गुरांचे गोठे फार बरे असे तुला वाटेल. धड उजेड नाही, हवा नाही, अशा खुराड्यात किती माणसं राहतात म्हणून सांगू? कलकत्त्याला झालेला ब्लॅकहोल खरा असो नाही तर खोटा असो. इथल्या प्रत्येक मजुराचे राहते घर म्हणजे सवाई ब्लॅकहोलच आहे! माणसासारखी माणसे! पण त्यांचा संसार पाहिला, की भातुकलीचा खेळसुद्धा यापेक्षा बरा असे वाटायला लागते. या कोपऱ्यात स्वयंपाकघर, त्या कोपऱ्यात न्हाणी, तिसऱ्या कोपऱ्यात बाळंतिणीची खोली, चवथ्या कोपऱ्यात कोठी– आणखी कोपरेच नसतात. तेव्हा उरले-सुरलेल्या साऱ्या गोष्टी मध्ये! असल्या खोलीला इतके जबर भाडे पडते, की प्रसंगी तीन तीन कुटुंबे एका खोलीत राहतात. मजुरांना 'वसुधैवकुटुंबकम्' वृत्ती शिकविण्याकरिताच मिरासदार गिरणीवाले ह्या गोष्टी उघड्या डोळ्यांनी पाहत असावेत. या खोल्यांची निंदा म्हणजे विश्वबंधुत्वाच्या उच्च तत्त्वज्ञानाची नालस्ती व्हायची! तेव्हा हे वर्णन इथेच पुरे करतो.

कुठल्याशा नाटक कंपनीचा खेळ घेऊन परवाच मजुरांकरिता वाचनालय उघडले आहे काही मंडळींनी. ती इंदू– आली जी.आय.पी.आर.– बेडकांना धोंडे मारणारी मुलगी– तीही लुडबुडत असते या मंडळीत! मजुरांची सुधारणा करणार आहेत म्हणे हे लोक! डोक्यावर कोलनवॉटरच्या घड्या घालून क्षयाचा ताप कधी नाहीसा होईल का? यांना वाटते, मजूर संध्याकाळी गुत्त्याकडे धाव घेतात! वाचनालय काढले की गुत्ता ओस पडलाच!

पण मजूर गमतीने का दारू पितात? ते काम श्रीमंतांनीच करावे! दिवसभर गिरणीत शिजून निघाल्यानंतर माणूस किती गळून जातो! अनुभवाशिवाय समजायचे नाही हे उल्काताई. बाळंतपणाचे दु:ख जसे पुरुषांना कळत नाही, त्याप्रमाणे पोटातली आग विझविण्यासाठी रक्ताचे पाणी करणाऱ्या कामकऱ्याची तडफड खुर्चीवर बसून टाक कुरुकुरू चालविणाऱ्या माणसांना कधीच कळायची नाही! मजुरांची दारू थांबवावयाची असेल, तर एकच उपाय आहे त्याला, त्यांचे काम कमी करा, त्यांचे शिक्षण आणि मिळकत वाढवा– नुसती वाचनालये काढून आणि स्वत:ची नावे वर्तमानपत्रात फडकावून हा प्रश्न सुटणार नाही. मजुरांतल्या व्यसनांचा बाऊ करणाऱ्या लोकांना मी विचारीन, त्या बिचाऱ्यांच्या व्यसनांना बरीवाईट कारणे तरी आहेत– पण तुम्ही पांढरपेशे पैसेवाले लोक! तुमच्यात काय व्यसने कमी आहेत? मजूर ताडीमाडी पितात, तुम्ही ब्रँडी पिता. त्यांच्यात स्त्री-पुरुषांच्या भानगडी असतात. तुम्ही राजरोस वेश्यांना पोसता! सत्यनारायण करून देव पावेल म्हणून ते गाठीचे दोन पैसे खर्च करतात! तुम्ही देवळे बांधता– लघुरुद्र-महारुद्र करता, जत्रा भरविता आणि सप्ताहात नाचत बसता!

उल्काताई, मुंबईची ही काळी बाजू आहे. पण किती मोठी आहे ती! मुंबईत हवेशीर बंगले आहेत. सिनेमा-नाटके आहेत. मोटारी आहेत, उत्कृष्ट उपाहारगृहे आहेत, सर्व काही आहे. पण ते कुणासाठी? सकाळपासून संध्याकाळपर्यंत रमणाऱ्या श्रीमंतांकरिता!

पैसा! पैशाने माणसे विकत घेता येतात! नुसती माणसेच नाही तर त्यांची माणुसकीसुद्धा पैसा विकत घेऊन टाकतो! प्रत्येक मनुष्यप्राण्याचे काही तरी जन्मसिद्ध हक्क आहेत ना? पण हे हक्कच या पैशाने नाहीसे करून टाकले आहेत. शिक्षण, आरोग्य, अन्न, यांच्यावर हक्क कुणाचा असायचा? त्याकरिता शरीर अगर बुद्धी राबविणारांचा की बडे बापके बेटे असलेल्या मिरासदारांचा?

त्या दिवशी टेकडीवर टिळक-गोखले-गांधी यांचे मार्ग चुकले की काय याविषयी आपण बोललो होतो. त्यांचे मार्ग चुकले आहेत असे मी म्हणत नाही; पण ते रुंद– फार रुंद व्हायला पाहिजेत! टिळक-गोखल्यांचे आयुष्य राजकारणात गेले. गांधी दरिद्री नारायणाची लक्ष्मीशी गाठ घालण्याचा प्रयत्न करताहेत. पण क्षीरसागरात

रत्नमंदिरात निजलेला शेषशायी विष्णू लक्ष्मीला हातची दवडण्याइतका खुळा नाही. महात्माजींना वाटते विष्णू आपण होऊन लक्ष्मी दरिद्री नारायणाला अर्पण करणार. मनुष्यस्वभावाचा विचार केला तर ते कितपत शक्य आहे? मला वाटते, पहिल्यांदा समुद्रच नाहीसा केला पाहिजे. पण तो पिणारा अगस्ती आहे कुठे?

स्वर्ग आणि नरक एकमेकाला लागून असतात अशी कल्पना आमच्या पुराणात आहे. मुंबईत– मुंबईतच काय, आपल्या समाजात सर्वत्र हाच देखावा दिसेल. पिढीजाद श्रीमंतीच्या स्वर्गात रमणारे देव– अमृत प्यायचे. अप्सरांच्या नृत्यगायनात गुंग व्हायचे आणि काही गरज लागली की कल्पवृक्षाखाली जाऊन बसायचे, एवढेच त्यांचे काम! पण पिढीजाद गरिबीच्या नरकात पिचणाऱ्या मनुष्याकडे पाहिले तर त्यांनी नुसत्या शिक्षा भोगायच्या! यमधर्माच्या नरकातली शिक्षा पापी माणसांनाच होत असेल. पण या गरिबीच्या नरकात पडायला दुसरे काही करायला नको. गरीब आईबापांच्या पोटी जन्म आला की झाली या भयंकर शिक्षांना सुरुवात!

इंदूला काही मी भेटलो नाही. जयवंत शिरोडकरची आणि तिची ओळख तरी कुठे आहे म्हणा!

माझ्या खोलीत कोकणातले तिघे चौघे मजूर आहेत. एक तिकडला आंबेगावचा आहे. धन्याचा खंड देण्याकरिता घरी भावाला पैसे पाठवीत असतो बिचारा इथून.

मी सुखात आहे. का ते सांगावे म्हटले तरी सांगता येत नाही. सोबत 'मंगलोरी कौले' पाठविली आहेत ती वाच; म्हणजे जे सांगता येत नाही ते कळले तर कळेल.

हो, विसरलोच! भटाला लाडवांची आठवण पक्की राहते. माझ्यासारख्या मराठ्याला ती कुठून राहणार? लग्नाचे लाडू कधी मिळणार आम्हाला? मग काय? उल्काताई, माणिकरावांबरोबर मोटारीत बसून गिरणीत येणार आणि आमचा रामराम घेणार.

तुझा बंधू,
जयवंत'

पत्र वाचून झाल्यावर मी 'मंगलोरी कौले' वाचली.

'मंगलोरी कौले'

१

'नवा बंगला बांधून झाला.

त्याची मंगलोरी कौले किती लाल आणि सुंदर दिसत होती.

संध्याकाळी फिरून परत येताना दुरून बंगला दिसू लागला की माझी दृष्टी त्या कौलांवर खिळून जाई.

प्रेमाचा रंग तांबडा असतो म्हणतात!

भोवतालच्या साऱ्या घरांची कौले काळसर दिसत.

माझ्या बंगल्याची कौले! जगापासून अलिप्त राहणाऱ्या साधूच्या किंवा कवींच्या मानानेच ती घडविली असावीत!

किती तरी दिवस ती दृष्टीला पडली की डोळ्यांचे पारणे फिटल्यासारखे मला वाटे.

२.

दोन-तीन पावसाळे गेले.

दोन वर्षांनी मी गावी परत येत होतो.

देऊळ दिसू लागले; पिंपळ आला; माड मागे पडले. थोडा पुढे गेलो की माझ्या बंगल्याची लाल कौले मला दिसणार.

मी धावतच पुढे गेलो.

डोळे ताणताणून पाहिले. पण लाल कौले कुठेच दिसेनात. माझी दृष्टी मंद तर झाली नाही ना, अशी शंका मला येऊ लागली.

हाच तो बंगला. नजर झटकन वर गेली, निराश होऊन लगेच खाली आली.

ती लाल कौले काळसर झाली होती.

इतर जुन्या बंगल्यांप्रमाणे माझाही बंगला दिसू लागला.

कसल्याशा मृदुमंजुळ नादाने माझी नजर कोनाकडे गेली. एक कबुतर तिथे डौलाने बसले होते. किती शुभ्र रंग होता त्याचा. जणू काही बालकाचे हृदयच! त्या कबुतराकडे पाहता पाहता मी विटलेल्या कौलांचे दुःख विसरून गेलो.

३.

दुसऱ्या दिवशी सकाळी फिरून आलो, तेव्हा बंगला दुरूनच दिसला. लाल मंगलोरी कौलं–

कबुतर कोनावरच असेल का?

फाटकातून पाहिले. कबुतर एखाद्या गायकाप्रमाणे डौलाने छाती वर काढून घुमत होते. त्याच्या घुमण्याचा अर्थ मला कळला नाही. पण ते ऐकून माझ्या मनाचे समाधान मात्र झाले.'

चंद्रकांताची ही कौले वाचताना मला पूर्वीच्या लाकडी बाहुलीची आठवण झाली. मंद सुगंध यावा; पण कशाचा आहे हे कळण्यापूर्वीच नाहीसा व्हावा तसे काही तरी त्याची कौले वाचून वाटले.

चंद्रकांताचे पत्र पाहून मी मात्र मनाशी निश्चय केला. लग्न होऊन मुंबईला

जाताच माणिकरावांना सांगून मजुरांची स्थिती सुधारण्याचे पराकाष्ठेचे प्रयत्न करायचे. भाऊंनी जन्मभर खेड्यात शाळा चालविली, मी शहरात मजुरांची सुधारणा करणार.

मजुरांविषयीचे वाङ्मय मी मुद्दाम मागायला लागले, तेव्हा भाऊ म्हणाले देखील, ''पुढील तयारी चाललीय वाटतं ही?''

''ग्रीष्मातच पावसाळ्याची तयारी नाही का करून ठेवीत आपण?''

पावसाळा! दुर्दिन! माझ्या आयुष्यातले ते दिवस! पावसाळ्याखेरीज दुसरी कसली उपमा शोभणार त्यांना?

या पत्रांना तीन-चार महिने झाले असतील. माणिकरावांची पत्रे मधून मधून येत. पण पूर्वीपेक्षा फार त्रोटक असत ती! 'गिरणीचं काम हल्ली फार पडतं–' असे ते लिहीत. मला तरी ते खोटे कसे वाटावे? 'वडिलांची परवानगी अजून मिळाली नाही–' हे तर त्यांच्या प्रत्येक पत्राचे पालुपद होते. वडिलांची परवानगी मिळेपर्यंत– म्हणजे त्यांच्या मृत्यूपर्यंत– आमचे लग्न लांबणार की काय, अशीही शंका माझ्या मनात एखादेवेळी येई. भाऊंनी अण्णासाहेबांना मध्यंतरी पत्र पाठविले होते. त्यांनी 'घाई करू नका. माणिकराव सच्चा माणूस आहे' असे उत्तर घातले. मग पुढे काय बोलायचे? माझी मन:स्थिती चमत्कारिक होऊ लागली. वसंत, माणिकराव– नाही नाही ते मनात येऊ लागले.

एके दिवशी टपालाने चंद्रकांत व माणिकराव यांची पत्रे आली. माणिकरावांच्या पत्रावर 'Express' (जरुरीचे) अशी तांबड्या शाईत अक्षरे होती. ती वाचताच माणिकरावांच्या वडिलांनी परवानगी दिली, लग्न ठरले, असे धावत जाऊन आईला सांगण्याची इच्छा मनात उत्पन्न झाली. ती तांबडी शाई मला कुंकवाइतकी मंगल वाटली. वेडे मन!

मी पत्र फोडले–

'कु. उल्का यांस न.वि.वि.'

हा काय वाङ्निश्चित वधूला लिहिण्याचा मायना? इतका राग तरी कसला आला यांना?

मी पुढे वाचू लागले–

'तुमच्याशी लग्न करण्याचा माझा विचार दुर्दैवाने मला रद्द करावा लागत आहे.'

ज्या हाताने माणिकरावांनी माझ्या हातात अंगठी घातली त्याच हाताने त्यांनी ही अक्षरे लिहिली का?

'हे लग्न करून मी फसणार होतो.'

कामाक्षीच्या तळीवर चांदण्या रात्री माझ्याकडे ज्या नजरेने त्यांनी पाहिले, तिला ही अक्षरे सहन तरी कशी झाली?

'इंग्लंडातून शिकून आलेल्या व एका गिरणीत अधिकाऱ्याच्या जागेवर असलेल्या माझ्यासारख्या मनुष्याने बेजबाबदार बायकोशी लग्न करून घेणे घातक आहे. वाङ्निश्चय गुप्त ठेवण्याबद्दल मी आपणाला बजावून सांगितले होते. पण ते काही आपल्या हातून झाले नाही. जयवंत शिरोडकर यःकश्चित मराठा मजूर! तुमच्या ओळखीचा म्हणून गिरणीत नोकरी दिली मी त्याला! पण तो कृतघ्न आणि तुम्ही–

तुम्हाला काय म्हणावे ते कळत नाही मला. सामाजिक सुधारणेच्या उच्च उद्देशाने मी तुमच्याशी लग्न करण्याचे ठरविले. पण सामाजिक सुधारणा म्हणजे काही एखादी वेडी घोरपड गळ्यात बांधून घेणे नव्हे! त्या जयवंताला तुमचे लग्न माझ्याशी ठरल्याचे कसे कळले? ही गोष्ट गुप्त ठेवण्याबद्दल मी तुम्हाला व तुमच्या वडिलांना निक्षून सांगितले नव्हते का? दोन-तीन वजनदार मित्रांसमक्ष त्यानं विचारलन् मला. तो एक मूर्ख आणि–

अधिक लिहिण्याची जरुरी नाही. तुम्ही अगर तुमच्या वडिलांनी पत्रे पाठवून काही उपयोग होणार नाही. ईश्वराने माझी चूक मला वेळेवर दाखवून दिल्याबद्दल मी त्याचा ऋणी आहे.

तुमचा नम्र,
माणिकराव'

हा मजकूर वाचून मी बेशुद्ध कशी पडले नाही याचेच आश्चर्य वाटते. प्रत्येक वाक्य वाचताना वीज कडाडून डोक्यावर पडल्याचा भास होई.

पत्र संपवून ते मी टाकून दिले. क्षणापूर्वी मी फुलांच्या राशीवर नाचत होते. आता निखारे– जिकडे तिकडे निखारे– सर्वांगाची आग आग होऊ लागली.

चंद्रकांत किती मूर्ख! ही गोष्ट माणिकरावांना कशाला विचारलीन त्याने? लगेच वाटले– तो एक मूर्ख! पण माणिकराव?

त्यांच्या मित्रांना ही लग्नाची गोष्ट कळली म्हणून असे काय नुकसान होणार होते त्यांचे? कामाक्षीच्या तळीवर चंद्रकांताने मध्यंतरी आम्हा दोघांना पाहिले होते, तो सारा अपराध माझा होता का?

चंद्रकांताचे पत्र तसेच पडले होते. मी ते घाईघाईने उचलले आणि फोडले.

'प्रिय उल्काताई,

माझ्या हातून काल एक भयंकर चूक झाली. तू मला तिच्याबद्दल क्षमा करशील ना?'

माझ्या जन्माचा सत्यानाश झाला! आता कसली क्षमा? हा चंद्रकांत वेडाबिडा तर नाही ना?

'अलीकडे दोन महिने माणिकराव आणि इंदू यांचे सख्य वाढत चाललेले मी ऐकत होतो. इंदूचे वडील आमच्या गिरणीचे एक मुख्य भागीदार आहेत. माणिकरावांचे कामकाजाच्या निमित्ताने त्यांच्याकडे जाणे असते. हल्ली फिरायला आणि सिनेमाला माणिकराव व इंदू बरोबर जात. पण असल्या गोष्टींना नसते महत्त्व देणारा मी नाही.

माझ्या खोलीत आंबेगावचा सगुण नावाचा एक भंडारी आहे. त्याची कुणी तरी दूरची नातलग इंदूच्या घरी मोलकरीण असते. तिने बातमी आणली की वडिलांची आणि मुलीची नुक्तीच खडाजंगी झाली. विषय– लग्न!

वडील म्हणत, "भट आहे तो!"

मुलीने रागाने उत्तर दिले, "भटीण होणार मी! तुम्ही परवानगी दिली नाहीत तर पळून जाईन मी घरातून!"

अधिक चौकशी केली तेव्हा माणिकराव आणि इंदू यांच्या अनेक प्रणयचेष्टा त्या बाईने वर्णन करून सांगितल्या. मला तिळमात्र संशय राहिला नाही. माणिकरावांचा असा राग आला! तुला वचन देऊन तिकडे झुलवीत ठेवले आहे आणि इकडे हा गृहस्थ इंदूशी आपले लग्न जुळवीत आहे. मला उलगडाच होईना काही याचा. शेवटी युक्ती काढली एक. दोन-तीन बड्या मित्रांशी स्वारी बोलत असताना भेटायला गेलो मी.

"साहेब, उल्काताईचं पत्र आलंय का?" मी विचारले.

तो माझ्याकडे रागाने पाहू लागला. नाटकाच्या सोयीसाठी मी एक काल्पनिक बायको निर्माण केली. मी म्हणालो, "माझी कारभारीण आणि उल्काताई या आहेत अगदी मैत्रिणी. कारभारणीनं विचारलं, 'उल्काताईचं लगीन कधी व्हायचं? पत्र पाठवून विचारा. अहेराबिहेराची तजबीज नको का करायला?' मी म्हटले, पत्र कशाला पाठवायला पाहिजे? साहेब आहेतच ना इथं! लग्न काय एकट्या उल्काताईचंच नाही; साहेबांचंही आहे!"

माणिकरावांचे स्नेही आश्चर्याने त्यांच्याकडे पाहत होते.

तो चवताळून ओरडला, "कुठली काढलीय ही उल्का? वेडबीड तर नाही ना लागलं तुला? कोण आहे रे तिकडे?"

मी धक्के खात तिथून बाहेर आलो!

माझे धक्के काय शरीराचे होते!

पण ताई– तुझा धक्का– तुझ्या मनाला केवढा धक्का बसेल!

कवी म्हणतात, प्रेम हे अमृत आहे! तो अनुभव किती भाग्यवंतांना येत असेल? मला वाटते, प्रेम हे मद्य आहे– प्रेम हे विष आहे.

माझ्या उल्काताई, माझी शपथ आहे तुला. जिवाचे बरेवाईट करायचे नाही हं.

पृथ्वीला वारंवार भूकंपाचे धक्के बसतात; म्हणून प्राणिमात्रांचे पोषण करण्याचे आपले व्रत तिने कधी सोडले आहे का?

तुझा बंधू
जयवंत'

२२

तो दिवस कसा गेला हे मला अजूनही सांगता येणार नाही. मन कसे वादळी दर्यासारखे होऊन गेले होते.

त्याच्यात जे सापडे, त्याचे तुकडे होऊन जात. माणिकराव, चंद्रकांत, इंदू, प्रेम, लग्न, आयुष्य– डोके कसे भणाणून गेले. मला वाटले, असा विचार करून आता मला वेड लागणार! आणि माणिकरावांसारखी माणसे ज्या जगात शहाणी म्हणून मिरवितात, तिथे वेडे झालेले तरी काय वाईट?

आईच्या डोळ्यांचे पाणी उभ्या दिवसात खळले नाही. अलीकडे तिला मधून मधून ताप येईच! त्यात ही भर! भाऊंनी एक-दोन दिवस विचार केला आणि मला मुंबईला घेऊन जाण्याचे ठरविले. अण्णासाहेब होतेच तिथे. माणिकरावांची गाठ घेऊन एकदा काय तो सोक्षमोक्ष झालेला बरा, असे मलाही वाटले.

बोट सुरू व्हायला अजून थोडे दिवस होते; म्हणून बेळगाववरून जायचे भाऊंनी ठरविले. पावसाळा सरत आला म्हणजे आंबोली घाटातली शोभा खरोखरच अप्रतिम असते. भर पावसाळ्यातल्या देखाव्यात अद्भुतरम्यता दिसते; पण या वेळी जिकडे तिकडे स्वाभाविक सौंदर्य विलसू लागते. धुके असते; पण अगदी दोन हातांवरले दिसणार नाही इतके दाट नसते ते. दरीवर व पर्वतांच्या शिखरांवर नाजूक निळ्या चवऱ्या ढाळीत असलेले ते दिसते. पाण्याचे लोंढेच्या लोंढे डोंगरावरून वाहताना आढळायचे नाहीत या दिवसांत. दूध पिऊन तृप्त झालेल्या बालकांच्या मुखावर दुधाचा एखादाच ओघळ जसा दिसावा, त्याप्रमाणे प्रत्येक खडकावर लहान लहान पाण्याचे प्रवाह वाहत असतात. ज्येष्ठ-आषाढात वर्षाकाळ आणि धरणी यांच्या मीलनात उन्मादक प्रणयाचे प्रतिबिंब उमटते. पण भाद्रपद-अश्विन झाला, की त्याचे रूपांतर शांत प्रेमात झाल्यावाचून राहत नाही.

त्या दिवशी मात्र घाटात हे विचार माझ्या मनात आले नाहीत. मला वाटले– ते पाण्याचे प्रवाह म्हणजे धरणीच्या आप्तेष्टांचे अश्रूच आहेत. कामुक वर्षाकाळ चार महिने तिच्याबरोबर हसला नाचला, धरणीला आपल्या काळ्याकुट्ट मनाची शंका

येऊ नये म्हणून विजेच्या मिषाने त्याने प्रणयचेष्टांचे प्रदर्शन केले! धरणीचे हृदय फुलून गेले. पण पुढे काय? रंगेल वर्षाकाळ आता तिला सोडून गेला! धरणीला अजून आशा वाटत आहे. पण आणखी एक-दोन महिन्यांनी आशेची ही हिरवळ सुकून पिवळी होईल आणि–

काय करायचंय ते सारे वर्णन करून! आम्ही बेळगाव स्टेशनावर वेळेवर आलो. साडेतीनची गाडी होती ती! भाऊंनी मला त्रास होऊ नये म्हणून त्या दिवशी मुद्दाम सेकंड क्लासची तिकिटं काढली. मी नको नको म्हणत होते, पण ते ऐकेनात. ''आधी झोप नाही तुला दोन दिवस! त्यात या जाग्रणाची भर नको.'' असे ते म्हणाले, तेव्हा माझे मन कसे भरून आले.

आम्ही ज्या डब्यात बसलो होतो, त्यात फक्त एक गृहस्थ होते. शरीराने साधारण स्थूलच. वय सुमारे चाळीस असेल. चेहरा गुबगुबीत, नाक किंचित चपटे, पण डोळे मात्र पाणीदार! त्यांनी डोक्याला बांधलेल्या फेट्यात त्यांच्या बसण्याच्या ऐटीचेही प्रतिबिंब पडले होते. त्यांच्या हातात रंगीत मुखपृष्ठांची एक इंग्रजी कादंबरी असून तिची काही पाने त्यांनी वाचली असावी असे पुस्तकात असलेल्या त्यांच्या उजव्या हाताच्या बोटावरून दिसत होते. आम्ही आत शिरताच त्यांनी निरखून आमच्याकडे पाहिले. प्रवासातल्या कुतूहलापेक्षा काही तरी अधिक त्यांच्या दृष्टीत आहे असे वाटून मी मान वळवून बाहेर बघू लागले.

डाव्या मनगटावरील सोन्याच्या घड्याळाकडे पाहत ते उद्‌गारले, ''पाच मिनिटं उरली गाडी सुटायला अन् अजून पत्ता नाही याचा!'' लगेच ते म्हणाले, ''एस.एम.आर.ची गाडी म्हणा! स्लो मोशन रेल्वे! गोगलगाईची आणि हिची शर्यत लागली होती म्हणे एकदा! गोगलगाईची सरशी झाली शेवटी!''

भाऊ हसले. मीही थोडीशी हसले.

इतक्यात डब्याच्या दाराशी एक मनुष्य चहाचा पेला घेऊन आला. त्याच्याकडे दृष्टी जाताच मी त्याला ओळखले! निराचा नवरा! पेला त्या गृहस्थाच्या हातात देऊन तो उभा राहिला. त्या गृहस्थांनी भाऊंना विचारले, ''तुम्हाला आणवू का चहा?''

''नुकताच घेतलाय आम्ही.''

''आणखी एकदा! वन्स मोअर!''

''पण वन्स मोअर घ्यायला बालगंधर्व कुठं आहोत आम्ही?'' भाऊ हसत हसत म्हणाले.

ते गृहस्थ चहा पीत असताना मी निराच्या नवऱ्याला विचारले, ''तुम्ही कुठं इकडे?''

''धनी आमचे हे.'' असे हळूच म्हणून त्याने नजरेने ते गृहस्थ मला दाखविले.

त्याचे धनी कुठे जात होते हा प्रश्न विचारणे काही मला बरोबर वाटले नाही. काही तरी बोलायचे म्हणून मी म्हणाले, ''निरा बरी आहे ना?''

''हं.''

''फार दिवसांत आली नाही माहेरी!''

तो काहीच बोलला नाही.

''नका माहेरी पाठवू तुम्ही तिला. मीच येईन आंबेगावला कधी तरी तिला भेटायला!''

''या की! वाईट नाही काही आमचं गाव! अशी छान नदी आहे जवळ! इकडे संस्थानची हद्द, तिकडे राणी अंमल! नदीपलीकडच्या आंबराइतली माणकुरची कलमं नुक्ती कुठं धरू लागली आहेत!''

''कुणाची कलमं?''

''धन्याची!''

'हलवायाच्या घरावर तुळशीपत्र!' असे काही तरी म्हणायचा विचार होता माझा. पण ऐटदार फेटा आणि सोन्याचे घड्याळ बांधून आपल्या डब्यात बसलेल्या माणसाला हलवाई कसे म्हणायचे?

चहाचा पेला परत देता देता ते गृहस्थ म्हणाले, ''बराय गावकर. चला तुम्ही घरी. परवा मी परत आल्यावर आंबेगावला चला. बाबांच्या दुखण्याचा नेम नाही म्हणून! नाही तर आजसुद्धा जाऊ दिलं असतं मी तुम्हाला, अन् माईला सांगा, या आठवड्यात मंडळीची वर्दळ बरीच होणार आहे घरी! फराळबिराळाच करून ठेवा! हो, निवडणूक आहेना म्युनिसिपालिटीची!''

गावकर आंबेगावकरांच्या प्रत्येक वाक्याला मान डोलवीत होता. प्रसाद लावतात त्या वेळच्या 'होय साहेब' सारखेच वाटले ते मला. शेवटी गाडीने शिटी फुंकली आणि मग गावकरांचा रामराम घेत आम्ही बेळगाव सोडले.

आंबेगावकरांचे आणि भाऊचे बोलणे मी ऐकत होते. पण मधूनमधून मन कुठे तरी दुसरीकडेच असे. बायकोच्या आस्थी घेऊन ते नरसोबाच्या वाडीला जात होते. बेळगावच्या एका खाजगी शाळेत शिक्षक होते म्हणे ते. त्यांचे वडील अर्धांगाने आजारी होते. कलेक्टरच्या हेडक्लार्कच्या जागेवरून पेन्शन घेतले होते त्यांनी! आंबेगावात चांगले दोन-तीन हजारांचे उत्पन्न होते त्यांचे. जवळ जवळ सगळे गावच त्यांचे होते. पण त्या खेडेगावात राहणे यांच्यासारख्या सुशिक्षितांना कसे आवडणार? म्हणून सर्व मंडळा बेळगावच्या बंगल्यातच राहत. पंडित हे त्यांचे आडनाव!

''कुडाळदेशकर की शेणवी?'' आडनाव नाव ऐकल्यावर भाऊंनी विचारले.

''बारदेशकर!''

“मीही बारदेशकरच.”

“येथे पाहिजे जातीचे!” पंडित उद्गारले. विमनस्क स्थितीतही मी हसले. त्यांना भाऊंनी आपली हकीगत त्रोटकपणे सांगितली. मी अविवाहित आहे असे कळताच पंडित म्हणाले, खेड्यात राहून किती तरी सुधारणा केल्यात तुम्ही! धन्य आहे बोवा तुमची! नुसतं वसुलीकरिता आंबेगावला महिनाभर राहायचं म्हटलं, तरी जिवावर येतं माझ्या! हरघडी अडाणी कुरवाड्याशी व्यवहार! सदा रडगाणी– ‘धन्यानुं, पेजेक गोटो नाय घरात!’ मला तर क्षणभर करमत नाही तिथं. सभा समारंभ, पाहुणेरावळे आणि सार्वजनिक कामं याखाली चहा प्यायला फुरसत नाही मला बेळगावला. एक एक दिवस युगासारखा होतो अगदी! करमणूक तर कसली आली आहे हो त्या गावंढ्या गावात! आमच्या नेमकेचं गाणं ऐकलं आहे का तुम्ही? तिथं आंबेगावात देऊळ झाडमारी भावीण आहे एक! लोक म्हणतात, ‘जागृत देवस्थान आहे ते!’ मी म्हणतो, ‘हे भाविणीचं ध्यान पाहिल्यापासून झोप उडाली आहे देवाची! आता जन्मभर जागृतच राहणार तो’!”

पंडित हसले; पण भाऊंना काही हे वाक्य ऐकून हसू आले नाही. दोन-तीन स्टेशने गेल्यावर भाऊंनी त्यांचे पुस्तक सहज चाळण्याकरिता हातात घेतले. भाऊ त्यांच्याकडे ते परत करू लागले, तेव्हा माझीही जिज्ञासा जागृत झाली. मी ते घेऊन नाव पाहिले– 'His Girl.'

‘त्याची प्रियतमा!’ कसलेसेच नाव वाटले हे मला. पुस्तक उघडून मी मध्येच वाचू लागले. एक पान वाचले तोच किल्ल्यावरला वसंताचा आणि तळीवरील माणिकरावांचा अतिप्रसंग डोळ्यांपुढे उभा राहिला. त्या कादंबरीत नायक-नायिकांच्या अशाच प्रेमचेष्टांचे वर्णन होते. नायक-नायिका होडीत बसून जात होती. नायिकेला काही चांगले वल्हविता येत नव्हते. तिला शिकविण्यासाठी नायक तिचा हात धरून तिला शिकवू लागतो. होडी खालीवर होत असते. त्याची नजर होडीच्या हेलकाव्याबरोबर तिच्या खालीवर होणाऱ्या वक्षस्थळाकडे– जाऊ दे! कादंबरीच्या त्या पानाचे भाषांतर केल्यासारखेच होईल ते!

मिरज जवळ आली तसे पंडित भाऊंना म्हणाले, “परत जाताना बेळगावला येऊन जा की आमच्या घरी!”

“बोटीनं परत जावं असं म्हणतोय. इकडून आलो तर येऊच की!”

मिरजेवर उतरताना माझ्याकडे वळून ते म्हणाले, “ओळखदेख ठेवा हं!”

आगगाडीत निरोप देताघेतांना नेहमीच असे संवाद होतात. पण या संवादाची आठवण झाली की अजून मला हसू येते. देवरूपी नाटककाराला सूचक संभाषणाची फार आवड असते असे म्हटले तर खोटे होईल का?

आम्ही मुंबईला येत असल्याचे चंद्रकांताला मुद्दामच कळविले नव्हते. माणिकरावांकडे त्याला घेऊन जाणे म्हणजे वणव्यात रॉकेलची खाण ओतण्यासारखे झाले असते. माधवाश्रमात उतरून अण्णासाहेबांना भाऊ भेटले. बिचारा गरीब इतिहाससंशोधक! हा सर्व इतिहास ऐकून थक्कच झाला. माणिकरावांनी एका अक्षरानेही त्याला या प्रकरणी दाद लागू दिली नव्हती. रात्री शांत वेळी सर्वांनी माणिकरावांच्या बिऱ्हाडी जायचे ठरले.

दिवसापेक्षाही रात्री मुंबईला गंधर्वनगरीचे स्वरूप प्राप्त होते. दिवसा मुंबईच्या संसाराचे खरेखुरे चित्र दृष्टीस पडते. पण रात्री विजेच्या प्रकाशात या चित्राला रंगभूमीवरील मोहकपणा आल्याचा भास होतो. मुंबईत मोठेपणी अशी मी पहिल्यांदाच आले होते, तरी या सुंदर चित्रात माझे मन रमेना! आमची व्हिक्टोरिया माणिकरावांच्या बिऱ्हाडाकडे जात असताना रस्त्यावर दिसणारे लोकांचे घोळके आणि विजेचे दिवे हे एखाद्या स्मशानयात्रेतील आहेत असेच मला वाटत होते. 'प्रेमाची प्रेतयात्रा!' हे त्या दृश्याच्या चित्राला मी नाव दिले असते.

आम्हाला पाहताच माणिकराव चपापले. भाऊ रागारागाने काही तरी उत्तर पाठवतील अशी त्यांची कल्पना असावी!

पण थोड्याच वेळात निर्दयपणाने हास्य करून ते म्हणाले, ''काय अण्णासाहेब, ही परिषद कशाकरिता भरवली आहे तुम्ही?''

''या उल्काताई– हे भाऊसाहेब–'' अण्णासाहेब चाचरत उद्गारले.

''दोघांनाही मी ओळखतो. अगदी पूर्ण–'' त्यांच्या प्रत्येक शब्दात विष भरले होते.

पण ते गिळून भाऊ म्हणाले, ''उल्का तुमची क्षमा मागायला आली आहे.''

''आम्ही लोक स्वराज्य मागतोय; पण सरकार देतंय कुठं ते आपणाला?'' माणिकराव माझ्याकडे तीव्र दृष्टीने पाहत उद्गारले. टेकडीवर, गोव्यातल्या प्रवासात, कामाक्षीच्या तळीवर, सर्व ठिकाणी माझ्यावर प्रेमाचा वर्षाव करणारे हेच का ते डोळे? मग बुद्धिवान मनुष्य आणि निर्बुद्ध निसर्ग यांच्यात फरक तो काय राहिला? तहानलेल्या झाडांना ढगांतून पाणी मिळते; पण त्यातूनच त्यांच्यावर वीजही पडते.

भाऊ मृदू स्वराने म्हणाले, ''जयवंत शिरोडकराला लग्न ठरल्याची गोष्ट आमच्याकडून कळली ही चूक झाली मोठी. मी पदर पसरतो तुमच्यापुढं–''

''तुम्ही पदर पसरा नाही तर लांबलचक जाजम पसरा! एकदा ठरलं ते ठरलं. मग कशालाही भीक घालणारा मनुष्य नाही मी!''

मला चेव आला. मी कर्कश स्वराने ओरडले, ''ही अंगठी कशाला घातलीत तुम्ही माझ्या हातात?''

''प्रेमाची खूण म्हणून!''

"कुठं आहे ते प्रेम?"

"उडून गेलं ते!"

"प्रेम म्हणजे एक उडाणटप्पू पाखरू आहे एकूण?"

"अलबत. त्याला कोंडूनच ठेवावं लागतं पिंजऱ्यात."

अण्णासाहेब रदबदली करण्याच्या स्वराने म्हणाले, "माणिकराव, एकदा ठरलेलं लग्न मोडणं–"

"अण्णासाहेब, घटस्फोटाचे कैवारी आहा तुम्ही! नवरा-बायकोचं पटत नसलं, तर प्रत्येकाचा मार्ग मोकळा असावा हे कबूल आहे ना तुम्हाला?"

"हो; पण घटस्फोटाचा संबंध येतो कुठं इथं?"

"लग्न होण्यापूर्वीचा घटस्फोट आहे हा! अण्णासाहेब, असं पाहा, एका रीतीनं उदाहरण सुटत नसलं तर दुसरी रीत शोधायला नको का?"

समाजाच्या सुधारणेच्या बाबतीत चंद्रकांताने हाच दाखला दिला होता. माणिकरावांनी तो प्रेमाला लावला!

भाऊ म्हणाले, "उल्का काही मर्जीबाहेर वागणार नाही तुमच्या! झालं गेलं विसरा आणि– तुम्ही असे निष्ठूर झालात तर सत्यानाश होईल पोरीच्या जन्माचा!"

भाऊंचे केविलवाणे उद्गार आता मला अपमानकारक वाटतात. पण त्या वेळी मी ते मुकाट्याने ऐकले. आशेला काय? अपमानाचा कडू काढा तोंड वेडेवाकडे न करता ती पिते.

"भाऊसाहेब, सत्यानाशासारख्या शब्दांनी भिऊन जाण्याइतका मी काही लेचापेचा नाही हं! मी नाही तर नाही! दुसरा नवरा मिळेल तुमच्या मुलीला!"

"पण इतका जिव्हाळा उत्पन्न झाल्यावर–"

"तुमच्या भाच्याशी ठरलेलं लग्न मोडल्यावर मी मिळालोच की नाही?"

"नात्यातलं म्हणून ठरलं हेतं ते लग्न–"

"जिव्हाळा म्हणजे काय ते तरी कळू द्या." माणिकरावांनी विचारले.

माझ्या जळणाऱ्या मनाला गप्प बसवेना. मी म्हटले, "जिव्हाळा म्हणजे मध्यरात्री चांदण्यात एखाद्या मुलीला देवळापुढील तळीवर घेऊन जाणं, तिचा हात हातात घेणं–"

पुढे माझ्या तोंडून शब्द निघेना!

माणिकराव उसळून म्हणाले, "अगर भर दिवसा किल्ल्यावरच्या बुरुजावर एखाद्या तरुणाच्या हातात हात घालणं! होय की नाही, उल्काताई? वसंताचा आणि तुमचा होताच तसा जिव्हाळा!"

मी स्तंभित झाले. पण ही हकिकत सांगितली कुणी त्यांना? वसंताने? आत्याबाई पुन्हा वसंताशी लग्न जमविण्यासाठी आल्या. भाऊंनी माझे दुसरीकडे

जुळले आहे असे सांगून त्यांना नकार दिला. वसंताने सूड असा घेतला काय? माणिकरावांनी या उद्‌गारांनी केलेला अपमान माझ्या मनाला सहन झाला नाही. भान न राहून मी ओरडले, "मी नुसता वसंताचा हातच हातात घेतला असेल. पण तुमची भावी वधू इंदू–"

सुडाचे विचार माझ्या मनात थैमान घालीत होते. माझे शेवटचे शब्द कानांवर पडतात माणिकरावांची चर्चा बदलली. 'इंदूचा खरा बाप कोण आहे, हे आहे का तुम्हाला ठाऊक?' हा प्रश्न मी पुढे विचारणार, तोच भाऊ रागाने म्हणाले, "उल्का–"

मी गप्प बसले.

"काय म्हणत होता तुम्ही इंदूविषयी?" माणिकरावांनी विचारले. त्यांच्या स्वरात संशय स्पष्ट दिसत होता. प्रेम गुलाबासारखे असेल; पण त्याच्या भोवतालचे मत्सराचे काटे– कळकीच्या काट्याहूनही मोठे असतात ते! भाऊंनी मला बोलू दिले नाही. ते म्हणाले, "विशेष नाही काही. इंदू आहे बारदेशकरांची मुलगी! तुम्ही पडलात ब्राह्मण! तेव्हा हे लग्न तिच्या बापाला कितपत आवडेल?"

"एवढंच ना! बापाच्या आवडीनिवडीला विचारतो कोण या सुधारणेच्या काळात?"

परत जाताना डोळे पुसता पुसता डाव्या करंगळीतील अंगठीचा स्पर्श त्यांना झाला. किती वाईट वाटले मला. माणिकरावांच्या अंगावर ती फेकून देऊन निघून आले असते तर मला थोडे तरी समाधान वाटले असते.

रात्री अंथरुणावर किती वेळ तळमळत होते मी! मन म्हणत होते– शाकुंतलाचा पाचवा अंक आज संपला. कालिदास कवी म्हणून त्याने पुढले दोन अंक लिहिले. संसारात आणि नाटकात फरक तो हाच. आमची शाकुंतले पाच अंकाची! या पाच अंकात दुष्यंत आणि दुर्वास ही दोन्ही काम प्रसंगी एकच मनुष्य करतो.

मध्यरात्रीनंतर माझा डोळा लागला. पण पहाटे मी लवकरच जागी झाले. मनात नाही नाही ते विचार येऊ लागले. दोनदा आपले लग्न ठरून मोडले! आता सारा जन्म लोक करतील ती कुचेष्टा सहन करीत काढला पाहिजे. सारा जन्म! नुकती कुठे वीस वर्षांची झाले मी! माणसाचे आयुष्य शंभर वर्षांचे असते म्हणातात! आणखी ऐंशी वर्षे या जगात काढायची? कुणाच्या बळावर? कशाच्या आधारावर! भाऊ आणि आई उद्या मला सोडून गेल्यावर–

ती जाण्याच्या आधीच आपण गेलो तर? झाला इतका जगाचा अनुभव काय थोडा झाला? कधी तरी मरायचेच आहे. आज करता येण्यासारखे काम उद्यावर टाकू नये हे सुभाषित भाऊंनीच नाही का शिकविले? मग आज जर मरता येण्यासारखे आहे, तर उद्यापर्यंत वाट पाहण्यात–

तशा मन:स्थितीतही सुभाषितांचा तो दुरुपयोग पाहून मला हसू आले. पण

लगेच मन मरणाचा विचार करू लागले. मुंबईत काय? जिकडे तिकडे मृत्यूच्या महालाची द्वारे उघडी आहेत. उंच इमारतीवरून उडी टाकावी, मोटार-ट्राम-आगगाडी धावत असताना मध्ये घालून घ्यावे! एवढा मोठा समुद्र आहे! त्यात खुशाल जाऊन निजावे.

दुबळ्या शरीरात रोग उत्पन्न होतात. दुबळ्या मनातच आत्महत्येचे विचार येतात. त्या वेळी मनावर माझा बिलकुल ताबा नव्हता. भाऊंची माया, आईचे प्रेम, काही काही दिसत नव्हते मला.

''बाहेर जाऊन येते हं'' असे अर्धवट झोपेत असलेल्या भाऊंना सांगून मी खोलीबाहेर आले. मुंबई जागी झाली होती! ट्रामच्या भूपाळ्या ऐकू येत होत्या. मी रस्त्यावर येऊन उभी राहिले. कुठे जायचे? जीव कसा द्यायचा? काही केल्या निश्चय होईना. पावले जातील त्या वाटेला मी चालू लागले. मनुष्य मरणाला का भितो? तर एकट्याने मृत्यूच्या राज्यात जावे लागते म्हणून! पण जगात जन्मभर ज्याला एकटेच राहायचे, त्याला मरणाचे भय कसले?

''ताजी बातमी! ताजी बातमी हवी का बाई?'' नऊ-दहा वर्षांच्या एका पोराचा प्रश्न ऐकून मी उभी राहिले. चटकन माझ्या मनात आले– उद्याची ताजी बातमी म्हणजे आत्महत्या!

त्या पोराकडे पाहताच मला भडभडून आले. दहा वर्षांचे कोवळे पोर, खरे म्हटले तर या वेळी साखरझोपेत असायचे त्याने! पण गरिबी! साखरझोप असले सर्व पदार्थ वर्ज्य असतात या रोगात!

ते पोर कळवळून म्हणाले, ''भवानी करा हो बाई माझी!''

मी विचारले, ''घरी कोण कोण आहेत रे तुझ्या?''

''बाप मेला गिरणीच्या पट्ट्यात सापडून, आई विड्या वळते! तीन बहिणी नि दोन भाऊ आहेत मला ताई. मीच साऱ्यांत मोठा.''

बाई सोडून चटकन ताई त्याच्या तोंडात का आला हे माझ्या लक्षात आले. दुःखी माणसाला नुसती विचारपूस केली तरीसुद्धा आनंद होतो.

मी एक अंक विकत घेतला.

पोलक्यात हात घालून पाहिले. हाताला पावली लागली. ती काढून त्याच्या हातावर ठेवली.

त्याने कृतज्ञ दृष्टीने माझ्याकडे पाहिले आणि 'ताजी बातमी' करीत तो चालू लागला. तो दिसेनासा होईपर्यंत मी त्याच्याकडे पाहत होते.

माझ्या आयुष्यातल्या अत्यंत भयंकर प्रसंगी तो मला गुरू झाला. मरणे आणि मारणे, दोन्ही गोष्टी फार सोप्या आहेत. जगणे आणि जगविणे त्या मानाने फार कठीण! मरायचेच असेल तर जगण्याचा प्रयत्न करताना, दुसऱ्याला जगविताना का मरू नये! मला चंद्रकांताची आठवण झाली.

मी घाईघाईने परत आले. भाऊ उठून माझीच वाट पाहत होते.

"कुठं गेली होतीस गं पोरी– मला वाटलं–" शेवटचे शब्द उच्चारताना त्यांचा कंठ अगदी दाटून आला. मला कसेसेच झाले.

"काही वर्तमानपत्र मिळतंय का बघायला गेले होते खाली." असे म्हणून मी हातातला अंक अंथरुणावर टाकला पण माझ्याप्रमाणेच भाऊंचे मन तरी ठिकाणावर होते कुठे? त्यांनी तो काही उघडून पाहिला नाही.

उशीर झाला तर चंद्रकांत गिरणीत जाईल म्हणून चहा घेऊन आम्ही लगेच त्याच्या बिऱ्हाडी जायला निघालो. वाटेत वाचायला काही तरी असावे म्हणून तो अंक बरोबर घेतला. पण त्याची सुरळी उघडण्याची काही वांच्छा झाली नाही मला.

चंद्रकांताच्या बिऱ्हाडापाशी आम्ही आलो. त्याने केलेले नरकाचे वर्णन मला अक्षरश: पटले. जिकडे पाहावे तिकडे अवकळा दिसत होती. बेडौल चाळी, त्यांचे मोडके जिने, कोंदट खोल्या, आतील घाण–

मोठ्या प्रयत्नाने चंद्रकांताच्या खोलीत आम्ही प्रवेश केला. त्या लहानशा खोलीत मात्र थोडी टापटीप होती.

पण दार उघडताच समोरच्या कोपऱ्यातले अंथरुण दृष्टीला पडून मी मनात चरकले. चंद्रकांत एका रोग्याला बळजबरीने निजवीत होता.

आम्हाला पाहताच त्याला आश्चर्य वाटले. पण लगेच त्याची आनंदी वृत्ती जागृत होऊन तो म्हणाला, "उल्काताई, मजुराचं घर आहे हं! खुर्च्याबिर्च्या नाहीत हं मिळायच्या इथं."

अंथरुणावर पडलेला मनुष्य आंबेगावचा कुरवाडी होता. तापात भ्रम झाला होता त्याला. त्याची ती बडबड ऐकून माझ्या अंगावर शहारे उभे राहिले. "ख्वाल, लइ ख्वाल हाय पानी आमच्या नदीचं. घाला व्हडी! तुजी व्हडी सख्या– तुझी व्हडी सख्या– खंड दिलो नाय तर जप्ती येयत घरार! टलकांच फोडीन कोण जप्तीक येयत तेचां. पनास रुपड्यांक् जमीन नागीन– "

तो दातओठ खाऊ लागला.

चंद्रकांत सारखा त्याला सांगतच होता, "सगुण, उगी राहा! सगुण उगी राहा!" पण वात झालेला मनुष्य अशाने थोडाच ऐकतो! बडबडून थकला तेव्हा तो निपचीत पडला.

चंद्रकांतने त्याची सर्व हकीगत सांगितली. सगुण अलीकडे आजारीच होता. घरी पाठवायला त्याला पैसे कुठून मिळणार? भावाचे पत्र आले, "पैसे पाठीव; नाही तर जप्तीत घर जाणार." तेच भ्रमात त्याच्या डोक्यात घोळत होते.

मला वाईट वाटलेले पाहताच चंद्रकांत म्हणाला, "उल्का, एक सगुण पाहून रडतेस तू. पण सारं परळ– परळच कशाला? मुंबई, हिंदुस्थान– असल्या सगुणांनीच

भरून गेलं आहे. डोळ्यांत समुद्र असला, तरी आटून जाईल रडून रडून!''

''आणि तो आटून गेला म्हणजे वडवानल बाहेर पडेल त्यातून!''

''कसे छान बोललीस!'' असे म्हणत तो आमच्या चहाची तयारी करायला लागला.

''उल्काताई, थोडी मदत करशील का मला?'' चहाचे आधण उतरून तो म्हणाला.

मी मानेने हो म्हटले.

''आळशीनं शेकायची आहे सगुणाची छाती!''

चहा घेऊन झाल्यावर तो आळशी उकळवू लागला. मी ती पिळ्यात घेऊन शेकू लागले. जगायचे आणि दुसऱ्याला जगवायचे हा सकाळचा शुभ निश्चय अमलात आणण्याची संधीच मिळाली ती मला.

शेक संपल्यावर भाऊंनी माणिकरावांची सर्व हकीकत सांगितली. चंद्रकांताला त्यांनी गिरणीतून काढून टाकल्याचेही आम्हाला समजले. सध्या तो रिकामाच होता.

थोडा वेळ कुणीच काही बोलले नाही.

माझ्या हातातील वर्तमानपत्र पाहून चंद्रकांताने विचारले, ''आजचं की काय?''

''हो.''

''पाहू या काय आहे ते.''

अंक उघडून त्याच्या हातात देताना ठळक अक्षरे माझ्या नजरेला पडली;

'क्रांतिकारक स्त्रीला शिक्षा'

त्याने झटकन त्या मजकुरावरून नजर फिरवली व तो खिडकीपाशी जाऊन रस्त्याकडे पाहत उभा राहिला. मी ती बातमी वाचली. विजय माफीचा साक्षीदार झाल्यामुळे अजिबात सुटला होता. कल्पनेला पाच वर्षांची सक्तमजुरीची शिक्षा झाली होती. विजयच्या साक्षीवरून चंद्रकांत मुख्य गुन्हेगार ठरत आहे. तो सापडल्यावर त्यालाच जबर शिक्षा ठोठावणे योग्य होईल, असे उद्‌गार न्यायाधीशांनी निकालात काढले होते.

मी हळूच चंद्रकांतापाशी गेले.

त्याच्या पापण्यांच्या कडा किंचित ओलसर दिसत होत्या. हिवाळ्यात गवतावर दवाचे थेंब नसले, तरी त्याचा ओलसरपणा सहज जाणवतो! त्याचे डोळे मला तसेच वाटले.

''हे रे काय?'' मी म्हटले.

''मोह! प्रेम!'' हसून त्याने उत्तर दिले.

मी हातातील माणिकरावांची अंगठी काढून त्याच्या हातात ठेवली.

त्याने विचारले, ''हे काय?''

“मोहाचा त्याग.” मी उत्तर दिले. “सगुणाच्या औषधपाण्याकरिता खर्च करायची हं ही!”

२३

सगुणाला थोडा गुण पडेपर्यंत मी मुद्दाम मुंबईला राहिले. दररोज सकाळी चंद्रकांताच्या बिऱ्हाडी जाऊन मी संध्याकाळपर्यंत तेथे राही व त्याला शुश्रूषेच्या कामी मदत करी. माझ्या उभ्या आयुष्यात आला नव्हता एवढा अनुभव या दिवसांत मला आला. मजूर म्हणजे एक जिवंत यंत्र! या जिवंत यंत्राची निर्जीव यंत्राइतकीसुद्धा काळजी घ्यावी लागत नाही. त्याचे अन्न, कपडेलत्ते, औषधपाणी– सारेच किती भिकार! सगुणाची शुश्रूषा करता करता माझ्या डोक्यात विचारांची वावटळ उठे. हे लोक इतके भिकार का? बंगल्यात राहणारे, मोटारीतून फिरणारे आणि हिऱ्यामोत्यांचे दागिने घालणारे श्रीमंत यांच्यापेक्षा अधिक काम करतात का? यांना शिक्षण दिले तर यांच्या हातून त्यांची कामे होणार नाहीत का? मग यांची ही इतकी दुर्दशा का? यांचे आईबाप गरीब होते म्हणून. हे एकच कारण मला दिसू लागले. गरिबी हा आनुवंशिक रोग आहे. या एका रोगातूनच व्यसन, चोरी, दुष्ट बुद्धी वगैरे बहात्तर रोग उत्पन्न होतात. पिढीजाद श्रीमंत– मग ते कितीही नालायक असोत– सुखे भोगतात. पिढीजाद गरीब– कितीही लायक असोत ते– त्यांना डोके वर काढायला संधीच मिळत नाही फारशी!

आम्ही बोटीने परत आलो. चंद्रकांत दुसऱ्या गिरणीत काम पाहण्याची खटपट करीत होता. नाही तर वेळ जावा म्हणून त्यालाही मी आणणार होते बरोबर! शिवाय त्याला इकडे आणायचे म्हणजे एक भीती होतीच मोठी! कुणीही हजार रुपयांच्या आशेने जर त्याला पोलिसांच्या हवाली केले– त्या पेक्षा तो मुंबईत होता तेच बरे.

घरी आल्यावर सर्व हकीगत ऐकून आईने अंथरूणच धरले. मी तिची पुष्कळ समजूत घातली. पण तिने एकच ध्यास घेतला! ‘ताराचं लग्न! उल्काचं लग्न!’ भाऊंना काय करायचे ते कळेना. कुठल्याही वाटेवरच्या चोराच्या गळ्यात तर मुलगी बांधायची नाही! आणि मुलीपाशी डबोले असल्याची खात्री असल्यावाचून तो तरी कशाला बांधून घेतो ती गळ्यात!

या काळजीचा परिणाम आईच्या तापाने खंगलेल्या शरीरावर होऊन हां हां म्हणता ती अंथरुणाला खिळली. वेंगुर्ल्याच्या बाट्याला आणले भाऊंनी! त्याने Galloping pthysis (शीघ्र क्षय) आहे म्हणून निदान केले; त्याचे शब्द माझे काळीज कापीतच गेले! भाऊंनी तर मान वळवून डोळे पुसले. Galloping pthysis!

मृत्यू माझ्या आईला घेऊन जाण्याकरिता घोडदौडीने येत आहे! किती असह्य वाटे, ती कल्पना! रात्री झोपेतून जागी झाले की मनात येई, 'छे! आई आजारी नाही नि काही नाही. काय भयंकर स्वप्न पडलं आपल्याला.' इतक्यात आईचे कण्हणे ऐकू येई आणि–

आईला औषध देताना, तिचे अंथरूण साफसूफ करताना, तिच्याजवळ बसून तिला आवडेल असे काही वाचून दाखविताना, सदा सर्वदा एक विचार माझ्या मनात घोळे! आज आपल्यासमोर दिसणारी आई उद्या– उद्या कुठे शोधायचे तिला? आईने माझ्या पाठीवरून हात फिरवला म्हणजे पोटात कालवाकालव होई. कितीदा तरी वाटे, मी किती दुष्ट अन् निर्दय आहे! आईला जितके सुख द्यायचे तितके दिले नाही कधी! भाऊंशी माझ्या लग्नाविषयी बोलतांना तिच्या डोळ्यांत पाणी उभे राही! त्या पाण्यात लग्न न करण्याचे माझे सर्व निश्चय बुडून जात! एके दिवशी भाऊ घरात नाहीत असे पाहून तिने मला हाक मारली. मला जवळ घेऊन माझ्याकडे टक लावून किती तरी वेळ तिने पाहिले.

"असे काय बघतीस माझ्याकडे?"

"कसंही पाहिलं तरी माझी काही दृष्ट लागायची नाही तुला!"

थोडा वेळ थांबून ती म्हणाली, "बाळ उल्का, मी सांगणार आहे थोडं तुला काही."

"थोडं का? पुष्कळ सांग की!"

"पुष्कळ सांगायला तुझ्यासारखी पुस्तकं कुठं वाचलीयत मी?"

मी लक्ष देऊन ऐकू लागले.

"लहानपणी मूल खाऊचा हट्ट धरतं. होय की नाही? तस्सा, अगदी तस्सा हट्ट मोठं झाल्यावर मन करू लागतं. मूल आणि मन यांची मारून कधी समजूत पडत नाही. बाळ, पुनर्विवाह करणाऱ्या तुझ्या आईचा अनुभव–"

"हरिदासाची कथा मूळपदावर." मी हसत म्हटले.

"मग लग्न करणार ना तू?"

"हो, लग्न पाहावं करून अशी म्हणच आहे की!"

आईचे समाधान होण्याकरिता लग्न करण्याच्या तिच्या आग्रहाला मी हूं हूं म्हणत असे. पण खरे सांगायचे तर त्याविषयीची आशा अगर इच्छा त्यावेळी माझ्या मनात तीव्रतेने क्वचितच उत्पन्न होई. आईच्या आजाराच्या शेवटी शेवटी एक गोष्ट घडली. माझी खात्री झाली की या जगात माझे लग्न होणे काही शक्य नाही.

आईची औषधे, उपचार, पथ्यपाणी यांत भाऊंनी काही कमी केलं नाही. पुष्कळदा ती रागावून म्हणे, "वाळूत कशाला ओतताय पाणी?"

ते उत्तर करीत, "जीव आहे तिथं आशा आहे."

या आजाराच्या खर्चाने त्यांच्या हातातली रोकड संपून गेली. आईचे दागिने तिच्यादेखत विकणे त्यांच्या जिवावर आले. शिवाय माझे लग्न झाल्यावर मला काही तरी द्यायला पाहिजे ही कल्पना होतीच त्याच्या मुळाशी! आमच्या जातीत म्हणे कुडी माहेरच्यांनीच घालावी लागतात. नाही तर मुलीचे कान जन्मभर उघडे राहून कानफाटी ठरते ती!

भाऊ इंदूच्या बापाकडे हातउसनी रक्कम मागायला गेले. इंदूने भटाशी लग्न करायचे ठरविल्यापासून तो झाडून साऱ्या भटांचा उद्धार करीत होताच. भाऊ गेल्यावर मूळ मुद्दा राहिला बाजूला. त्याने इंदू बिघडल्याचे सारे खापर भाऊंच्या शिक्षणावर फोडले! "तुमच्या शाळेत धर्म नाही. नीती नाही! पोरं बिघडवता तुम्ही; पण ते निस्तरावं लागतं आम्हाला!"

भाऊ, उत्तर देण्याच्या स्थितीत नव्हतेच. त्यांनी नम्रपणाने पैसे मागितले. लगेच "गावात बेअब्रू करून वर पैसे मागायला येता काय? लाज नाही वाटत दारात पाऊल टाकायला!" हा भडिमार त्यांच्यावर झाला. त्यांच्या सगळ्या बोलण्याचा अन्वयार्थ लावल्यावर मग भाऊंच्या ध्यानात आले. आत्याबाई व चंद्रकांताची आई यांच्यासमोर इंदूच्या जन्मसंबंधाने आई रागारागाने बोलली होती. त्या दोघी काही कमी प्रवीण नव्हत्या लावालावीत! त्या काट्याचा हा नायटा झाला!

त्या दिवशी भाऊंनी आपल्या 'विचारतरंगात' जे लिहिले आहे, ते वाचले की जणू काही ते चंद्रकांतानेच लिहिले आहे असे वाटू लागते.

'ज्याच्याजवळ पैसा नाही तो पशू! ज्याच्याजवळ आहे तो राक्षस! मनुष्य मात्र आढळणे कठीण होऊन बसले आहे जगात! दारू, वेश्या, जुगार, शर्यत साऱ्या साऱ्या व्यसनांचा अर्क आहे हे पैशाचे व्यसन! विषमतेचे मूळ पैशात, स्वार्थाचे मूळ पैशात– जगातल्या साऱ्या दुःखांचे मूळ मूठभर लोकांच्या हातात साठलेल्या या पैशात आहे. डबक्यात साचलेल्या पाण्याप्रमाणे आजच्या जगातला पैसा नाही का? या पाण्याचा पिण्याला उपयोग नाही. गुरांना नाही, शेतीला नाही! चवचाल चैनीच्या जंतूंची अंडी मात्र त्यात चांगलीच वाढतात. या डासांचा फैलाव झाला की भोवतालच्या लोकांचे मरण हां हां म्हणता ओढवते!

दोन तपे एकनिष्ठेने शिक्षणाचे काम करून मरणाच्या दारी पडलेल्या बायकोला औषध द्यायला माझ्यापाशी पैसा नाही. लग्नाच्या मुलीकरिता खर्च करायला माझ्यापाशी दमडी नाही. काय करायचेय असले शिक्षण? वसंत-माणिकरावांपेक्षा अधिक उच्च दर्जाची कितीशी माणसे सध्याचे शिक्षण निर्माण करीत आहेत?'

आईच्या आजारपणामुळे भाऊंचे शाळेकडे अगर कशाकडेच लक्ष नव्हते. एके दिवशी किल्ल्याजवळच्या गाबीतवाड्यातून एक म्हातारा त्यांनी बोलवायला आला.

"काय रे?" भाऊंनी विचारले.

“बिमार जालोसा पोरगो, मास्तर.”

असे म्हणून डोळे पुशीत त्या म्हाताऱ्याने सर्व हकीगत सांगितली. कुणालाही किल्ल्यावर जायचे असले म्हणजे भाऊ त्या मुलाला बरोबर देत असत. अलीकडे तो शाळेत येत नव्हता बरेच दिवस. पण स्वत:च्या व्यापामुळे ते काही भाऊंच्या लक्षात आले नाही. भाऊ त्यांच्याबरोबर जायला निघाले.

“ताईक्ही घ्या वागडन्” तो म्हणाला. भाऊंना आश्चर्य वाटले. पण त्या मुलाचीच अशी इच्छा आहे असे कळताच आढेवेढे न घेता त्यांना मला बरोबर नेले. निराच्या आईला आईपाशी बसवून आम्ही निघालो.

वाटेत त्या म्हाताऱ्याने आपल्या कुटुंबाची सर्व हकीगत सांगितली. तो मुलगा त्याचा पुतण्या! त्याचा भाऊ पाच-सहा कच्चीबच्ची मागे ठेवून लहानपणीच मेला. एकंदर दहा-बारा माणसांचा प्रपंच! धंदा मासे मारण्याचा! प्रसंगी वर्षाचे उत्पन्न शे-पन्नास रुपयांच्या पलीकडे काही जात नसे. भाऊंच्या शाळेत येणारा मुलगा मोठा हुषार. मराठी शाळेत पहिला नंबर असे त्याचा. इंग्रजी शाळेत भाऊंनी त्याची फी माफ करविली, त्याला पुस्तके दिली! घरात सर्वांना आनंदीआनंद झाला. पोरगा शिकणार. महिना वीस-पंचवीस रुपयांची नोकरी मिळविणार! मग सुखाला काय तोटा? वेडी आशा!

दोन-तीन मैलांवरून तो नित्य शाळेत येई. घरात भातापुरते तांदूळ असण्याची मारामार. पण तो नुसतीच पेज पिई, शाळेत जाई, संध्याकाळी आल्यावर पुन्हा दुपारची पेज पिई आणि रात्री अकरा वाजेपर्यंत दवतीपाशी अभ्यास करी.

हे वर्णन ऐकताना मला मुंबईच्या मजुरांची आठवण झाली. तिथे मजूर–इथे हे गाबीत– दुसरीकडे–

त्याचे घर आल्यामुळे माझे विचार थांबले. घर कसले? वर चुडते घातलेले बैठे खोपट होते ते! आत जागा तरी किती थोडी होती. अंधारात दिसावे म्हणून दिवसाउजेडी प्रकाशापेक्षा धूरच ज्याच्यातून अधिक निघत होता असा एक दिवा आजाऱ्याच्या उशाशी ठेवला होता. मी त्या आजारी मुलाकडे पाहिले. माझ्या जिवाचा थरकाप झाला नुसता. अंथरूण कसल्या तरी चिंध्याचे होते! कसली तरी एक फाटकीतुटकी गोधडी त्याच्या दुमडून घेतलेल्या पायांवर पडली होती. त्याचे पोट इतके फुगलेले होते, की अजून ती आठवण झाली म्हणजे काटा उभा राहतो अंगावर.

“सोसवत नाही हो मास्तर–” तो रडत रडत म्हणाला.

“भिऊ नकोस बाळ! डॉक्टर आणू या हं आपण चांगला!” भाऊ त्याच्या चुलत्याकडे वळून म्हणाले, “कशानं रे पोट फुगलं एवढं?”

“पेजेनं थंडी झाली मास्तर!”

उन्हाळा, पावसाळा, हिवाळा, नेहमी पेज! सकाळी पेज, संध्याकाळी शिळी पेज! अभ्यासासाठी जाग्रणे. बिचारे पोट तरी काय करील?

भाऊ खिन्न दृष्टीने वर पाहत होते. जणू काही ते अदृश्य ईश्वरालाच विचारीत होते, 'या चिमुकल्या जिवानं कुणाचा काय गुन्हा केला म्हणून ही शिक्षा तू त्याला देत आहेस?'

त्या मुलाला हातसुद्धा धड उचलण्याची शक्ती नव्हती. मोठ्या कष्टाने कण्हत ते अर्धवट उचलून जोडण्याचा प्रयत्न करीत ते म्हणाला, "मास्तर, क्षमा करा मला. ताई, क्षमा करा."

आम्हा दोघांना काहीच कळेना. त्याच्या डोळ्यांतून अश्रू वाहू लागले, "ताई, रुपया दिला त्या दुसऱ्या पाहुण्यांनी अन् मी सांगितलं ते!"

"काय सांगितलंस?"

"ते पहिले पाहुणे आणि ताई बुरुजावर–"

त्याला पुढे बोलवेना. पण माझ्या लक्षात आले. वसंत किल्ल्यावर गेला तेव्हाची सर्व हकीगत माणिकरावांना या मुलाने सांगितली होती. रुपयाचे आमिष! कसे आवरावे त्याने आपले मन? पेजेशिवाय अन्न नाही. फाटक्या कपड्याशिवाय वस्त्र नाही! वर्गातले श्रीमंत सोबती पाहून त्याचे मन नेहमीच गप्प बसले असेल का?

त्याला धीर देऊन आम्ही परत आलो. ब्रह्मेश्वराच्या देवळाजवळ इंदूची आई दिसली. देवदर्शनाला चालली होती ती! तिच्या अंगावरच्या दागिन्यांकडे मी पाहिले. कमीत कमी पाच हजार रुपये नाचत होते तिथे!

तो गाबत्याचा मुलगा– इंदूची आई– ही दोन्ही चित्रे सबंध रात्रभर माझ्या मनातून हलली नाहीत.

दुसऱ्या दिवशी सकाळी तो मुलगा वारल्याचे कळले, भाऊ मुद्दाम त्याच्या दहनाकरिता गेले होते. घरी आल्यावर ते म्हणाले, "उल्का, त्याच्या चुलत्यानं काय केलं असेल आज?"

"बिचारा रडत बसला असेल!"

"अंऽहं. रागानं त्याची सारी पुस्तकं गोळा केलीन त्यानं आणि ती त्याच्या बरोबर जाळून टाकलीन."

हे सांगताना भाऊंच्या चेहऱ्यावर हास्य दिसत होते, जणू काही त्या जळणाऱ्या पुस्तकांच्या प्रकाशात त्यांना आपला ध्येयाचा मार्ग चुकला आहे हे स्पष्टपणे कळून चुकले होते.

त्या मुलाच्या मरणाचा परिणाम आईच्याही मनावर झाला. दिवसेंदिवस तिची प्रकृती खालावतच गेली. शेवटी तर या कुशीवरून त्या कुशीवर देखील तिला वळता येईना. भाऊंना आणि मला असे वाटू लागले, की हिची एकदा सुटका होईल तर बरे.

पण हे विचार ती मृत्यूच्या दारात होती तोपर्यंतच काय ते टिकले. ज्या दिवशी आपले दार उघडून तिला मृत्यूने पलीकडे नेले त्या दिवशी ते दार वीज चमकावी तसे क्षणार्धात उघडून बंद झाले. त्या दारापलीकडे काय आहे हे कुणाला माहीत? बळजबरीने आपण ते उघडून आत गेलो तरी आपले प्रिय मनुष्य आपणाला भेटेल म्हणून तरी कुठे नेम आहे?

किती तरी दिवस माझ्या डोळ्यांचे पाणी खळले नाही. घरातील वस्तू न् वस्तू आईची आठवण करून देई. ती पांघरीत असलेली खादीची शाल पोटाशी धरून बसावेसे वाटे. भाऊंचा आणि तिचा माझ्या जन्मापूर्वी काढलेला फोटो! किती तरी अंधुक झालेला. पण तासन्तास त्याच्याकडे पाहत बसण्यात मला आनंद होई.

अशा वेळी माझ्या मनात किती तरी विलक्षण विचार येत. विश्व हे एक अरण्य आहे; मनुष्य म्हणजे त्या अरण्यातील कुठल्या तरी वृक्षवेलीला लागलेले एक पान! पण हिवाळ्यात हे पान झडून गेले तरी वसंतात त्याच्या जागी दुसरे पान येतेच की नाही? यात सुख कसले आणि दुःख कसले? कित्येकदा वाटे मानवी जीवन परमेश्वराचा पत्त्यांचा खेळ आहे नुसता!

पण लगेच भाऊंचा त्याग, आईचे प्रेम, चंद्रकांताचा ध्येयवाद, त्या गाबीत मुलाचे मरण– हजारो गोष्टी अंतःकरणात वादळ उत्पन्न करीत. वाटे, संसार हे मृगजळ नाही. हा खराखुरा समुद्र आहे. या समुद्रात पोहत राहायचे, बुडणारांना हात द्यायचा, हेच आपले काम! पण या अफाट समुद्रात पोहताना खडक कसे चुकवायचे?

धीर कुणाच्या आधारावर द्यायचा? समुद्रात दीपस्तंभ कोणता?

आपल्यावर प्रेम करणाऱ्या माणसाचे डोळे हाच तो दीपस्तंभ का?

एके दिवशी अचानक बेळगावच्या पंडितांचे पत्र भाऊंना आले. ते त्यांनी वाचले आणि माझ्याकडे दिले. मी ते वाचून परत त्यांच्या हातात दिले.

कोणी काही बोलले नाही.

२४

एक मार्ग असेतोपर्यंत मनुष्य नाकासमोर जात असतो. पण त्याला फाटे फुटले की तो बावरून जातो. बिजवर म्हटला की मुलीच्या कपाळाला आठी ही उठलेली! तेव्हा पंडितांच्या पत्राला मी अनुकूल उत्तर देईनच अशी भाऊंना खात्री कशी वाटावी? बरे नकार द्यावा तर आयते चालून आलेले स्थळ हातचे जाते. त्यांचे मन गोंधळात पडले.

मी तर त्यांच्याहूनही गोंधळून गेले. पंडितांना मी प्रत्यक्ष पाहिले होते. स्थळ काही वाईट नव्हते तसे! आंबेगावचे दोन-तीन हजारांचे उत्पन्न, शिवाय शिक्षकाची

नोकरी. माझे लग्न दोनदा ठरून मोडल्याचे गावभर झाले होते. आता ते सुखासुखी होणे अशक्यच होते जवळजवळ. अशा स्थितीत चाळिशीच्या घरात आलेला बिजवर म्हणून पंडितांना जर मी नकार दिला, तर जन्मभर कुवार राहण्याखेरीज दुसरी गतीच नव्हती मला!

कुवार राहणे इतके कठीण का आहे? हो, माझा तरी तसा अनुभव आहे. वसंत आणि माणिकराव यांनी माझ्या हृदयाला केलेल्या जखमांतून रक्त वाहत होते. पण त्या रक्ताबरोबर संसारसुखाची आशा काही वाहून गेली नाही. ती तशीच मनात होती. चंद्रकांताचे बोलणे यावेळी मला खरे वाटले. दुपार झाली की पोटात भूक लागते. तारुण्यात हृदयाला प्रेमाची अशीच तहान लागली, तर यात मुलखावेगळे असे काय आहे?

बिजवर! मी माझ्या मनाची समजूत घातली– असतील ते बिजवर! मी नव्हते का वसंत व माणिकराव यांच्यावर प्रेम केले? त्यांनीही तसेच आपल्या मृत पत्नीवर केले असेल, त्यात कमीपणा कसला? वयातले अंतर अधिक वाटते जरा. पण भाऊंच्या मागची माझी लग्नाची काळजी दूर करायला हीच संधी योग्य नाही का? आंबेगावचे एवढे मोठे जमीनदार आहेत ते! लग्न झाल्यावर त्या गावातील शेतकऱ्यांची सुधारणा नाही का मला करता येणार? शरीराप्रमाणे आम्हालाही भूक असते. हे लग्न जुळले तर माझी ती भूकसुद्धा शांत होईल. तिथल्या शेतकऱ्यांना– चंद्रकांताच्या खोलीत फणफणत पडलेल्या सगुणाची– त्याच्या भ्रमातील बडबडीची– जप्तीची– साऱ्या गोष्टींची एकदम आठवण झाली मला! या लोकांना मला सुखी नाही का करता येणार?

आता या कल्पनेचे मला हसू येते. पण त्या वेळी आंबेगावच्या शेतकऱ्यांची सुधारणा करण्याकरिताच मी पंडितांशी लग्न करीत आहे, असे मला खरोखरीच वाटत होते. मनुष्य म्हणजे स्वतःची फसवणूक करून घेणारा प्राणी, अशी कुणीशी व्याख्या केली आहे ना? किती मार्मिक आहे ती?

भाऊ बेळगावला जाऊन आले. मुलेबाळे काहीच नव्हती पंडितांना, रीतीप्रमाणे लग्न ठरले आणि झालेही. लग्नाची वर्णने लढाईप्रमाणे काही चटकदार नसतात. पण त्या वेळच्या दोन-चार गोष्टी सांगितल्यावाचून राहवत नाही मला. पहिली गोष्ट निराची आई येणार होती आमच्याबरोबर बेळगावला. पण जावयाला देवी आल्या म्हणून घाईघाईने ती तशीच आंबेगावला निघून गेली. अर्थात बेळगावला लग्नाला गावकर आले नाहीत. योगायोग मात्र किती विचित्र! ध्रुवदर्शनाला भटजींनी आम्हा दोघांना बाहेर नेले. ध्रुव कुठे असतो हे मला ठाऊक होते. पण लग्नाच्या आनंदात माणसाला थोडीशी थट्टा करावीशी वाटतेच की नाही? त्यांच्याशी बोलायला मिळावे म्हणून मी मुद्दामच म्हटले; ''मला नाही बाई दिसला तो!'' ते आपल्या बोटाने मला

ध्रुव दाखवितील अशी माझी कल्पना होती. पण इतक्यात कुणी तरी तिथे आले आणि त्याने गावकराचे डोळे देवीने गेल्याचे सांगितले.

आम्ही ध्रुवाकडे पाहत असताना डोळे गेल्याची ती बातमी मला तरी अगदी अपशकुनासारखी वाटली. गरीब बिचारी निरा! डोळे असताना नवरा इतका संशयी होता. आता तर काही बोलायलाच नको. लगेच माझ्या मनात आले. आता मी आंबेगावची मालकीण नाही का झाले? निराला मदत करणे काही कठीण नाही आपल्याला.

लग्नातली दुसरी गोष्ट– हो, खादीच्या पोषाखाने उडविलेली ती गडबड! वेंगुर्ल्याचे वालावलकर भाऊंचे चांगले स्नेही, लग्न ठरले त्याच दिवशी खादीफेरी घेऊन आले होते! आमच्याकडे आले त्या वेळी ते म्हणाले, "उल्काताई, खादी वापरली पाहिजे हं लग्नात!"

मी म्हटले, "माझ्या हातात काय आहे?"

ते उद्‌गारले, "वा:! नवरा म्हणजे काय? बायकोच्या हातातलं बाहुलं! कसलाही पोषाख घाला, हे बाहुलं काही तक्रार नाही करणार!"

भाऊंनी जावयाकरिता चांगल्या खादीचा पोषाख केला. पण आयत्या वेळेला तो बाजूला ठेवावा लागला. त्यांना तिटकारा होता अगदी खादीचा. "गोणपाट घालायला मी काही भागेली नाही आंबेगावातला!" हे त्यांचे शब्द अजून घुमताहेत माझ्या कानात. खेडवळ म्हणून भाऊंना आणि वेडसर म्हणून गांधींना त्यांनी अशी लाखोली वाहिली– एकदा माझ्या मनातसुद्धा आले की हे लग्न इथेच थांबवावे.

भाऊंनी माझ्या लग्नाकरिता खूप खर्च केला. मी जीव तोडून नको म्हणत होते! पण ते म्हणत, "शेल्याला शोभेल अशीच पैठणी हवी! नाही तर फुकटचं हसं व्हायचं लोकांत!" तो पैसा त्यांनी कुठून मिळविला हे लक्षात आले की भडभडून येते मला. मला बेळगावला ठेवून ते घरी परत आले त्या दिवशी त्यांनी लिहिलेली ही वाक्ये– हृदयातल्या रक्तात अश्रूंचे पाणी मिसळून त्या शाईने ती लिहिली असे वाटते.

'एकटा, या घरात जन्मभर आता एकटा राहणार मी. जवळजवळ दोन तपे सोबत करून संसारातील भागीदारीण निघून गेली. वीस वर्षांच्या प्रेमाचा पाश तोडून उल्का आज दुसऱ्या पाशात जाऊन पडली. पत्नीचे आताचे जग जसे माझ्याहून निराळे तसेच उल्केचेही नाही का? सासरची मंडळी, पती, मुलेबाळे यांत ती उद्या गढून जाईल. माझी तिला आठवण तरी होईल का? मन वेडे असते. पर्वतातून नदी निघाली म्हणून ती तिथेच कशी वाहत राहील? ती समुद्राकडे धावत जाते हा सृष्टीधर्मच नाही का?

उल्केच्या लग्नाच्या वेळी माझ्या सर्व तत्त्वांना मी हरताळ फासला. कर्ज काढायचे नाही ते काढले. आजपर्यंत शिकवण्या करायच्या नाहीत असा माझा

कटाक्ष होता. आता यापुढे– शिकवण्याच शिकवण्या! बरे होईल आयते! वेळ जाईल आणि कर्ज फिटेल. माझी उल्का चांगल्या स्थळी पडली यात सर्व काही भरून पावले मला! एक-एकच गोष्ट मनास डाचते. या जगात सुखाची पैशाशी पडलेली सांगड योग्य आहे का?

पंचवीस वर्षे पैशाकडे पाठ फिरवून एका मार्गाने गेलो. त्याचे फळ? फळावर आपला अधिकार नाही हे कृष्णाने उगीच नाही सांगितले! डोंगर पोखरून रत्ने काढण्याचा दोन तपांपूर्वी मी चंग बांधला. माझ्या श्रमाचे फळ म्हणजे उंदरांचा सुळसुळाट. या खेड्यात खरीखुरी सुधारणा झाली का? काडीइतकीदेखील नाही. शिक्षण हे पाणी! ते समाजवृक्षाच्या मुळाशी घातले की झाले काम असे वाटले मला! पण या वृक्षाच्या मुळाला लागलेली जातिद्वेषाची, विषमतेची आणि पैशाच्या गुलामगिरीची कीड त्याला थोडीच वाढू देणार आहे. ही कीड मेली पाहिजे– मारली पाहिजे! पन्नाशी जवळ आली. तिचे मरण पाहण्याचे भाग्य माझ्या डोळ्यांना लाभेल का?'

लग्नाच्या वेळी चंद्रकांताकडून आहेर आला तो मात्र मोठा मासलेवाईक. एक साधे पत्र होते :

"प्रिय उल्काताई,

तुझ्या आयुष्यातील या मंगलप्रसंगी तुला चांगला आहेर काय पाठवावा या विचारात होतो. काल कुठल्याशा मासिकात चुटका वाचला गेला! तोच आहेर म्हणून पाठवतो.

आकाश आणि पृथ्वी

आकाश नेहमी पृथ्वीकडे तुच्छतेने पाही. अरुणोदयाचा लाल रंग दाखवून ते पृथ्वीला विचारी, 'हा प्रेमाचा रंग! तुझ्यापाशी कुठून असणार तो म्हणा?'

विविध रंगांनी नटलेले सायंकालीन मेघ दाखवून ते म्हणे, 'ही पाहा माझी खेळणी! तुझ्यापाशी आहेत का असली?'

रात्री चमकणाऱ्या ताऱ्यांचा तर त्याला अतिशयच अभिमान वाटे. ते पृथ्वीला उपहासाने टोमणा मारी, 'तुझी फुलं आज उमलतात आणि उद्या कोमेजतात. पण ही माझी फुलं पाहा– युगानुयुगं रात्री फुलत आली आहेत.'

पृथ्वी भोळी होती. आकाश हा नुसता आभास आहे हे तिला ठाऊक नव्हते. तिला वाटे, खरोखरच ते दिसते तसे आहे. आपलेच पाणी लुटून ते ढग बनविते, आणि त्यांची खेळणी करते; पण हे उसने घेतलेले पाणी परत करताना कृतघ्नपणाने ते शिव्यांचा गडगडाट करते, व विजेचे चाबूक उगारते या गोष्टीची कल्पनाही नव्हती तिला. तिला वाटे, पाणी देऊन आकाश आपल्यावर उपकारच करीत आहे!

सर्व ताऱ्यांना आळशी, चैनी व कृतघ्न आकाशाचा राग आला. ते रागारागाने म्हणाले, 'रंगीबेरंगी ढगांचा पोषाख आणि अरुणाची मदिरा यांच्यापलीकडे दुसरं काही दिसतच नाही या आकाशाला. ती पृथ्वी पाहा नाही तर पोटात आग पेटली असती. तरी वाटेल तितके पाणी ती आकाशाला देते. हृदयाला धक्के बसत असले, तरी पाठीवरल्या प्राणिमात्रांना ती कशी आईप्रमाणे प्रेमाने सांभाळते. एक गोड शब्द तुम्ही तिच्याशी बोला; लगेच शंभर गोड शब्दांनी ती त्याची परतफेड करते. असल्या पृथ्वीला सोडून या आकाशाला चिकटून राहण्यात काय अर्थ आहे? चला, पृथ्वीवर दगड झालेले पुरवले; पण या आकाशात तारे होणे नको.

एक तारा तुटला, उल्का पडली.

दुसरा तारा पडला. पुन्हा उल्का पडली.

भराभर तारे तुटून खाली येऊ लागले. देहाची राखरांगोळी होतानाही ते हसतच होते. सर्व तारे तुटून पडले. आकाशाचे सौंदर्य लोपले. ते वेडे झाले. वेडाच्या भरात त्याने खाली उडी घेतली.

आकाश कोसळून पडले!

ते कोसळून पडले म्हणून काहीच तोटा झाला नाही कुणाचा. उलट पृथ्वी आणि स्वर्ग यांच्यामधला आडपडदा आयता नाहीसा झाला.

ही क्रांती कुणी केली?

त्या पहिल्या उल्केने!

चंद्रकांताचे हे पत्र हल्ली मी दररोज वाचते. पण त्या वेळी मात्र ते मला मुळीच आवडले नाही. मी मनात म्हटले, 'काय पण आहे! शुभ बोल रे नाऱ्या! या चंद्रकांताला शहाणपणा येणार तरी कधी?'

सासरी माझे मन इतक्या लवकर रमले की भाऊंची आठवण मला क्वचितच होई. फुगडी घालणाऱ्या मुलींना भोवतालच जग कधी स्पष्ट दिसते का? संसार म्हणजे तरी काय? एक फुगडीच आहे! प्रेमळ सासूबाई, आजाराने अगदी चिडखोर झालेले मामंजी, बंगला, बाग, पाहुणेरावळे, इष्टमित्र, इतका व्याप वाढला आता माझा!

संसाराला दारूची उपमा कुणी दिली आहे की नाही हे मला ठाऊक नाही! पण लग्न होऊन पतिपत्नींची पहिली गाठ पडली की दारूचा पहिला प्याला झोकल्यासारखे होते हे मात्र खरे. पहिल्यांदा थोडीशी दारूसुद्धा चढते म्हणतात, अगदी साध्यासुध्या गोष्टीसुद्धा संसाराच्या प्रारंभी मनुष्याला धुंद करून टाकतात. मुद्दाम धोतराच्या निऱ्या करून ते आपण ठेवावे, पतीने ते उचलावे आणि गडीमाणसाच्या हातापेक्षा काही तरी अधिक कला आजच्या निऱ्यांत आहे म्हणून त्यांच्याकडे पाहावे व हसावे! तसे पाहिले तर यात विशेष काही नाही. पण पहिल्याच दिवशी बाबूराव जेव्हा चुणलेले

धोतर हातात घेऊन हसले– सर्व दिवसभर त्या हसण्याचा मंजुळ प्रतिध्वनी माझ्या हृदयाच्या गाभाऱ्यात घुमत होता.

चुकून दारात दोघांची एकदम गाठ पडली की–

हे दृश्य पाहून सासूबाई म्हणाल्या होत्या, "सांभाळून हं. नाही तर टक्कर होईल आगगाड्यांची!''

अंग चोरून घेत मी हळूच उत्तर दिले, "टक्कर झाली तरी अपघात नाही काही व्हायचा!''

दैवाने हा संवाद अगदी लक्ष लावून ऐकला असावा.

बिजवर म्हटला की मुलीला सर्व दृष्टींनी कठीणच वाटते. मला मात्र तसा काही वाईट अनुभव आला नाही. लग्न ठरल्यावर म्युनिसिपालिटीची निवडणूक झाली. बाबूराव तिच्यात निवडून आले. हा माझा पायगुण असे त्यांना वाटत होते. पहिल्यापहिल्यांदा मला त्यांच्याविषयी भीती वाटे; नाही असे नाही. लहान मांजराच्या पोराला मोठे मांजर पाहून काय वाटत असेल हे त्या वेळी मला कळले. पण चार दिवस झाले की तेच लहान मांजर त्या मोठ्या मांजराशी अगदी सलगीने खेळत नाही का? मला वाटते, त्यांचे माझ्यावर प्रेम आहे. दागिने, कपडालत्ता काही म्हटल्या काही कमी नव्हते मला. त्या पहिल्या वर्षातच एक दिवस कुठे बाहेर जायचे जिवावर येई त्यांच्या! सदा मी डोळ्यांसमोर हवी! माझे नुसते डोके दुखू लागले तरी डॉक्टरला बोलावून आणीत ते! मला वाटे. किती मी भाग्यवान! बायकोला फुलासारखं वागविणारा नवरा मला मिळाला!

फुलासारखं हेच खरे; फुलाचा सुगंध मिळावा, त्याचे सौंदर्य टिकावे, म्हणूनच मनुष्य ते नाजूक हाताने उचलीत नाही का? त्यांचे माझ्यावरले प्रेम असेच होते. चंद्रासारखे सुंदर वाटे ते मला त्या वेळी. आज अनुभवाच्या दुर्बिणीतून पाहिले की या चंद्रावरल्या दऱ्या आणि पर्वत स्पष्ट दिसतात. त्यांचे माझ्यावर प्रेम होते; पण ते शारीरिक!

तसे पाहिले तर आम्ही दोघेही शिकलेली! त्यांचा धंदा शिक्षकाचा. पण चंद्रकांताचे बोलणे– किती अंतर दोन्हींमध्ये! रात्री आम्ही तास तास बोलत बसू! पण त्यांच्या साऱ्या गोष्टी म्युनिसिपालिटीच्या, पुढे कौन्सिलात जाण्याच्या आणि आंबेगावच्या वसुलीच्या! एखादे वेळी फार प्रेमात असले म्हणजे मुलगा झाला तर त्याला आय.सी.एस. साठी पाठविण्याची मनोराज्ये ते करू लागत आणि खोटे तरी कशाला बोलू, कल्पनेच्या नकाशावरील ते राज्य पाहून मलाही आनंद होई.

मला वाचण्याकरिता ते पुस्तके आणून देत. घरातही तीन-चार मासिके येत. केव्हा तरी एखादी गोष्ट अगर कादंबरी वाचीतही ते. पण मनापासून काही वाचन आवडत नव्हते त्यांना. अशा वेळी मला भाऊंची आठवण होई. पुस्तके म्हणजे

भाऊंचे पंचप्राण! जणू काही जगाचे सारे बरेवाईट काय ते त्यांतल्या पुस्तकांवर अवलंबून आहे अशी त्यांची श्रद्धा होती. पण बाबूराव म्हणत, ''ज्यांना काही करायचं नाही ते लिहीत-वाचीत बसतात.''

त्यांना महत्त्वाकांक्षा नव्हती असे नाही. ती साध्य करून घेण्याइतकी बुद्धीही होती. पण स्वत:च्या पायापलीकडे काही दिसत नसे त्यांना. पहिल्या वर्षातील तो साधाच अनुभव–

त्यांच्या शाळेत आरंभीच प्रार्थना असे. हे सहसा तिला जात नसत. कुणी तरी मास्तरांनी चिडविले म्हणून तुमच्यापेक्षा प्रार्थनेचा कार्यक्रम उत्तम करतो म्हणून हे बोलून गेले, एक-दोन दिवस बसून रवींद्रनाथांच्या गीतांजलीतील दोन गीतांचे रूपांतरही केले त्यांनी.

ज्या दिवशी ते पहिल्यांदा ही नवी प्रार्थना शिकविणार होते, त्या दिवशी सकाळी एका भिकाऱ्याची मुलगी बंगल्याच्या दारात येऊन ओरडू लागली. यांची तर प्रार्थनेची रंगीत तालीम चालली होती. त्या पोरीच्या अंगावर खेकसून हे ओरडले, ''भीक कशाला मागते आहेस? हात मोडलेत की काय काम करायला?'' त्या पोरीच्या कानांवर हा प्रश्न नेहमी पडत असावा. तिने आपल्या बालबुद्धीने त्याचे एक उत्तर तयार करून ठेवले होते असे दिसले.

न डगमगता ती म्हणाली, ''द्या की दादा काम.''

फोडलेली लाकडे जळणाच्या खोलीत भरायची होती. ती चिमुकली मुलगी सारखी दोन-तीन तास अंगणातून खोलीत आणि खोलीतून अंगणात जात होती. लहान जीव! घामाने नुसता न्हाऊन निघाला. काम संपताच तिने पैशाकरिता हात पुढे पसरला. त्यांनी एक आणेली तिच्या हातात टाकली. तिला आशा उत्पन्न झाली होती. बंगला चांगला मोठा दिसत होता. कामही काही थोडे केले नव्हते तिने.

केविलवाण्या स्वरात ती बोलू लागली, ''दादा– ''

''चूप बैस!'' ते ओरडले.

''दादा, घरी भाऊबहिणी आहेत हो.''

''आम्हालाही आहेत. चल जाव.''

तिच्या तोंडावरून घामाचे ओघळ निथळत होते. ती गावात जायला निघाली. अनवाणी! ऊन्ह तर मी म्हणत होते. मला कळवळा आला तिचा! पण मी काहीच करू शकले नाही. ताप आल्यामुळे मी त्यांच्याच खोलीत अंथरुणावर निजून होते. देवळातला देव जसा समोर घडणाऱ्या बऱ्यावाईट गोष्टी हूं की चूं न करता पाहतो, त्याप्रमाणे मी हे सर्व पाहिले. मला उठवत नव्हते. त्यांनी उठूही दिले नसते आणि उठले तरी– स्वत:च्या कामात दुसऱ्यांनी केलेली लुडबूड त्यांना मुळीच खपत नसे.

कोणी काही म्हणो, पाच वाजायला आले तशी मी बाबूरावांची वाट पाहू लागले. सकाळची ही हकीगत जणू काही मी विसरून गेले. त्यांची प्रार्थना कशी झाली असेल, त्यांना हिणविणाऱ्या मास्तरांचा चेहरा प्रार्थना ऐकताच खर्रकन कसा उतरला असेल, हीच चित्रे मी आपल्या मनाने पाहत होते. सकाळच्या त्या मुलीला पोटभर जेवायला मिळाले असेल की नाही हा प्रश्नसुद्धा त्या वेळी माझ्या मनाला शिवला नाही.

ते शाळेतून परत आले ते रागीट मुद्रेनेच. माझ्या तापाची सुद्धा त्यांनी धड चौकशी केली नाही. काही तरी बिनसले आहे हे मी तात्काळ ताडले. पण विचारण्याची सोय नव्हती. शेवटी तेच आपणहून म्हणाले, ''अगदी नाक ठेचलं होतं सर्वांचं त्या प्रार्थनेनं. पण शेवटी दुधात मिठाचा खडा पडला!''

मला वाटले– पाठ केलेले हे एकदम विसरले असावेत. अशी फजिती होणे फार वाईट! काय झाले ते विचारावे तरी कठीण! पण त्यांना आपला ओघ घालवायचा होता! ते म्हणाले, ''एक मुलगा दारातून सारखा बाहेर बघायला लागला प्रार्थनेच्या शेवटी– मला असा राग आला– प्रार्थना बंद करून त्याला शिक्षा केली चांगली!''

''काय बाई तरी असतात मुलं! शाळेवरनं हत्ती-घोडे चालले होते की काय बाहेर बघायला?''

''ती गाढवं पोरं– ''

माझ्या काहीच लक्षात आले नाही.

''सकाळी लाकडं भरलीन आपल्या इथं ती पोरटी– ''

''काय केलं तिनं?''

''ती चालली होती रस्त्यावरनं?''

''तिच्याकडे का बघत होता तो मुलगा? इश्श! काय बाई तरी ही पोरं!''

''बाहेरच्या व्हरांड्यात ती येऊन बसली म्हणे! लगेच तिला झीट आली असं तो मुलगा म्हणतो! पण माझा नाही विश्वास बसत त्याच्यावर! माझ्या प्रार्थनेचा विरस करण्याकरिता आधीपासून पढवून ठेवलं होतं त्याला कुणीतरी!''

माझ्या डोळ्यांपुढे निराळेच चित्र उभे राहिले. चार पैशांचे तांदूळ आणि मीठ-मिरची घेऊन ती मुलगी घराकडे जायला निघाली असेल. सकाळपासून उपाशी असेल ती! ऊन्ह सोसवले नसेल बिचारीला! विसाव्याला शाळेच्या व्हरांड्यात ती बसली आणि झीट येऊन पडली. बाहेर बेशुद्ध पडलेली मुलगी दिसल्यावर त्या मुलाचे तरी प्रार्थनेकडे लक्ष लागावे कसे?

माझ्या डोळ्यांपुढून हा चित्रपट जात होता. इतक्यात ते उद्गारले, ''हो, विसरलोच होतो की! पत्र आलंय तुझं एक!''

“मुंबईहून कुणाची पत्रं येतात तुला?” त्यांनी पाकिटावरील शिक्का पाहिला होता हे उघडच होते.

मी जरा कुर्ऱ्यानेच उत्तर दिले, “एका मित्राची!”

“काय करतो हा मित्र! भाऊसाहेब तर म्हणाले होते की मुंबईला विशेष ओळखीचं असं कुणीच नाही त्यांचं.”

“शाळासोबती आहे हा माझा!”

“अस्सं! आठवणीचा धड दिसतो हा प्राणी! मला तर शाळेतल्या एकाही सोबत्याचं नाव आठवत नाही आता!”

मी गप्प बसले. पण त्यांनी तो विषय उकरून काढलाच, “हा सोबती लग्नाला कसा आला नाही तुझ्या?”

“त्याला लग्नं आवडत नाहीत.”

“मग काय विघ्नं आवडतात वाटतं? नाव तरी ऐकू द्या बोवा अशा विलक्षण माणसाचं.”

“जयवंत शिरोडकर.”

“मराठा की– ”

“मराठा!”

त्यांनी विचित्र नजरेने माझ्याकडे पाहिले. ‘ब्राह्मण मुलीचा स्नेही मराठा मुलगा! काही तरी पाणी मुरतंय खास यात!’ असेच जणू काही ते म्हणत होते.

त्यांनी नंतर मराठ्यांना शिव्या द्यायला सुरुवात केली. आंबेगावचे भागेली सुखासुखी वसूल देत नाहीत म्हणून त्यांची नेहमीची तक्रार असेच. हे सर्व भागेली मराठ्यातल्या पोटजातीचेच होते. शिवाय ब्राह्मणेतरांवर राग असण्याचे दुसरे एक मोठे कारण होते त्यांना. हेडक्लार्क असताना मामंजी तात्पुरते बडतर्फ झाले होते. एका ब्राह्मणेतर कलेक्टरानेच त्यांना पकडले होते कैचीत. मामंजी शिरसलामत सुटले त्या तोहमतीतून. त्या वेळी बाबूराव एल.एल.बी. चा अभ्यास करीत होते. त्या वादळाचा परिणाम त्यांच्या मनावर होऊन ते नापास झाल्यावर वकिलीचा नाद सुटला. मास्तरकी करण्याची त्यांची इच्छा नव्हती. पण मामंजीचे वजन काही पूर्वीसारखे उरले नव्हते. शिवाय सरकारी नोकऱ्यांत जातवारीचे धोरण अगदी जोराने सुरू झाले होते. त्यामुळे नको असलेली मास्तरकी त्यांच्या कपाळी आली.

त्यांच्या शिव्यांकडे दुर्लक्ष करून मी चंद्रकांताचे पत्र वाचू लागले. नेहमीसारखाच मजकूर होता त्याच्या पत्रात! पण त्या वेळेला मला तो किती हृदयस्पर्शी वाटला!

‘प्रिय उल्काताई,

खरे काव्य कोणते? तर वाटेल त्या काळी रसिकाच्या मनाला जे आनंद देऊ शकते ते! होय ना? असाच, खरा पुढारी कोण? हा प्रश्न विचारला तर काय उत्तर

देशील तू? जो आपल्या काळापुढे निदान पन्नास वर्षे पाहू शकतो तो! असा पुढारी महाराष्ट्रात एकच होऊन गेला! आगरकर. कालच त्यांचा लेख वाचला मी एक. हा उतारा चाळीस वर्षांपूर्वीच्या एका मनुष्याने लिहिला आहे हं!

समाजाचे तीन वर्ग पडतात. पहिला वर्ग विचार करणाऱ्या लोकांचा. दुसरा वर्ग चैनी लोकांचा. तिसरा काम करणाऱ्यांचा. या तीन वर्गाविषयी आगरकर म्हणतात, 'या तिसऱ्या वर्गातील लोकांनी काबाडकष्ट करून आवश्यकतेचे आणि चैनीचे पदार्थ उत्पन्न करावे आणि त्यांचा उपभोग वरील दोन वर्गांतील किंवा मधल्या वर्गातील लोकांनी घ्यावा, असे आजपर्यंत बऱ्याच अंशी होत आले आहे. तथापि निरपेक्ष बुद्धीने व आस्थापूर्वक परिश्रम केले असता ही असमता वाढत जाऊ लागली असेल, त्या देशाच्या ऱ्हासास आरंभ झाला आहे, असे समजावे, जेव्हा या असमतेची परमावधी होते, तेव्हा घनघोर क्रांती होऊन समाजचे समाज लयाला जातात, धुळीस मिळतात किंवा त्यात अपूर्व स्थित्यंतरे होतात.'

भोळे आगरकर! हिंदुस्थानात सिंह फार कमी आहेत हे त्यांच्या लक्षात आले नाही. थोड्या वर्षांत ही विषमता दूर होईल असे त्यांना वाटले. तब्बल चाळीस वर्षे झाली. पण अजून या राक्षसिणींच्या केसालासुद्धा धक्का लागलेला नाही!

कवी भविष्यवादी असतात म्हणे! वरील उतारा वाचल्यानंतर आगरकर कवी होते असे नाही तुला वाटत?

गिरण्यांचा अनुभव भरपूर घेतला. मजुरांची स्थिती कळली. आता खेड्यात जाऊन शेतकऱ्यांत राहावे असे वाटू लागले आहे. लाहोर काँग्रेस जवळ येत चालली. पाहावे काय घडते ते! काळोख, जिकडे तिकडे काळोख दिसतोय. पहाटेपूर्वीचा असेल तो कदाचित. पण भीती वाटते त्याची! दिशा कधी उजळणार?

हो, एक गमतीची गोष्ट लिहायला विसरलोच, की. तुझ्या आधीच इंदूचे लग्न झाले ते कळले ना तुला? माणिकराव घरजावई झाले आहेत सध्या! मला लहानपणी भट म्हणून चिडविणाऱ्या इंदूने शेवटी भटालाच माळ घातली. टिळकभट म्हणून चिडविणाऱ्या इंदूच्या बापाचीही खाशी खोड मोडली. या गिरणीवाल्याला चिरमुरे खात भटाचाच सासरा व्हावे लागले.

माणिकराव आणि इंदू यांनी लग्न झाल्यावर दोन-तीन महिने काय अगदी आकाशातल्या जोडताऱ्याप्रमाणे काढले. मधुचंद्र म्हणतात ना लग्नानंतरच्या आनंदाला? पण तीन महिन्यांतच मध कडू झाला आणि चंद्राला ग्रहण लागले. इंदूला दिवस गेले. माणिकरावांचे म्हणणे बाळंतपणाने स्त्रियांचे सौंदर्य जाते. तेव्हा गर्भपात करून घेणे बरे. इंदू ऐकना! किती कडाक्याचे भांडण झाले दोघांचे!

सगुणची ती नातेवाईक बाईच आहे त्यांच्या घरात मोलकरीण. इंदू तिच्यापाशी काय काय कागाळ्या करते नवऱ्याविषयी! ती म्हणते, नवऱ्याला मनच आवरता

येत नाही आपले. नवरा तिच्याविषयी हेच म्हणत असेल आपल्या मित्रापाशी. गंमत आहे झाले. मधमाशा एकमेकांना चावतात की नाही ते मला माहीत नाही. पण चावल्या तरी वेदना काही होत नसतील त्यांना!

आणखी एक गोष्ट विचारतोच. मामा कधी करणार तू मला?

तुझा बंधू
जयवंत शिरोडकर'

हे पत्र वाचून झाल्यावर बाबूरावांबरोबर अबोला धरायचे मी मनात ठरविले होते. पण ते माझ्याजवळ अंथरुणावर येऊन बसले. त्यांनी माझा हात हातात घेतला आणि ''अजून उतरला नाही ताप?'' हे शब्द त्यांनी अशा रीतीने उच्चारले की, ''उतरेल की! थंडीवाऱ्याचा आहे तो!'' असे उद्‌गार नकळत माझ्या तोंडातून बाहेर पडले.

घराच्या चार भिंतीत त्या वेळी सारे जग साठवल्यासारखे दिसे मला. भोवरा डौलाने ठराविक जागेत रिंगण घालतो की नाही? मीही तशीच घरात रमून गेले होते. मामंजी अंथरुणाला खिळले होते. तरी देवपूजेवर अगदी सक्त नजर ठेवीत. परडी फुलांनी भरली आहे की नाही, सोमवारी बेलाची एकशेआठ तिकटी काढली आहेत की नाही– एक ना दोन, हजार तंत्रे असत त्यांची. एखादेवेळी मला हसू येई. मी पुनर्विवाहित जोडप्याची मुलगी! मामंजींनी आपली सून करून घेतली तरी कशी मला! पण मामंजीच्या आयुष्यात काही हेच एक कोडे नव्हते. देवावर फूल वाहिल्याखेरीज कधी अन्न न घेण्याचा त्यांचा बाणा होता. पण गडीमाणसांच्या कुजबुजीत आंबेगावच्या कित्येक जमिनी शेपन्नास रुपयांना त्यांनी पदरात पाडल्याच्या गोष्टी ऐकू येत. पन्नाशीच्या घरात त्यांनी स्वत:ची सून शोभणाऱ्या सासूबाईंशी लग्न केले. हेडक्लार्क असताना त्यांनी लोकांना किती छळले असेल याची कल्पना मलासुद्धा वरचेवर येई. ''सूनबाई, पंचाच्या निऱ्या पाहिल्यात का?'' ''घरातले सारे लोक मेले वाटतं! देवघरात नंदादीप नाही, काही नाही!'' ''गडीमाणसं पांढरपेशी झाली हल्ली.'' अशी वाक्ये त्यांच्या तोंडातून निघाली नाहीत असा दिवस विरळाच. ऐन अमदानीत अगदी वाघ होते म्हणे ते. पण मला काही या वाघाची भीती वाटत नसे! नखे, दात, दाढा सारे काही नाहीसे झाले होते या वाघाचे.

सासूबाई– त्या सावत्र होत्या हे सांगावेच लागले नसते लोकांना– म्हणजे शुद्ध देवता. लग्नाच्या वेळी त्या अठरा-एकोणीस वर्षांच्या होत्या, पन्नास वर्षांच्या नवऱ्याशी जन्मगाठ पडूनही हूं की चूं देखील केले नाही त्यांनी कधी! मूलबाळ काही झालेच नाही त्यांना! लग्न होऊन चार वर्षे झाली आणि मामंजी अर्धांगाने आजारी पडले. गेली चार वर्षे सासूबाई शुश्रूषा करीत होत्या. त्यांच्या या एकनिष्ठेचे मला

मोठे कौतुक वाटे. एकदा अशाच कशावरूनशा गोष्टी निघाल्या. अगदी धाकट्या बहिणीप्रमाणे वागवीत त्या मला. म्हणून मी मोकळेपणाने म्हटले, "मला सासू चांगली मिळायची होती म्हणून तुम्ही पडलात या घरी! नाही तर–"

त्या हसल्या; पण ते हसणे म्हणजे प्रेतावर घातलेल्या फुलासारखे वाटले मला. डोळे पुशीत त्यांनी उत्तर दिले, "सात भावंडं आम्ही घरी! पेजेची भ्रांत! वडिलांना धीर नव्हता मला इथं द्यायचा; पण मीच हट्ट धरला."

"तुम्ही आपणहून स्थळ पसंत केलं हे?"

"हो. म्हटलं, वडिलांच्या मागचं तितकंच कमी झालं एक पोट!"

किती दुर्दैवी माझ्या सासूबाई!

पण दागिने, बंगला, थाटमाट आणि बाबूरावांचा सहवास यात पहिल्या वर्षी मी इतकी रंगून गेले होते की सासूबाईंचे दुःखदेखील माझ्या लक्षात त्या वेळी येत नसे. मग आपली ही चैन कुणाच्या जिवावर चालला आहे याचा विचार तरी मला कसा सुचावा? माझ्या आनंदाला त्या वेळी इतकी भरती आली होती की, एके दिवशी कविता करण्याची लहरसुद्धा आली मला! 'तिची फुले' हे त्या कवितेचे नाव–

"भाऊजी भाऊ जणु माझे
मुके तरि तेजे मुख साजे
गंधहीन गुंफिते कुंतली अबोलीचे झेले
भाऊजी तसेच मज गमले.
नाजूक मधुर जाईजुई
हासती सदा सासूबाई
सौम्य मूर्ति परि प्रेम अंतरी अथांग भरलेले
नवल न, मोहुनि गेले.
वन्सं रुसुनि फुगुनि बसती
सुरंगी माळ कळ्यांची ती
उमलल्यावरी गुंगुनि जातील भृंगाचे मेळे
चिमुकले फूल जरी असले!
तिकडली– बोलु काय बोला!
निशिदिनि गुलाब फुललेला
काटे त्याचे करिती गुदगुल्या... हृदय पाहा फुलले
सुगंधी नंदन अवतरले.

काव्य कशी निर्माण होतात हे या वेळी मला कळले. अर्धांगाने अंथरुणाला

खिळलेल्या मामंजींना माझ्या काव्यसृष्टीतून मी हद्दपार केले. दीर आणि नणंद मला नव्हतीच! पण ती असावीत अशी मनाची इच्छा मात्र मोठी! या इच्छेने माझ्या नव्या सृष्टीत मी ती निर्माण केली. माझी फुले असूनही कवितेला मुद्दामच ‘तिची फुले’ असे नाव दिले मी!

ही कविता भाऊंकडे पाठविण्याची लाज वाटू लागली मला. चंद्रकांताकडे मी ती पाठविली. पण पाठविल्यानंतर मात्र मोठी चूक केली असे वाटू लागले. मनात आले– किती थट्टा करील तो आता माझी. पण या कवितेचे उत्तर चंद्रकांताने कवितेतच दिले. ‘माझी फुले’ हे त्याच्या कवितेचे नाव!

“सुरंगी–बकुल–पारिजात
सुगंधी सुमनांची जात
सोडुनि; धुंडी गंधहीन मी, असो अध:पात!
नेउनि नवी निळी साडी
हासवी उदास ओसाडी
मोरपिसापरि गोकर्णीची कलिका मन ओढी.
झुंबर सुबका झोकदार
शोभवी तेजाची धार
जास्वंदी जणु मूर्ति सतीची मोही अनिवार.
हासरा सदा सर्वकाळ
लाडका धरणीचा बाळ
सदानंद रवि, भरुनि आले किती जरि आभाळ
चुंबिना यांना मधमाशी
रमती न रमणींच्या केशी
सुखासुखी करि देव न जवळी... तो तर गुलहौशी.
अत्तरे देति न जगताला
कशाला हृदयहीन काला?
संजीवक मधु सुधा लाभते सहज जरी सकला.”

हे उत्तर आले त्या दिवशी कुणा तरी बड्या वकिलाच्या घरी हळदीकुंकवाला जाण्याकरिता जरीचे लुगडे नेसले होते मी. कविता वाचली आणि आरशासमोर जाऊन मी पाहू लागले. खून करून आलेल्या मनुष्याला आपल्या अंगावर रक्ताचे डाग पाहून काय वाटत असेल याची मला त्या क्षणी कल्पना आली. मी ते लुगडे सोडून ठेवले आणि साधे पातळ नेसूनच हळदीकुंकवाला गेले.

२५

लग्नाचा पहिला वाढदिवस मोठ्या थाटाने साजरा करण्याचे बाबूरावांनी ठरविले होते. पण त्याच दिवशी पहिला स्वातंत्र्यदिन आला. लोकांत वीरश्रीची भावना संचारली. मलासुद्धा वाटले, नुसती गोड गोड पक्वान्ने करून खाण्यात काय सुख आहे! देशासाठी काही तरी करायला नको का आपण!

या विषयावर केवढा वादविवाद झाला आम्हा दोघांमध्ये. त्यांची महत्त्वाकांक्षा होती कौन्सिलमध्ये निवडून येण्याची! हेडक्लार्क असलेल्या वडिलांनी तिचे बी लहानपणीच त्यांच्या मनामध्ये पेरून ठेवले असावे. कौन्सिलमध्ये निवडून यायचे म्हणजे भरपूर पैसा हवा, म्हणून तर शक्ती असून त्यांनी मोटारसुद्धा ठेविली नव्हती अजून आपली. ते कुठे तरी मित्रमंडळीत पत्ते खेळायला अगर गाण्याला गेले म्हणजे मी एकटीच पडून विचार करी. अशा वेळी त्या बंगल्यात असे कोंडल्यासारखे होई. त्या दिवशी वादविवाद व्हायला असेच कारण झाले. पडल्या पडल्या मला त्या गरीब गाबत्याच्या मुलाची आठवण झाली. इतक्यात ते बाहेरून आले. माझ्या चेहऱ्याकडे दृष्टी जाताच ते म्हणाले, "काळजी लागलीय वाटतं देशाच्या स्वातंत्र्याची?"

"एका माणसाला सुखी नाही करता येत! तिथं सबंध देशाला– ''

"कोण म्हणतो असं? माझी साक्ष दे तू! का माणूसच नाही मी?''

आम्ही दोघेही हसू लागलो. पण काही केल्या ती गोष्ट माझ्या मनातून जाईना. मी त्या मुलाची सर्व हकीकत त्यांना सांगितली. त्यांच्या चेहऱ्यावर मला काहीच फरक दिसला नाही.

"नशीब बिचाऱ्याचं!'' ते उद्गारले.

"मग नशिबानं कौन्सिलात जाता येईल की! धडपड का त्याच्यासाठी एवढी!'' मी जरासे चिडूनच म्हटले.

"जेव्हा तेव्हा तुझा कौन्सिलवर कटाक्ष! गांधींची शिष्यीणच दिसतेय की अगदी. कौन्सिलात जायचं नाही तर करायचं काय?''

"आंबेगावला जावं, तिथल्या भागेल्यांची सुधारणा करावी– ''

"कुठून वेड भरलंय हे तुझ्या डोक्यात! भागेल्यांची सुधारणा म्हणे! लायकीच तितकी त्या लोकांची! गाढवाला शृंगारलं म्हणून ते घोडं होणार आहे कधी!''

या वाक्याचा मला असा संताप आला– लहानपणापासूनच्या गोष्टी डोळ्यांपुढे उभ्या राहिल्या. भाऊ, चंद्रकांत, निरा, सगुण ही सारी गाढवे! कारण त्यांच्यापाशी पैसा नाही! इंदूचा बाप, इंदूची आई, वसंत, माणिकराव आणि माझे पती हे मात्र अगदी इंद्राचे ऐरावत!

मी काहीच बोलत नाही असे पाहून किंचित मवाळपणाने ते म्हणाले, ''आंबेगावला तुला नेलं नाही तोपर्यंत. चार दिवसांत कंटाळा येईल तिथला तुला!''

''एकदा न्यायचं की!''

''आहे काय त्या ओसाड गावात?''

''त्या ओसाड गावातून दोन हजारांचं उत्पन्न मिळतं ना आम्हाला?''

ते किंचित चमकले. ''तसं नाही म्हणत मी! नदीच्या एका बाजूला सारं गाव. दुसऱ्या बाजूला आंबराई! हे काय ते सृष्टीसौंदर्य तिथलं.''

''असेना. मी आपली नदीवर जाऊन पाण्यात पाय सोडून बसेन.''

''कुणी मागून येऊन ढकललं तर? खेड्यातले लोक फार वाईट असतात हं.''

''ढकललं कुणी नदीत तर तुम्ही काढाल की मला वर.''

''मला कुठं येतंय पोहायला!''

''मग बुडून जाईन मी.''

''वा:! आंबेगावला मरायला जायला आपण नाही बोवा कबूल!''

त्या दिवशी मी अधिक बोलले नाही. त्यांच्या संतापी स्वभावाची सासूबाईंनी मला चांगली जाणीव करून दिली होती. तेव्हा रबर बेतानेच ताणणे प्राप्त होते.

पण दुसऱ्या दिवशी वसंत आमच्या घरी आला. त्याच्याबरोबर निराही होती.

आंबेगावसंबंधी आमची कोर्टकचेरीतील सर्व कामे वसंतच करीत असे. या खेपेला तो कुठल्याशा जप्तीविषयी विचारायला आला होता. त्या दोघांचे बोलणे चालले असताना मी मध्येच म्हटले, ''नाही आणली जप्ती तर काय होईल?''

''वा:, शेफारून जातील सारे भागेली! उद्या एक पै वसूल मिळणार नाही गावातून!'' वसंत म्हणाला.

''वसंतराव, हिला या बंगल्यात राहायला हवं, दागिने हवेत, उद्या मोटार मिळाली, तर तीही हवी. पण शेतकऱ्यांवर आणलेली जप्ती मात्र नको! कसं आहे हे बायकी तर्कशास्त्र?''

माझा मलाच त्या वेळी किती राग आला. वाटले– निराप्रमाणे मलाही गरिबीत का राहता येऊ नये?

निराशी बोलण्याकरिता मी खाली गेले, मी तिच्या चेहऱ्याकडे बारकाईने पाहिले, मला वाटले होते– नवऱ्याच्या काळजीने ती खंगून गेली असेल; पण पाहिले तो सारेच उलटे! निराचा चेहरा पूर्वीपेक्षा सतेज दिसला अधिक! तिच्या अंगावरील पातळही कोरेच होते अगदी! मी निरखून पाहिले– तिने ओठ विडा खाल्ल्यामुळे रंगले होते. नवरा आंधळा झालेला! घरात खायला अन्न नाही अशी स्थिती आणि क्षणात माझ्या मनात प्रकाश पडला! वसंत– निरा!

माझ्या मनात भलतेसलते विचार आले. बाबूरावांनी वर बोलावले नसते तर

फटकळपणाने निराला मी काही विचारलेही असते. मी वर जाताच ते मला म्हणाले, ''गावकराची बायको तुझ्याच गावची आहे म्हणे!''

''हो!''

''डोळे तर गेलेच होते त्याचे. आता महारोग झालाय म्हणे त्याला!''

''अगं बाई!''''

''लोक राहू द्यायलाही तयार नाही त्याला गावात!''

''मग?''

''वसंतराव म्हणतात– नदीपलीकडच्या आमच्या आंबराईत एक झोपडी काढून द्यावी त्याला. त्याच्या बायकोला दुसरी झोपडी काढून दिली म्हणजे तीही राहील जवळ! शिवाय पोटापाण्याचीही काही जाणीव करायला पाहिजे त्याची! काही झालं तरी आपली माणसं!''

वसंताला गरिबांविषयी प्रेमाचा इतका पान्हा का फुटला हे माझ्या लक्षात आले. पण मघाचा माझा राग पार नाहीसा झाला. माझे पती वाटतात तितके निर्दय नाहीत. गरिबांचे दु:ख पाहून त्यांच्या अंत:करणालाही पाझर फुटतो. आज ना उद्या त्यांचे मन वळवून आपल्याला किती तरी गोष्टी करवून घेता येतील, या आनंदात मी मग्न झाले.

पुढच्या चार महिन्यात किती तरी विलक्षण गोष्टी घडून आल्या. महात्मा गांधी मिठाच्या सत्याग्रह करण्याकरिता दांडीला मार्चमध्ये निघणार होते. त्या यात्रेत सामील होण्याकरिता चंद्रकांतही मुंबईला गेला. जाता जाता त्याने मला लिहिले–

'प्रिय उल्काताई,

गांधींच्या कायदेभंगाच्या चळवळीत सामील होण्याकरिता मी जात आहे. या चळवळीतून काय बाहेर पडेल ते माझे मलाच कळत नाही. पण हाडाचा शिपाई आहे मी! युद्धाचा डंका वाजू लागला की गप्प बसवतच नाही मला! या चळवळीमुळे सरकार कदाचित काही हक्क हिंदी लोकांना देईल, पण त्यामुळे आपले हक्क मिळतील का? सध्या तरी अर्धपोटी राबणे एवढाच त्यांचा जन्मसिद्ध हक्क होऊन बसला आहे.

परवा गोष्ट वाचली एक. 'वकील की शिक्षक?' हे तिचे नाव. लेखकाचे नाव खांडेकर. कदाचित ठाऊक असेल तुला! वकिलाचा पैसा पापाचा असतो असे दाखवले आहे त्या गोष्टीत! मला वाटते, हे खांडेकर मास्तर असले तरी गोष्ट लिहिताना वकील झाले होते. वकिलाचा पैसा पापाचा असतो! आणि मास्तरांचा, व्यापाऱ्यांचा, सावकारांचा, जमीनदारांचा? पापपुण्याच्या आमच्या लेखकांच्या कल्पनाच

जिथे इतक्या कोत्या, तिथे सामान्य लोकांविषयी काय बोलायचे? मला वाटते, बिनश्रमाची प्रत्येक पै पापाचीच असते! हे मेलेले अन्न जे खातात त्यांचे हृदयही मरून जाते!

आता गाठभेट? केव्हा, कुठे व कशी पडते ते पाहू या. संसाराला नाटक म्हणतात ना? तेव्हा नाटकी योगायोगानेच पडणार ती!

प्रकृतीला जपून राहा आणि गरिबांसाठी जे काही करता येईल ते करण्याचा प्रयत्न कर.

अधिक काय लिहू?

तुझा बंधू
जयवंत'

मार्च महिन्यातील ती रात्र! बेळगावची हवा किती छान असते या दिवसांत! पौर्णिमेला मावळता सूर्य आणि उगवता चंद्र पाहण्यात मोठी मौज असते, नाही? हळूहळू दूर जाणारा हिवाळा आणि जवळ येणारा उन्हाळा यांचा संगमही तसाच मनोहर असतो.

पण त्या रात्री डोळ्याला डोळा लागला नाही! त्यांना मात्र केव्हाच गाढ झोप लागली होती. माझ्या मनात एकसारखे विचार येत होते. महात्मा गांधी उद्या सकाळी दांडीला सत्याग्रहाकरिता जाणार, चंद्रकांत जाणार, आणि मी– मी काय करणार?

रात्रीच नक्षत्रे का चमकतात हे तेव्हा मला कळले. अंधारात बावरलेल्या माझ्या मनापुढे अनुभवाची चित्रे किती स्पष्ट उभी राहिली. भाऊ आणि चंद्रकांत यांचे मन वसंत, माणिकराव आणि माझे पती यांच्याहूनही इतके निराळे का? इंदू आणि मी एका वयाच्या, एकाच शाळेत शिकलेल्या– पण माणिकरावांबरोबर एखादा सिनेमा पाहून येऊन ती आता स्वस्थ झोपली असेल. मला मात्र झोप येत नाही. ह्या साऱ्या माणसांना मनेच नसतात का?

असे कसे होईल? माझ्या पतीचे वडिलांवर, सावत्र आईवर आणि माझ्यावर काय कमी प्रेम आहे? आमच्यासाठी ते हजारो रुपये खर्च करतील. ते कद्रू नाहीत, दुष्ट नाहीत– पण– पण ते चंद्रकांत– भाऊ– मोठे नाव घ्यायचे म्हटले तर– गांधी, यांच्यासारखेही ते नाहीत.

असे अंतर का पडावे? मी चंद्रकांताची आणि माझ्या पतीची मनात तुलना करू लागले. चंद्रकांताला लहानपणी दूध प्यायला मिळाले असेल की नाही याची शंका. बाबूराव चांदीच्या बोंडल्यातून ते प्याले असतील. चंद्रकांताचा बाप सामान्य भिक्षुक असेल. मामा खाणावळवाला होता. अशा मुलाला आपले पोट कसे भरेल हीच काळजी वाटायची. माझ्या पतीचे काय! त्यांचे वडील हेडक्लार्क. लहानपणापासून

उल्का । १४३

'बाबू' तू कोण होणार?' या प्रश्नाचे 'कलेक्टर' हे उत्तर त्यांनी त्यांच्याकडून घोकून घेतले असेल. गरिबीमुळे, जन्मदात्या आईच्या प्रेमाचासुद्धा ओलावा न मिळाल्यामुळे, भाऊंनी आणि मी चंद्रकांताविषयी दाखविलेल्या प्रेमाची त्याला किती अपूर्वाई वाटली. माझ्या पतींच्या कृतज्ञतेला वाढायला अवसरच मिळला नसेल. लहानपणापासून नोकरचाकर हात जोडून पुढे तयार. पैसा तर काय घरात पाण्यासारखा खर्च होत असेल. हे सगळे आपल्या हक्काचे आहे असे वाटणाऱ्या मुलाचे मन मोठेपणी तसेच नाही का राहणार?

पैसा म्हणजे दारूच नव्हे का? औषधांपुरता दारूचा, तसा व्यवहार चालावेत म्हणून पैशाचा उपयोग! पण औषधाकरिता निर्माण झालेल्या दारूने आज जगात अनर्थ माजविले आहेत. समाजाच्या सोयीकरिता जन्माला आलेला हा पैसाही तसेच थैमान घालीत आहे, याला आळा कोण घालणार! माझा चंद्रकांत—

लोक हसतील, पातिव्रत्याची पुराणे सांगणारे मला पापी म्हणतील, खुशाल म्हणोत! मी काही दगडी देवता नाही. हाडामांसाचे माणूस आहे. माझा चंद्रकांत म्हणताना मला आनंद झाला. माझा चंद्रकांत— एका क्षणात माझ्या डोळ्यांवरील मोहाचा पडदा दूर झाला. चंद्रकांत माझा असता, तर आज मी बेळगावातल्या एखाद्या बंगल्यात सुंदर पलंगावर तळमळत पडले असते का? छे: पहाटे उठून दांडीला जायचे म्हणून केव्हाच झोपी गेले असते आणि—

मनाची तळमळ या विचारांनी अधिकच वाढली.

जिकडे तिकडे शांत होते; पण माझ्या हृदयाची मात्र काहिली होत होती. मी खिडकीशी जाऊन पाहिले. क्षणभर मनात विचार आला— इंग्लिश नाटकात नि कादंबऱ्यांत असे प्रसंग असत नाहीत का? खिडकीत उभी आहे; आणि खिडकीखाली तिचा प्रियकर सूचक गाणे म्हणत आहे. माझा चंद्रकांत खिडकीखाली उभा असता, तर तुळशीदासाप्रमाणे सापाचा दोर धरूनसुद्धा मी खाली उतरले असते.

माझे पती या कुशीवरून त्या कुशीवर वळले. चंद्रकांत या वेळी काय करीत असेल? बाबूरावांनी डोळे उघडून पाहिले असावे. त्यांनी जांभई देत विचारले, ''अजून जागीच आहेस का तू?''

''हो.''

''काय करते आहेस?''

''बघत उभी राहिलेय.''

''काय बघत आहेस?''

हृदयात प्रकाश पडत होता. बाबूरावांची मी धर्मपत्नी झाले होते. पण माझे मन चंद्रकांताशी अधिक जुळले होते. पण आता— आता काय उपयोग?

आणि पूर्वी तरी काय उपयोग होता?

चंद्रकांताच्या बोलण्यावरून त्याचे प्रेम कल्पनेवर आहे हे स्पष्ट दिसतच नव्हते का?

मे महिन्याच्या आरंभी मला ओकाऱ्या सुरू झाल्या. लग्न झाल्यापासून चार-दोन दिवसांकरिता म्हणून मी भाऊंना पुष्कळदा भेटून गेले होते. पण हवापालट म्हणून या खेपेला माहेरी अधिक दिवस राहायचे मी ठरविले. मी भाऊंकडे आले आणि दोन-चार दिवसांतच शिरोड्याला सत्याग्रह सुरू झाला. मी भाऊंबरोबर तो पाहायला गेले.

शिरोड्याच्या सत्याग्रहाचे ते चार दिवस मी कधीही विसरणार नाही. चार-पाचशे स्वयंसेवक, हजारो प्रेक्षक, लाठीमार– किती तरी गोष्टी नजरेला पडल्या माझ्या. लाठीमार झाल्या दिवशी शिबिरात मी आणि भाऊ गेलो होतो. एक चौदा-पंधरा वर्षांचा खानदेशातला का कुठला मुलगा भ्रमात बडबडत होता. जबर मार बसल्यामुळे फणफणत होता तापाने! ''अग आई गं! वंदे मातरम्! हाय! लुटा मीठ!'' हे त्या बेशुद्ध मुलाचे उद्गार ऐकून अश्रूंबरोबरच एक प्रकारचा उत्साह माझ्या मनात संचारला, मात्र दुसऱ्या क्षणी वाटले– चंद्रकांत काही आता पुन्हा पाहायला मिळत नाही आपल्याला!

शिरोड्याहून आम्ही गावी परत आलो. चळवळीची लाट त्या वेळी सर्वत्र पसरली होती. आमच्या गावात काही तरुण मुलांनी किल्ल्यावर तिरंगी झेंडा लावला. पोलिसांनी तो पुन्हा पुन्हा काढून टाकावा व पोरांनी तो चोरून लावावा असे दोन-चार वेळा घडले. किल्ल्याच्या नावाचे रूपांतर 'स्वराज्यगड' असे झाले. लगेच पोलिसांनी ब्रह्मेश्वराच्या देवळापुढून किल्ल्याकडे जायला जी वाट होती तिथे पहारा बसविला. जाणाऱ्या प्रत्येक मनुष्याला ते तपासून सोडीत.

पोरापोरांची चळवळ थांबली. राष्ट्रीय निशाणाचा पराभव झाला हे उघडउघड दिसू लागले. गावात इंदूचा बाप आला होता. तो 'मुंबईला या चळवळीला मी हजारांनी देणग्या दिल्या' म्हणून बढाया मारू लागला पण निशाण घेऊन ठरलेल्या हद्दीपलीकडे जायची कुणाचीच छाती होईना.

रात्री बारा वाजल्यावर मी सहज जागी झाले. पाहते तो भाऊ अंथरुणावर बसून आहेत. पुन्हा माझा डोळा लागला. पण भाऊ जागे आहेत ही गोष्ट मनातून काही गेली नव्हती. दोन एक वाजले आहेत. मी मुद्दाम जागी राहिले. भाऊ अंथरुणावर येऊन निजले. त्यांना झोप लागली असे पाहून मी हळूच त्यांच्या खोलीत गेले. टेबलावर दोन कागद लिहून पडलेले होते. एकावर 'सहगमन' ही कविता होती.

"हुरेहुरे स्मरुनि मन तव चरणा
थरथरे बघुनि तनु परि मरणा ।। धृ. ।।
साधी भोळी सैनिकरमणी
चढे चितेवर हसत नयनी
दूर उभी मी, असुनी राणी
कथु तळमळ आंतिल कशी कुणा?
मंचकावरी जणु निद्रित वर
जवळी जाई बाला आतुर
विनवित अनला ''द्वैत दूर कर.''
लाभेल धीर हा कधी मना?
तुझ्यासवे मन माझे रमणा
देहाचा परि बंध तुटेना
राघू गगनी, पंजरी मैना
मग संगम दुर्लभ दयाघना!
चिता भडकल्या किति भवताली
धडधडत्या ज्वालांच्या ताली
स्वर्ग गातसे मी पाताळी
शोधिते अंधतमि मग किरणा?
ज्वाला नच या विजयपताका
पतिव्रताबल पाविती लोकां
फडफडूनी जरि मारिति हाका
पद पुढे पडेना भिउनि रणा!
पोटी घालुनि हे दुबळेपण
मला आपुली तू राया म्हण
स्वर्गी जाउ नको मज विसरुन
बघ पदर पसरिला, करि करुणा''

आणि– आणि दुसऱ्यावर भाऊंनी शाळेचा राजीनामा लिहून ठेवला होता.

सकाळी भाऊ म्हणाले, ''उल्का, आज बेळगावला पाठवायचं म्हणतो मी तुला.''

''आज? मी तर चार महिने राहायला आले आहे माहेरी.''

''रजा घेऊन प्रवासाला जावं असं वाटतंय मला.''

सगळे नकळत्यावर घालून मी म्हटले, ''कितीशी रजा घेणार?''

"मिळेल तेवढी! कदाचित सहा महिन्यांची मिळेल. कदाचित वर्षांचीही–"

"प्रवासाची दगदग सोसेल का तुम्हाला!"

"न सोसायला काय झालं? शाळेची नाही का सोसली इतकी वर्षे?"''

"मीही येते तुमच्याबरोबर!"

"छे:! भलतंच काय तरी! बाबूराव वेडा म्हणतील मला. तू आता भरल्या जिवाची– माझं काय? एकटा जीव, सदाशिव!"

भाऊंनी पुष्कळ लपंडाव करून पाहिला. पण शेवटी त्यांना सर्व कबूल करावे लागलेच. मी दुसऱ्या दिवशी बेळगावला जायचे कबूल केले. त्या दिवशी तिसऱ्या प्रहरी भाऊ राष्ट्रीय निशाण घेऊन ठरलेल्या हद्दीपलीकडे गेले. पोलिसांनी पकडून त्यांना चौकीवर नेले. संध्याकाळी शून्य मनाने मी घरी बसले होते. कुणीसा वर्तमानपत्राचा अंक आणून दिला. मी वाचू लागले. चंद्रकांताला दीड वर्षांची सक्त मजुरीची शिक्षा झाली होती.

त्या दिवशी पहिल्यांदा संबंध जन्मात एकटी अशी मी राहिले. सोबतीला बोलावले असते तर कुणीही आले असते. पण मला सोबत नको होती. आई, भाऊ आणि चंद्रकांत यांच्या आठवणी काढीत किती वेळ तरी मी अंथरुणावर पडले होते. एकदम माझ्या मनात कल्पना आली. भाऊंना पकडले! उद्या निशाण कोण घेऊन जाणार?– चंद्रकांत दीड वर्षे खडी फोडीत बसणार!– आणि मी? बेळगावला नवऱ्याशी गुलूगुलू गोष्टी करीत अगर आंबेगावच्या भागेल्यांच्या जिवावर शालू नेसून मिरवीत दिवस काढायचे! ते का म्हणून? पोरीची जात– छे:! गडकऱ्यांचे ते वाक्य आठवले, 'पोरी, नाव घेण्यासारखं कर काही तरी!'

आज तीन वर्षांनी मी केले त्यात नाव घेण्यासारखे काही नव्हते असे मला वाटते. पण भावना ही गांधारीसारखी आहे. डोळस असूनही ती आंधळ्यासारखी दिसते.

दुसऱ्या दिवशी भाऊंनी सांगितल्याप्रमाणे घराची व्यवस्था करून मी निशाण घेतले आणि सरळ किल्ल्याची वाट धरली. पोलिसांनी मला पकडले आणि चौकीवर नेले.

भाऊ किती रागावले माझ्यावर!

भाऊच कशाला! मी सुद्धा माझ्यावर रागावले. चंद्रकांत काय? फटिंग होता. माझे लग्न झाले होते. मी केले हे बाबूरावांना बिलकूल आवडणार नाही याची मला खात्री होती! खादीचा तुकडा शपथेला त्यांनी कधी वापरला नव्हता मग बायकोने केलेला कायदेभंग त्यांना कसा खपणार?

मी दुहेरी कायदेभंग केला याची जाणीव झाली. सरकारचा कायदा मोडल्याबद्दल मला फार तर चार-सहा महिन्यांची शिक्षा होईल. पण पतीच्या इच्छेविरुद्ध मी वागले

त्याची शिक्षा– ते मला पुन्हा घरातसुद्धा घेणार नाहीत. नोकरशाही आणि नवरेशाही! माझे मन अगदी गोंधळून गेले. सरकारी अधिकाऱ्यांशी मैत्री करून आणि बड्या लोकांना खूष करण्याकरिता पाण्यासारखा पैसा उधळून ते कौन्सिलात जाण्याची आपली इच्छा तृप्त करून घेणार होते. त्यांचे कौन्सिल आणि माझा तुरुंग– दोन ध्रुवांतसुद्धा यापेक्षा कमी अंतर असेल.

स्त्रीचे जीवन पुरुषावर किती अवलंबून असते याची त्या क्षणी मला कल्पना आली जीवन कसले? रंगीबेरंगी पतंगच तो? पतंग आभाळात डुलू लागला की मौज वाटते मोठी. पण त्याच्या इच्छेप्रमाणे त्याला वाटेल तिकडे जाता येते का? ज्याच्या हाती पतंगाची दोरी, त्याची इच्छा खरी! त्याने खसकन दोरी ओढली की आलाच तो खाली. स्त्रीच्या गळ्यातले मंगळसूत्र आणि पतंगाची दोरी यांच्यात फरक काय? धडपडून दोरीच्या पकडीतून तो निसटला तर? तरी काय– सारी वाऱ्यावर वरात!

मी केले त्यात वाईट असे काय होते? तुरुंगातले हाल मी भोगणार होते! तिथले कदान्न काही माझ्या पतीच्या ताटात जाऊन पडणार नव्हते. पण– पण काय? स्त्री स्वतंत्र नाही! ती पैसा मिळवीत नाही म्हणून तिची सत्ता नाही. माझ्या डोळ्यांपुढे एक माळच्या माळ उभी राहिली. स्त्री, मजूर, शेतकरी, कामकरी, अस्पृश्य! सारे परतंत्र! का? त्यांना पैसा मिळत नाही म्हणून! त्यांना पैसा का मिळत नाही! मिळावा कसा! पैशानेच पैसा मिळतो! पैसा नाही म्हणून जमीन नाही, सावकारी नाही, बड्या पगाराची नोकरी– काही काही नाही. एक आहे फक्त गुलामगिरी– पिढ्यान्‌पिढ्या पाठीला लागलेली गुलामगिरी!

माझ्यावरचा खटला चालला त्या दिवशी मात्र हे विचार थोडेसे निस्तेज झाले. ओकाऱ्यामुळे अन्न काहीच जात नव्हते पोटात. पण ओकारीने जीव कासावीस झाला तरी त्याच वेळी मी आई होणार या गोड कल्पनेने अंग कसे फुलून निघत होते. कोर्टात आल्यावर मात्र त्या आनंदाला अवकळा आली. मला शिक्षा ही होणारच! तुरुंगातून सुटल्यावर बाबूरावांनी माझे नाव टाकले तर! "आई" ही गोड हाक ज्या तोंडातून मला ऐकायला मिळणार, त्याला दूध मिळायला नको का? त्याचे औषधपाणी, कपडेलत्ते, शिक्षण– हे सारे पैशावाचून कसे होणार? भाऊंचे वय होत आले. त्यातून ते तर शाळेचा राजीनामादेखील देऊन चुकले. मी घरी येत आहे असे पाहून बाबूरावांनी जर दरवाजा लावला, तर माझ्या तान्हुल्याला घेऊन काय दारोदार भीक मागू?

खरे सांगू? माफी मागण्याचा विचार माझ्या मनात आला. घराची सारी खिडक्या-दारे बंद केली तरी हवा आत आल्याशिवाय राहते का? मन अगदी घट्ट केले तरी दुबळेपणाचे विचार तिथे असेच येतात. माफी मागून सुटावे असे वाटले तोच लहानपणीची आठवण झाली. राजीनामा द्यायची पाळी आली होती तरी भाऊंनी

इंदूच्या बापाची माफी मागितली नव्हती. भाऊंचे आयुष्य किती त्यागाचे! जन्मभर त्यांच्यावर घाव बसले. ते त्यांनी छातीवर झेलले; पण मान काही वाकविली नाही. अशा बापाची मी मुलगी! मी माफी मागायची! छे:!

भाऊंच्या पाठोपाठ चंद्रकांताची मूर्ती उभी राहिली. जन्मभर तो हालच सोसत आला नव्हता का? शाळेत किती धिटाईने त्याने छड्या खाल्ल्या होत्या! मुळशी सत्याग्रहात तो तुरुगांत गेला– गिरणीत मजुरासारखा राहिला! चंद्रकांताबरोबरच कल्पनेचीही आठवण झाली. तिने नाही का पाच वर्षांची शिक्षा आनंदाने स्वीकारली? तिने गुन्हा केला होता आणि कायद्याच्या दृष्टीने मीही नाही का गुन्हा केला? नाही; माफी नाहीच मागायची.

भाऊंना व मला दोघांनाही सहा सहा महिन्यांची शिक्षा झाली. भाऊ गरीब मास्तर! त्यांना 'क' वर्ग मिळाला! मी आंबेगावच्या जमीनदारांची बायको! माझ्या वाट्याला 'ब' वर्ग आला. मला किती किती वाईट वाटले. त्यातल्या त्यात आनंदाची गोष्ट म्हणजे मला पाचशे रुपये दंड झाला. हत्तीचे खाणे निराळे, तसा त्याचा अंकुशही निराळा!

तुरुंगातल्या सहा महिन्यांत मला जो अनुभव मिळाला तो बेळगावातल्या बंगल्यात उभ्या जन्मातसुद्धा आला नसता. काही काही देशांत लष्करी शिक्षण सक्तीचे असते ना? आपल्या देशात तुरुंगवाससुद्धा सक्तीचा केला तर किती बरे होईल. शाळा, व्याख्याने, नाटके, कशानेही जे काम होणार नाही ते या शिक्षणाने होईल. हिमालयावरले बर्फ शिखरावर असते तोपर्यंतच त्याच्या रूपाचा अभिमान! ते वितळून समुद्रात येऊन पडले, की आपोआप खारे पाणी होते त्याचे.

'क' वर्गातल्या बायकांची आणि माझी हळूहळू ओळख झाली. प्रत्येकीचे चरित्र ऐकताना नवी दृष्टी आल्यासारखे वाटे. बेळगावच्या बंगल्यात बाबूरावांची बायको म्हणून सुखाने राहणारी मी! त्या बायकांचे इतिहास ऐकून जगाविषयीची माझी पुस्तकी कल्पना साफ बदलून गेली अगदी. आम्ही सुखवस्तू पांढरपेशे लोक, आमचे कलावंत विलासी लेखक, आमचे तोंडपाटिलकी करणारे व्याख्याते आणि वर्तमानपत्रकार– आम्ही सारे समाजाची तपासणी साध्या डोळ्यांनी करतो. त्याचे शरीर आरपार भेदून जाणारे क्ष-किरण आमच्यापाशी असतात कुठे?

त्या बायकांत चाळीस वर्षांची एक म्हातारी बाई होती. सत्याग्रही म्हणूनच तुरुंगात आली होती ती. तिचे माहेर आंबेगावला होते म्हणे! सत्याग्रहाचे तत्त्व तिला पटले कसे याचे प्रथम आश्चर्य वाटले मला. तिने सर्व हकीगत सांगितली. नवरा दारूबाज, पोरांना प्रसंगी पेजदेखील मिळण्याची मारामार! अशा स्थितीत चळवळीत तुरुंगात गेले तर महिना पाच रुपयांची मदत पोरांना मिळेल म्हणून तिला कुणी तरी सांगितले. नवऱ्याच्या हाती पैसे लागणार नाहीत अशी व्यवस्था करून ती तुरुंगात

आली. जन्मभर तुरुंगात राहायलासुद्धा तिची तयारी होती. 'क' वर्गातले अन्न तरी घरी तिला कुठे मिळत होते?

बालहत्या केल्यामुळे तुरुंगात आलेली एक ब्राह्मण बालविधवाही त्या बायकांत होती. तिच्या बापाचा धंदा खेडेगावातल्या सावकारीचा. हस्तक म्हणून एक भिक्षुक त्याने घरी ठेवला होता आपल्या. बापाचे वय पन्नास वर्षांचे. त्याला मुले होतच होती. बाराव्या वर्षी बालविधवा झालेल्या या मुलीचे मुख्य काम म्हणजे त्याच्या मुलांना संभाळायचे! दिवस कामात गेला तरी रात्र तिला भयाण वाटे. ती उघड्या डोळ्यांनी बाहेरल्या अंधाराकडे पाहत बसे. तो भिक्षुक मधून मधून वस्तीला त्यांच्या घरी राही. हळूहळू त्याने जाळे पसरले. ही त्याच्यात सापडली. पाप उघडकीला येते असे वाटताच गावात बेअब्रू होणार म्हणून आईने तिला विष देऊन पाहिले. ते लागू पडले नाही. जिवाच्या आकांताने एका रात्री घर सोडून ती बाहेर पडली. पण घराच्या मातीच्या भिंतीवर येऊन तिने पाहिले. तो जिकडे-तिकडे दगडाच्या भिंती! मूल झाले तेव्हा घाबरून ते तिने या भिंतीवर आपटले! मूल मेले. ती खुनी ठरली आणि तुरुंगात आली.

भंडारी जातीची एक बाई चोरी करून तुरुंगात आली होती. मला वाटले, चोरी केल्याचे ती माझ्यापाशी कबूल करणार नाही. काही तरी खोटेनाटे रचून सांगेल. पण तिने सारे उघड उघड सांगितले. सकाळपासून संध्याकाळपर्यंत मरमर काम केले तरी पोट भरताना मारामार! आपली मुलेबाळे बामणाच्या मुलांसारखी दिसावीत ही तिची इच्छा. पण पैसा कुठून आणायचा! शेवटी ती ज्या घरी काम करी, तिथे चोऱ्या करू लागली. लहानसहान चोऱ्या पचल्या. धीर आला आणि तिने मोठी उडी मारली ती फार पुढे पडली– एकदम तुरुंगातच.

या हकिकती ऐकताना माझ्या डोळ्यांत नुसता ज्वालामुखी पेटे. काय केले म्हणजे अशा गोष्टी जगात घडणार नाहीत! या गुन्हेगार बायका माझ्यासारख्याच नव्हत्या का? पुरुषाच्या प्रेमाचा मोह– वसंत, माणिकराव, बाबूराव, या तिघांवरही मी तशा प्रकारचे प्रेम केले. पोट कुणाला सुटलंय? सुख कुणाला नको आहे? पण तुरुंगाइतकीसुद्धा ज्या समाजात गरिबांची काळजी घेत नाहीत, तिथे त्यांनी काय करावे?

रात्रीच्या भयाण शांततेत तुरुंगात नाही नाही ते विचार माझ्या मनात येत. बाबूरावांनी दंड भरल्याचे कळले. पण ते एकदासुद्धा मला भेटायला आले नाहीत. मी तुरुंगातून एक पत्र पाठविले; पण त्याचे उत्तर काही त्यांनी घातले नाही. तुरुंगातून सुटल्यावर माझ्यापुढे काय वाढून ठेवले आहे, याची अंधूक कल्पना मला येऊ लागली. सुखाचे चित्र दुःखाच्या पार्श्वभूमीवरच काढण्यात देवाला आनंद वाटत असावा. तुरुंगातून सुटल्यानंतर मी लवकरच एका बालकाची आई होणार; पण

बाबूरावांची पत्नी मी राहणार की–

'ब' वर्गात असूनही फाशीच्या खोलीत ठेवलेल्या माणसासारखी माझी प्रत्येक रात्री स्थिती होई.

तुरुंगातून सुटले, तेव्हा माझे महिने अगदी भरत आले होते. भाऊ ताबडतोब मला बेळगावला घेऊन आले. बंगल्याच्या दारात पाऊल टाकताना माझ्या हृदयाचा थरकाप होत होता. तुरुंगाच्या दारात काही मी इतकी भ्याले नव्हते.

बाबूराव शाळेत गेले होते. सासूबाई मागील दारी काहीतरी करीत होत्या. कोण आले आहे हे पाहण्यासाठी त्यांनी मान वर केली. मी चरकले– त्यांचे कपाळ पांढरे फटफटीत होते. तुरुंगातल्या त्या बायकांची मला आठवण झाली. या बंगल्यातले सासूबाईंचे गेल्या दहा वर्षांतील आयुष्य– तुरुंगवास काही निराळा असतो त्यापेक्षा?– मामंजींची ती सेवाचाकरी सक्तमजुरीसुद्धा पुरवली त्याहून! माझ्या मनात आले– आपली समाजव्यवस्था म्हणजे गरिबांकरता बांधलेला तुरुंगच आहे एक.

मी रडत रडत त्यांच्या पाया पडू लागले. त्यांनी मला पोटाशी धरले. मला आईची आठवण झाली. शेवटच्या दुखण्यात असेच पोटाशी धरून तिने माझ्यावर अश्रूंचा अभिषेक केला होता. सासूबाईंच्या डोळ्यांतील गंगेने माझ्या हृदयात पेटलेली आग शांत झाली.

संध्याकाळी ते शाळेतून आले, मला पाहताच त्यांच्या कपाळाला इतक्या आठ्या पडल्या–

सहा महिन्यांनी ते मला पाहत होते. तुरुंगातले अन्न– त्यातून गर्भारपण यामुळे मी बरीच रोडलेही होते. त्यांनी नुसते हसून 'किती ग वाळलीस!' एवढेच जरी म्हटले असते, तरी मला मूठभर मांस चढले असते. ते चोरी करून तुरुंगात गेले असते, तरी घरी परत आल्यावर पहिल्या दृष्टभेटीत मी काही इतक्या कठोरपणाने त्यांच्याकडे पाहू शकले नसते.

भाऊ स्वस्थ बसले होते. बाबूरावांनी सुरुवात केली, ''माई, कायदेभंगाची चळवळ बाहेर सुरू आहे अजून!''

''आपल्या घरातसुद्धा सुरू होणार आहे ती!'' माईंनी उत्तर दिले.

''आमच्या!'' डोळे वटारून माझ्याकडे पाहत बाबूराव उद्गारले.

''हो, घरोघरी त्याच परी.'' माई हसत हसत म्हणाल्या.

''इतरांच्या घरी पचेल कायदेभंग; पण आमच्या घरी नाही मी चालू देणार तो.''

''नाही म्हणून कसं चालेल? तो चालणार, बोलणार–''

''मी हात धरून घालवून देणार त्याला!''

''–की कडेवर घेणार?'' सासूबाईंना इतके हसताना मी कधीच पाहिले नव्हते.

बाबूराव चिडून म्हणाले, ''कडेवर घ्यायला काही खूळ लागलं नाही मला.''

''आज लागलं नाही तरी उद्या लागेल.''

''म्हणजे?''

''म्हणजे काय? महिने भरलेत सूनबाईंचे. किर्लोस्करांचा पाळणा आणा आता. कायदेभंग लवकरच सुरू होईल मग घरात! रात्री स्वस्थ झोपायचा तुमचा कायदा रडून रडून बाळ मोडणार! कागदावर शाई सांडायची नाही हा तुमचा कायदा! बाळ मोठं झालं की तोही कायदा मोडील!''

सासूबाईंना असे बोलताना मी कधीच पाहिले नव्हते. पण त्यांच्या अंगात वकील संचारला होता यात संशय नाही. त्यांनी त्या दिवशी माझी जितकी तरफदारी केली, म्हणूनच हे सारे प्रकरण थोडक्यावर मिटले.

त्याच दिवशी रात्री बाबूरावांनी दोन पत्रे माझ्या अंगावर टाकली. मी तुरुंगात असताना ती आली होती. दोन्ही फोडलेलीच होती. मला काही ते आवडले नाही. ती फोडून त्यातला मजकूर तुरुंगात त्यांनी मला कळविला असता, तर इतके गैर वाटले नसते मला! पण आमची विसकटलेली घडी नुक्ती कुठे बसत होती. म्हणून काहीच न बोलता मी ती पत्रे वाचली. इंदूचे पत्र लहानच होते अगदी.

'प्रिय उल्काताई,

तू कायदेभंग करून तुरुंगात गेल्याचे वर्तमानपत्रात वाचले, तू इतकी धीट असशील असे नव्हते मला वाटले. मुंबईत तर चळवळीला नुसता ऊत आला आहे. प्रभातफेऱ्या, केशरी साड्या, झेंडावंदन, एक ना दोन, हजार नव्या गोष्टी पाहायला मिळताहेत. आपल्या कोकणात महोदयपर्वाला गर्दी होते ना समुद्रावर? तसे वाटते अगदी ही चळवळ पाहून. माझ्या मुलीला अजून बोलता येत नाही म्हणून! नाही तर 'झेंडा उंच्या लहे हमाला' हे गाणे आमच्या घरातसुद्धा ऐकू आले असते.

बाबांनी या चळवळीला पैशाची फार मदत केली. ती काही फुकट गेली नाही अगदी. त्यांच्या गिरणीला काँग्रेसची मान्यता हां हां म्हणता मिळाली.

मधे मी अगदी शुद्ध खादी वापरायला लागले होते. 'समुद्रात राहून अशी कोरडी कशी ग तू?' म्हणून मैत्रिणी चिडवायला लागल्या. मग काय करायचे? पण माणिकरावांना काही ते आवडलं नाही. म्हणून सोडून द्यावी लागली ती मला! आणि खरे सांगू उल्काताई, ती जाडीभरडी खादी काही आवडत नाही आपल्याला बाई. गरिबांनी वापरावी हवी तर, पण तुझ्यामाझ्यासारख्यांनी उगीच का जिवाचे हाल करून घ्यायचे? देव देतो केशरभात आणि मनुष्य मागतो कांदेभात, असे व्हायचे ते.

माणिकरावांना पगार वाढलाय हल्ली. मध्ये संपाबिंपाची भानगड चालली होती काही! जयवंत शिरोडकर म्हणून तिकडला उपटसुंभ आहे बघ कोणी तुझ्या ओळखीचा असे माणिकराव म्हणाले होते एकदा. तो संप करायला सांगत होता

मजुरांना. पण माणिकरावांनी हाणून पाडले त्याचे सारे बेत. हल्ली कुठे काळे केले आहे त्याने कुणाला ठाऊक.

मुलीला लवकरच भावंड होणार आहे आता! मुलगा झाला तर मोहन नाव ठेवायचे. मुलगी झाली तर सरोजिनी. सध्याच्या चळवळीला शोभण्यासारखीच आहेत नाही गं ही नावे? शाळेत माझ्या वर नेहमी तुझा नंबर असे. पण तुझ्या आधी मी आई झाले. आई होण्याचा आनंद! उल्काताई, तो शब्दांनी वर्णन करून सांगताच यायचा नाही. आता मुंबईला येशील ती ओक्याकडेने येऊ नकोस हं.

तुझी,
इंदू.'

चंद्रकांतचे पत्र विजापूरच्या तुरुंगातून आले होते.

'प्रिय उल्काताई,

सध्या मी तुरुंगात आहे. पण मला गिरणीत असल्यासारखेच वाटते. इथे 'क' वर्गात अनेक कैदी माझे मित्र झाले आहेत. त्यांत चोर आहेत, खुनी आहेत, व्यभिचारीही आहेत. त्या सर्वांशी मी मोकळेपणाने बोलतो, हसतो, त्यांची थट्टा करतो, आणि त्यांच्याकडून थट्टा करवूनही घेतो. पांढरपेशांपेक्षा खालच्या जातीचेच लोक जास्ती आहेत या कैद्यांत. पण त्याचे खरे कारण सांगू? पांढरपेशांना रुपयाचा सफेता फासून आपली कृष्णकृत्ये बहुधा झाकता येतात. या गरीब माणसांना ते कसे जमणार?

'क' वर्गातल्या या कैद्यांकडे पाहिले की एका इंग्रजी म्हणीची आठवण होते मला; 'कुत्रं मारायचंय? ते पिसाळलंय म्हटलं म्हणजे झालं!' गरिबी, अज्ञान, धर्मभोळेपणा, याचे किती विचित्र मिश्रण झालेले असते या लोकांत. त्या मिश्रणाला स्वाभाविक मनोविकारांची व व्यसनांची जोड मिळाली, की गुन्ह्याच्या रूपाने त्यांचा स्फोट होतो. पण ते गरीब का झाले, अज्ञानी आणि धर्मभोळे का राहिले, याचा कुणी विचार केला आहे का?

आमच्या तुरुंगात श्रीमंत गुजराथी सत्याग्रही आहेत. गांधीजींचे अगदी बडे भक्त! स्वत:ला 'अ' वर्ग मिळाला असून इतर सत्याग्रहांना वाईट वाटू नये म्हणून 'क' वर्गाचे अन्न खात होते ते काही दिवस. त्यांच्याकडे हा प्रश्न मी ठेवला. उत्तर काय? 'नशीब!'

कसा आहे हा नशिबाचा हवाला! एक वर्ग ज्या वेळी दुसऱ्या वर्गाच्या जिवावर चैन करू लागतो, त्याच वेळी त्या दुसऱ्या वर्गाचे जिणे पशूहूनही दु:सह होते. गंमत अशी की या गुजराती सत्याग्रह्याला हिंदुस्थानवर इंग्रजांचा काही हक्क नाही हे पटते;

पण हाच न्याय जमीनदारांच्या जमिनीवरील हक्कांना कल्पनेच्या सृष्टीत लावायलासुद्धा तो कबूल होणार नाही. लॅंकेशायरवाल्यांनी हिंदुस्थानला लुटले म्हणून तो ओरडतो, पण आपल्यातले भांडवलवाले लोक दलालीच्या अगर सावकारीच्या रूपाने आपल्याच भाईबंदांना नागवीत आहेत हे मात्र त्याला दिसत नाही. दूरचे स्पष्ट दिसते; पण जवळचे दिसत नाही, अशी आहे ही दृष्टी! शस्त्रक्रियेवाचून ती सुधारेल असे मला वाटत नाही.

मी कुणी पुढारी नाही, विख्यात लेखक नाही अगर साधुत्वाच्या पदवीला पोचलेला मनुष्यही नाही. पण 'क' वर्गातल्या या गुन्हेगारांकडे पाहून माझ्या मनात येते– यांच्याहून मोठा गुन्हा करणारे समाजात मानाने मिरवीत आहेत, मोटारीतून रमत आहेत, बंगल्यातून जलसे करीत आहेत. त्यांची चौकशी कोण करणार? त्यांना शिक्षा कोण देणार?

विकाराच्या भरात एक मनुष्य दुसऱ्याचा खून करतो. न्यायदेवता त्याला जबर शिक्षा देते. पण औषधपाण्याच्या, अन्नवस्त्राच्या आणि शिक्षणाच्या अभावी रोगाने, उपासाने अगर अज्ञानाने जी लक्षावधी माणसे आपल्या देशात अकाली मरताहेत– त्यांच्यापैकी प्रत्येकाचे मरण हा पद्धतशीर खूनच नाही का? पाच रुपयांच्या चोरीला प्रसंगी पाच महिन्यांची सक्तमजुरीची शिक्षा मिळते. पण बुद्धी अगर शरीर ही काडीमात्रही न झिजविता वर्षाला हजारो रुपयांची कमाई करणारे लोक गट्टीचोर नव्हेत का? त्यांना शिक्षा? पिढीजाद श्रीमंतीच्या बळावर ते संस्थांचे अध्यक्ष होतात, वर्तमानपत्रात त्यांचे फोटो येतात–

जाऊ दे! किती लिहिले तरी हे पुराण काही संपणार नाही. मी सुखी राहावे अशी तू देवापाशी प्रार्थना करीत असशील. त्याऐवजी सर्व गरीब लोक सुखी राहावेत अशी प्रार्थना कर. यात माझा स्वार्थ आहेच. कारण मीही गरीबच नाही का?

तुझाच बंधू
जयवंत.

ता.क. हल्ली वेळ जाईनासा झाला म्हणजे मी कविता करतो. सोबत एक पाठवीत आहे. तुला आवडेल तर पाहा–

कधी पाताळातुनी
ये वरी बळिराजा हा गुणी ।। धृ. ।।
तुफान दर्या गेला खवळुनि
लाटा उठती क्रूर वाघिणी
हासत होडी आत घालुनी

रांपण ओढी कोणी । शिकारी रातभरी जागुनी ।।
धरमीचा जणु भव्य मनोरा
माड झुले वरि सैरावैरा
भयभीतीला मनी न थारा
चढे झराझरा कुणी । शिपाई बाहुमधी कवळुनी ।।
ऊन लखलखे नभि, तरवार
अंगि वार करि वारंवार
शुभ्र मिठाने फुलवी आगर
कवि वेडा जणु कुणी । फुलांची रास करी उपवनी ।।
पाताळातिल मधुर मासळी
आभाळातील गोड शहाळी
मीठ लपे जे दर्याच्या जळि
अन्नहि भूमीतुनी। आणितो बळी सदा झुजुनी ।।
हाय? पाहा परि राजाच्या घरि
मीठभाकरी नसे दुपारी
बाळ कळवळे– चून तरी न करि
कुबेर असुनी जनी । जाहला करटीचा हा धनी ।।
इंद्र धुंद मधु– नृत्य– गायनी
घडिघडि धुंडी नव इंद्राणी?
बटु वामन, बघ उघड्या नयनी
ये अवतरुनी झणी । बळीला बसवी सिंहासनी ।।'

लवकरच मी आई झाले. मुलगी झालेली पाहून सासूबाईंचा थोडासा विरस झाला. पण मला त्याचे काहीच वाटले नाही. मी भाऊंची मुलगीच नव्हते का?

बारसे झाल्यानंतर भाऊ बेळगावहून जायला निघाले. रत्नागिरी जिल्ह्यात अस्पृश्यांची सुधारणा करण्यात उरलेले आयुष्य खर्च करायचे त्यांनी ठरविले होते. त्यांनी माझ्याजवळ राहावे असे मला खूप वाटले. मी अगदी हट्टच धरला, तेव्हा ते म्हणाले, "बाळ उल्का, तुझं लग्न झालं तेव्हा मी तुला माझ्यापाशीच ठेवून घेतलं असतं तर ते बरं दिसलं असतं का?"

मला हसू आले. मी म्हटले, "कुठं लग्न आणि कुठं–"

भाऊ उत्तरले, "वा! हेसुद्धा लग्न आहे माझं!"

मी ऐकतच उभी राहिले.

"उल्का, तारुण्यात शरीराचं लग्न होतं. त्या लग्नाचं ऋण फिटलं की

आत्म्याचं लग्न करायला नको का? किती दिवस त्याला तळमळत ठेवायचं?"

मी झाले तरी भाऊंचीच मुलगी होते. मी म्हणाले, "तुम्ही ज्या दिवशी पैशाकडे पाठ फिरवून शाळा काढली, त्याच दिवशी आत्म्याचं लग्न झालं तुमच्या–"

माझा मुद्दा भाऊंना पटला असे दिसले. ते हसत हसत म्हणाले, "बरीच आहेस की गं तू. त्या वेळी माझ्या आत्म्याचं लग्न झालं हे खरं. पण ते काही सुखाचं झालं नाही फारसं! तेव्हा काडीमोड करून आता दुसरं लग्न करतोय मी हे. आत्म्याचा पुनर्विवाह, म्हण हवं तर याला."

पुढे मी काहीच बोलले नाही. पण शरीराचे लग्न, आत्म्याचे लग्न, आत्म्याचा पुनर्विवाह, हे भाऊंचे शब्द– त्या एकेका शब्दातून वीज चमकत आहे असे मला अजून वाटते.

माझा निरोप घेऊन जाताना भाऊंनी मला घट्ट पोटाशी धरले. त्यांनी विमलचा एक मुका घेतला तेव्हा मी म्हणाले, "विमलला आशीर्वाद द्या ना तुमचा."

"आईसारखी हो बरं बाळ!" तिची चिमुकली वळलेली मूठ हातात घेऊन ते उद्गारले.

जाताना त्यांच्या डोळ्यांत अश्रू उभे राहिले. मला वाटले, ते अश्रू गातच आहेत–

"घरि एकच पणती मिणमिणती
म्हणु नको उचल चल लगबग ती"

यानंतर दोन-अडीच वर्षांचा काळ. कालपरवा घडलेल्या गोष्टी– डोंगर दुरून सुंदर दिसतो. पण जवळून?

एकदा हृदय उघडल्यावर चोरून तरी काय ठेवायचे? बाबूरावांची मर्जी प्रसन्न राहावी म्हणून मी किती झटले. ते विमलला नटवीत, खेळवीत पण पूर्वीसारखे त्यांचे माझ्यावर प्रेम आहे असे काही केल्या मला वाटेना. मनात येई– माझ्या हातून तुरुंगात जाण्याचा काय तो अपराध घडला होता. तेवढा त्यांना पोटात का घालता येऊ नये?

विमलला अंगावरले दूध मिळावे म्हणून सासूबाईंनी मला माडीवर न निजण्याविषयी नाजूकपणाने सुचविले होते. मातृपद प्राप्त झाले की अजाणता का होईना शारीरिक सुखापलीकडचे प्रेम स्त्रीच्या मनात जागृत होते. त्यामुळे सासूबाईंच्या सांगण्याप्रमाणे वागत होते मी. पण एके दिवशी रात्री त्यांनी खाली येऊन हळूच मला झोपेतून जागे केले– आणि सुखाच्या मोहाला नव्हे, तर त्यांना प्रसन्न करण्याच्या आशेला मी बळी पडले. हा चोरटा कार्यक्रम–

दोन-तीन महिने विमलला दूध मिळेना. सासूबाईंना शंका आली, माझीही

अन्नावरली वासना उडाली. पण मला तुरुंग मानवला नाही म्हणा, अगर पहिले बाळंतपण मानवले नाही म्हणा, चार महिने झाले नाहीत तोच एके दिवशी पोटात विलक्षण कळा येऊ लागल्या. सासूबाईंच्या तोंडचे पाणी पळाले. डॉक्टर, सुईण, सर्व आली आणि या अपमृत्यूतून माझी कशीबशी सुटका झाली.

अकाली झालेल्या गर्भपाताने मला अगदी गळून गेल्यासारखे झाले. विमलचे सारे काही सासूबाई करीत असत. स्वयंपाकाकरिता बाबूरावांनी एक बाई आणली. वसंताने सावंतवाडीहून पाठवून दिली होती ती! चंद्रकांताची आई– अगदी जश्शीच्या तश्शी होती ती! ती आल्यामुळे स्वस्थ पडून राहण्यापलीकडे मला काहीच काम नव्हते. पण उघड्या डोळ्यांऐवजी मिटलेल्या डोळ्यांना कधी कधी अधिक दिसते म्हणतात. अशा वेळी माझ्या डोळ्यांपुढे भविष्यकाळातली चित्रे नाचू लागत. आपले पुढले आयुष्य आता असे अंथरुणावर पडूनच का जायचे? किती क्रूर असतो निसर्ग. लहान मुले फुलपाखरांच्या पंखात दोरे ओवून त्यांना खेळवितात ना? त्यातलीच नाही का ही त्यांची लीला?

एक दोन महिने असेच गेले. आमचे दोघांचे खूप बोलणे होई. पण त्यात पहिला मोकळेपणा उरला नव्हता. एकदा माझ्या पाचशे रुपये दंडाची गोष्ट निघाली. ते म्हणाले, ‘‘पै नाही मिळविता येत तुम्हा बायकांना आणि घालवायला लागला, म्हणजे मात्र पाचपाचशे रुपये घालविता!’’

अगदी वर्मी गाव घातला त्यांनी. खरोखरच काही मिळवीत नव्हते मी. स्त्रीचा दर्जा संसारात कमी का हे मला त्या क्षणी पुरे कळले. पण लगेच वाटले– हे तरी काय मिळवताहेत? आंबेगावचे वर्षाचे दोन-तीन हजारांचे उत्पन्न यांना येते, पण तो पैसा मिळविलेला म्हणायचा का? मिळविलेला खास नाही. मग? चंद्रकांताचे तुरुंगातले पत्र मला आवडले. ‘कधी पाताळातुनी’ ही त्याची कविता कुणी तरी माझ्या कानात गुणगुणत आहे असा मला भास झाला.

जयवंत शिरोडकरच्या तुरुंगातून आलेल्या त्या पत्रावर असाच खूप वादविवाद झाला. एकदा बोलता बोलता ते म्हणाले, ‘‘पिकतं तिथं विकत नाही.’’

‘‘बेळगावात कोबीचे कांदे मिळतात की!’’ मी उत्तर दिले.

काही वेळ ते स्तब्ध होते. नंतर तीव्र दृष्टीने माझ्याकडे पाहत ते म्हणाले, ‘‘प्रेमाविषयी बोलत होतो मी. त्या जयवंताविषयी तुला केवढा आदर वाटतो आणि–’’

त्यांची समजूत घालणे जवळजवळ अशक्य होते मला. चंद्राकांताची पत्रे मी जपून ठेवली होती; ती मी पुन्हा पुन्हा वाचीत असे. विमलचे मुकेच वाटत ती मला! कितीही घ्या, तृप्ती व्हायची नाही. माझ्या वाचायच्या पुस्तकात खूण म्हणून त्यातले एखादे पत्रच मी ठेवीत असे. हे सर्व त्यांच्या ध्यानात आले असावे.

पुन्हा लवकरच मला दिवस गेले. डॉक्टरने त्यांना बजावून सांगितले होते. पण त्यांनी काही आपले मन आवरले नाही. त्यांचे मन मोडणे माझ्या जिवावर येई. माझी विमल आता मोठी होईल, तिच्यासाठी खूप खूप खर्च करावा लागेल– तो तेच करणार आहेत की नाही. असे काहीतरी सांगून मी माझ्या बंडखोर मनाची समजूत घालीत असे. पण–

पण माझ्या बंडखोर मनाचा आक्रोश त्यांना ऐकू जाणार कुठून? त्यांच्या समोर एक स्त्री– त्यांची लग्नाची बायको– अगदी हक्काची बायको असे. ते आपला हक्क पूर्णपणे बजावून घेत होते. शरीरसुखाच्या या हक्काचे नाव प्रेम! मला किळस येऊ लागली त्या शब्दाची.

पुन्हा चार महिने गेले. पुन्हा माझे पोट दुखू लागले. मागच्या सर्व गोष्टींची पुनरावृत्ती झाली. डॉक्टर त्यांना बजावून गेले. "आता सांभाळलं पाहिजे त्यांच्या प्रकृतीला."

या आजारीपणात प्रेम म्हणजे काय, हाच विचार माझ्या मनात घोळू लागला. वसंत, माणिकराव, माझे पती आणि चंद्रकांत या चार तरुण पुरुषांशी उभ्या आयुष्यांत माझा अगदी निकट संबंध आला होता. पहिल्या दोघांनी माझ्यावर प्रेम करण्याचे नाटक केले. सुदैवाने ती दोन्ही नाटके एकांकीच झाली. या एका अंकातसुद्धा शरीरस्पर्शाच्या सुखाची धडपड दिसलीच! नाही का? माझे पती! माझी प्रकृती इतकी नाजूक झाली असतानाही त्यांची शरीरसुखाची हौस मावळत नाही! विम्याची रक्कम हप्त्याहप्त्यांनी देण्यापेक्षा एका हप्त्यानेच देतात ना? वेश्यागमन व लग्न यांच्यातही त्यांच्या दृष्टीने तेवढेच अंतर असेल. त्यांना माझे शरीर आवडते. ते मरू नये म्हणून ते धडपडतीलसुद्धा. पण माझे मन– ते मेले म्हणून त्याचे सोहेरसुतक ते थोडेच पाळणार आहेत!

त्या दिवशी रात्री टेकडीवर चंद्रकांताबरोबर मी किती तरी वेळ एकटी बसले होते. पण शरीरस्पर्शाची ओझरती इच्छा त्याच्या एका कृतीतसुद्धा दिसली नाही. असे का व्हावे? कल्पनेवर त्याचे प्रेम असेल. पण माणिकरावांचे माझ्यावर प्रेम असतांना त्यांनी इंदूशी लघळपणा केलाच की नाही? एके काळी माझ्यावर प्रेम करणारा वसंत त्या निराशी संबंध ठेवण्याइतका पागल झाला. चंद्रकांत तसा नाही. असे अंतर का पडावे? किती दिवस हे कोडे मी सोडवीत हेते. शरीरसुखाच्या मोहाला मी स्वत: बळी पडले नव्हते का? मग इतरांना गुन्हेगार ठरविण्याचा मला तरी काय अधिकार होता? प्रेमाचे पावित्र्य नुसत्या काव्यातच पाहायचे काय?

मी थोडीशी बरी झाल्यावर बाबूराव पुन्हा पूर्ववत वागू लागले. पण आता मला त्यांची भीतीच वाटू लागली. अनेकांना माझे लिहिणे अतिशयोक्तीचे वाटेल. पण धीर करून लिहितेच मी. शरीरसुखात एक प्रकारचे काव्य आहे. पण माझ्या पतीच्या

दृष्टीने तो नुसता व्यवहार झाला होता.

मी त्यांच्यापासून दूर दूर राहू लागले. शरीराने दूर राहूनही मनाने एक असावे असे मला वाटे. पण मी दूर दूर राहू लागताच आमच्या मनाचे मार्ग अगदीच भिन्न झाले. पूर्वीचे हसणे, मौजेने बोलणे, चेष्टा करणे, हळूहळू सर्व लोप पावू लागले. काळोख पडल्यावर दिवे लागलेले नसले म्हणजे घर जसे भयाण दिसते, तसे माझे मन झाले. विमल दोन वर्षांची होऊन बोबडे बोलू लागली. सासूबाई तिचे कौतुक करण्यात दंग झाल्या. पण माझ्या मनाला मात्र स्वस्थता मिळेना.

ते मधून मधून गाण्याला म्हणून बाहेर जाऊ लागले. ही लक्षणे कसली ते मी ओळखले. पण मला स्वत:ला मरणाची इच्छा नव्हती. त्यांना अडविण्याचे दुसरे काय साधन माझ्या हातात होते? वयाची चाळिशी उलटलेली– त्यांना मन का आवरता येऊ नये, असे मला वाटे. पण–

जणू काही चंद्रकांत ही गोष्ट मला समजावून सांगत होता. मनुष्य श्रीमंतीत वाढला, उपभोग घेत गेला, की त्या साऱ्या गोष्टी त्याच्या अंगवळणी पडतात. तो शरीराचा गुलाम होतो. श्रीमंतांच्या सर्व चैनी म्हणजे स्वत:च्या शरीराची गुलामगिरी! ही गुलामगिरी कायम टिकावी म्हणून ते गरिबांना गुलामगिरीत खितपत ठेवतात. त्यांचे मन शरीराने मारलेले असते. हे मेलेले मन जिवंत व्हायचे नाही. ते मरणार नाही अशी आधीच काळजी घ्यायला पाहिजे.

मी उघड्या डोळ्यांनी त्यांचा बाहेरख्यालीपणा पाहत होते. लवकरच नाताळचे दिवस आले. वसुलीकरिता ते आंबेगावला पंधरा-वीस दिवस जाऊन राहणार होते. बरोबर स्वयंपाकाकरिता सासूबाई गेल्या असत्या. पण ते म्हणाले, ''विमलचं करायला इथंच राहा माई. बाई येतील माझ्याबरोबर.''

ते आणि चंद्रकांतांची आई ज्या दिवशी आंबेगावला जाणार होती, त्याच्या आधल्या दिवशी चंद्रकांताचे एक पत्र मला मिळाले. आंबेगावाहून आले होते ते!

'प्रिय उल्काताई,

विसापूरच्या तुरुंगातून मी पाठविलेल्या पत्राचे उत्तर पाठवायला तुला फुरसद झाली नाही. व्हावी तरी कशा? आंबेगावच्या बड्या जमीनदाराची बायको तू. बंगल्याभोवतालच्या बागेत आणि दारासमोरच्या मोटारीत अगदी गुंग होऊन गेली असशील. तुरुंगातल्या माणसाची तुला कसची आठवण होते?

गांधी-आयर्विन कराराच्या वेळी मी सुटलो. तुला येऊन भेटावे असे फार फार वाटते मनाला, पण पुन्हा मनात आले– गवताने मोगरीच्या वेलीशी सोयरीक केल्यासारखे दिसेल ते! तुझ्या पतिराजांना ते कितपत आवडले असते याची शंकाच आहे.

इतक्या दिवसांत तुला बोटभर पत्रसुद्धा मी पाठविले नाही. पण तसेच आहे

याचे कारण! उल्काताई, तुझ्याविषयी किती भरंवसा होता मला. तू अशी पाणी होशील हे स्वप्नातसुद्धा मला खरे वाटले नसते. तू उल्का! तारा! तुटून पडताना प्रकाश देशील, प्रसंगी हवेत मिसळून जाशील, जमिनीवर पडलीस तर दगड होशील. पण पाणी होऊन कोणत्याही रंगात मिसळून जाशील– अशक्य– अगदी अशक्य वाटे मला!

नेपोलियनच्या कोशात अशक्य हा शब्द नव्हता. पण कुठे नेपोलियन अन् कुठे मी! तू एका जमीनदाराची बायको झाली. मला आनंद झाला. पण गरीब कुळांच्या घरांवरून नांगर फिरवायला तुझे पतिराज निघाले, त्या वेळी त्यांचा हात धरणे हे तुझे कर्तव्य नव्हते का? ध्येयासाठी आयुष्याची राखरांगोळी करणाऱ्या भाऊंची तू मुलगी! शरीरसुखात दंग होऊन तू आत्म्याची गळचेपी केलीस तरी कशी?

आंबेगावचा सगुण चांगला ओळखीचा आहे तुझ्या! त्याच्या घरादाराची जप्ती तुझ्या यजमानानी दोन वर्षांपूर्वी केली. अगदी भर पावसात! सगुणाची बायको बाळंतीण होती. भाऊ हिवतापाने कुडकुडत होता. थंडी होऊन बाळ-बाळंतीण मेली. तो भाऊही मेला. सुटली बिचारी सारी या जाचातून. सगुण तर प्रथम वेडाच झाला होता म्हणे. आता ताळ्यावर आहे त्याचे डोके! पण तुझ्या नवऱ्याविषयीचा दंश त्याच्या मनातून गेलेला नाही, तो हल्ली होडीवाल्याचा धंदा करतो. नदीपलीकडे तुमच्या आंबराईवरून चांगली रहदारी असते दिवसा. चार पैसे मिळतात बिचाऱ्याला.

एकटा सगुणच नाही, तर संबंध गाव उलटला आहे तुझ्या नवऱ्यावर! खंडवसुली, जप्ती वगैरे सर्व गोष्टी कायदेशीर आहेत हे मला कळते. पण मनुष्याच्या कायद्यापलीकडे या जगात काही आहे की नाही? उल्काताई मनुष्याप्रमाणे त्याचे कायदेही अपूर्णच असतात. जसे पेरावे तसे उगवावे हा सृष्टीचा नियम. त्याने पेरावे त्याने कापावे, हाही तितकाच स्वाभाविक नियम नाही का? मुंबईला मला येणाऱ्या सगुणाच्या पत्रातून भलताच सूर वाहू लागला म्हणून मी इथे आलो आहे. सगुणामुळे सर्व गाववाल्यांचा विश्वास बसला आहे माझ्यावर! त्यांचा गुप्त कट होत असून त्याचा हेतू तुझ्या नवऱ्याचा– लिहितोच मन घट्ट करून!– तुझ्या नवऱ्याचा खून करणे हा आहे.

एखाद्या युरोपियन मॅजिस्ट्रेटचा खून करून स्वातंत्र्य मिळत नाही हे माझे मत तुला ठाऊक आहेच. एखाद्या जमीनदाराचा खून करून शेतकऱ्यांची दुःखे दूर होतील असे अर्थातच मला वाटत नाही. पण या भडकलेल्या लोकांना आवरायचे कसे? नुसती पेटून गेली आहेत त्यांची मने! तुझ्या सासऱ्याने कित्येक जमिनी कुळांना फसवून गिळंकृत केल्या, कुठे खंड देईनात तेव्हा घाटावरले बेरड आणून त्यांना बेदम मार दिला, हेडक्लार्कच्या अधिकाराचा दुरुपयोग करून कुळांना कह्यात ठेवले– एक ना दोन, अनेक आरोप माझ्या कानांवर आले आहेत. खरेखोटे मी काय

सांगू?

तुझा नवरा चांगला पदवीधर, धंद्याने शिक्षक. पण त्याचे वर्तन बापापेक्षा काही निराळे नाही फारसे. गरीब कूळ खंड द्यायला सवड नाही म्हणून सांगू लागले की स्वारी त्याला सांगते, 'खंड नाही तर बायको आण; बहीण आण.' उल्काताई, अगदी नाइलाजाने ही अक्षरे लिहिली आहेत. पण यातल्या एक एक अक्षराने या लोकांच्या जळणाऱ्या मनात चूड टाकली असती तर त्यात आश्चर्य कसले? गरिबांच्या बायका-बहिणांना अब्रू नसतेच का?

तुम्ही घरची चार माणसे असून दोन-तीन हजारांच्या उत्पन्नापैकी पै न् पै वसूल झालीच पाहिजे असा तुझ्या नवऱ्याचा कटाक्ष! पण इथे प्रत्येक शेतकऱ्यांच्या घरी चार चार माणसे आहेत. मुंबईहून येणारा गिरणीतला पैसा बंद झाला आहे. शेतात चांगले पीक येत नाही. हे सारे काय शेतकऱ्यांचे अपराध? गावात दुसरे उद्योगधंदे नाहीत, हा काय त्यांचा दोष?

ही स्थिती सुधारायची कशी? श्रीमंत लोक आपले हक्क सोडून देतील तर! पण ही कल्पनाच अशक्य कोटीतली आहे. जळू एक वेळ रक्ताला कंटाळेल; पण श्रीमंत लोक बऱ्यावाईट मार्गांनी मिळालेले आपले चैनी करण्याचे हक्क सोडतील? छे:! दारूच्या तारेतसुद्धा अशी असंबंद्ध बडबड कुणी करणार नाही!

तात्त्विक सर्व गोष्टी तूर्त बाजूला राहू देत. यंदा तुझ्या नवऱ्याने वसुलाला न येणे बरे. लोक चवताळले आहेत. देवापुढे नारळ ठेवून त्याचा खून करण्याची शपथ घेण्याच्या विचारात आहेत ते. मी त्यांचे मन वळविण्याचा प्रयत्न करतोच. पण हक्काच्या भांगेप्रमाणे सुडाची दारूही मनुष्याच्या हातून कायकाय करवील हे सांगणे कठीण आहे. तुझे पतिराज येणारच असतील, तर तू तरी त्यांच्या बरोबर ये.

अधिक काय लिहू? उल्काताई, गरिबांसाठी काही तरी कर. तू आई झाल्याचे इथेच परवा ऐकले. इथले गोरगरीब शेतकरी ही सारी तुझीच बाळे आहेत. माझी उल्काताई यांची आई होईल का?

तुझा बंधू,
जयवंत'

हे पत्र तिकडे दाखविण्याची सोयच नव्हती. त्यांनी भलतेच अकांडतांडव केले असते. त्यांनी जाऊ नये म्हणून मी पहिल्यांदा मला बरे वाटत नसल्याची सबब सांगितली. "तुझं काय नेहमीचंच चाललंय! तेवढ्यासाठी काय वसूल थांबवायचा की काय?" हे उत्तर आले.

"मी तरी येते बरोबर." मी म्हटले.

"म्हणजे माझा सगळा वेळ तुझ्या शुश्रूषेतच जायचा!"

मला असा राग आला! माझे काडीइतकेही काम त्यांना कधी करावे लागत नसे.

"सासूबाईंना तरी घेऊन जावं बरोबर."

"का? इथं जयवंत शिरोडकर येणार आहेत वाटतं?"

संतापाने माझे माथे फिरून गेले. या मनुष्याचे पुन्हा जन्मात तोंड पाहू नये असे वाटले; पण काही झाले तरी ते माझे पती होते– माझ्या विमलचे वडील होते.

इतके झाल्यानंतर चंद्रकांताचे पत्र दाखविणे शक्यच नव्हते.

निघायच्या वेळी मी मृदू स्वराने म्हटले, "स्वत:ला संभाळावं हं!"

"मी काय जंगलाबिंगलात जातोय की काय? की वाघबीघ–"

"तसं नाही. पण हल्ली ब्राह्मण-ब्राह्मणेतर वाद बोकाळला आहे तिकडे!"

"खुशाल बोकाळू दे! ब्राह्मणानं घाटावरले बेरड आणले म्हणजे कळेल सुख या ब्राह्मणेतरांना!"

"वसूल थोडा कमी झाला तरी–"

"त्या जयवंताची पत्र वाचून माथं फिरलंय तुझं. वसूल कमी झाला तर आपले खर्च चालायचे कसे? विमलला चांगल्या स्थळी द्यायची म्हणजे दहा वीस हजार तरी हुंडा द्यावा लागेल. आणणार कुठून ते पैसे? म्हणे वसूल कमी झाला तरी चालेल!"

"विमल लहान आहे अजून–"

"अन् तू तिच्याहूनही लहान आहेस–"

त्यांनी मला पुढे बोलू दिले नाही.

ते पत्र सासूबाईंना दाखविण्याचा धीर काही झाला नाही मला! चंद्रकांताचा उतावळा स्वभाव आठवला आणि वाटले– गावातल्या जमीनदाराचा खून करणे ही सोपी गोष्ट नाही. वसूल न देण्याकरिता त्या लोकांनी हा बागुलबोवा उभारला असावा आणि भोळा चंद्रकांत त्याला फसला असावा! व्यवहारात इतके भित्रे होऊन कसे चालेल?

पण दररोज अंथरुणावर पडले की भयानक चित्रे माझ्या डोळ्यांसमोर नाचू लागत. मी अद्याप आंबेगाव पाहिले नव्हते. पण नदीपलीकडील ती आंबराईमधली ती रुंद व खोल नदी. अलीकडे गाव– सारे जणू काही पाहिल्याप्रमाणे माझ्या डोळ्यांसमोर उभे राही. केव्हा दात-ओठ खात कोयते घेऊन जाणारे कुरवाडी दिसत, तर केव्हा मध्यरात्री हातात चुडी घेऊन घराला आग लावणारे शेतकरी दिसत. सारे मनाचे खेळ! पण प्रत्येकात रस मात्र एकच होता– भयानक!

चार-पाच दिवस गेले. त्यांचे सुखरूप पोचल्याचे आणि वसूल चांगला होत असल्याचे पत्र आले. निराने मुद्दाम मला विचारले आहे म्हणून लिहिण्याविषयी त्यांना सांगितले होते. या पत्राने माझी काळजी कमी झाली.

पाचव्या दिवशी संध्याकाळी मोटारीतून एक अपरिचित बाई आमच्या बंगल्याच्या

दारात उतरली. तिचे ते सोनेरी केस, कृश शरीर, तेजस्वी डोळे आणि बंगाली पद्धतीचा वेष पाहून मला एकदम कल्पनेची आठवण झाली.

मला नमस्कार करीत ती म्हणाली, ''वंदे मातरम्.''

''वंदे मातरम्. तुम्ही कल्पनाताई का?''

तिच्या फिकट चेहऱ्यावर हास्य झळकले.

''तुमच्या हुषारीची उगीच नव्हता चंद्रकांत स्तुती करीत!'' तिने उत्तर दिले. रात्री किती तर वेळ माहेरी आलेल्या दोन बहिणींप्रमाणे आम्ही बोलत बसलो होतो. भाऊ आत्म्याचे लग्न म्हणाले होते ते हे तर नव्हे ना, असे त्या वेळी मला वाटल्यावाचून राहिले नाही. तिने तुरुंगातली सर्व हकीगत मला सांगितली. मीही कायदेभंगाच्या चळवळीत सहा महिने तुरुंगात गेले होते हे ऐकताच ती म्हणाली, ''माझी उल्का धीट आहे असं उगीत नव्हता चंद्रकांत म्हणत–''

हे चंद्रकांताचे पालुपद तिच्या बोलण्यामध्ये सारखे येत होते. नेहमी खरे तेच बोलणारा चंद्रकांत! त्याने कल्पनेपाशी इतकी माझी स्तुती करण्याचे कारण काय? आणि ह्या कल्पनेवर त्याचे प्रेमही होते. रमणी रमणाच्या तोंडून दुसऱ्या तरुण स्त्रीची इतकी स्तुती निमूटपणे ऐकून तरी घेईल का?

तुरुंगात चार साडेचार वर्षे गेल्यामुळे कल्पनेची प्रकृती अगदी खालावली होती. तिचा चेहरा, गाल, नखे, सर्व कशी पांढरी फटफटीत दिसत होती. ती म्हणाली, ''पंडुरोग झालाय मला. म्हणून तर सुटायला मिळालं तुरुंगातून! फार थोड्या दिवसांची सोबतीण आहे आता मी. सुटताच धावत आले तुला आणि चंद्रकांताला पाहायला!'' ती कोकणात चंद्रकांताने दिलेल्या माझ्या पत्त्यावर जाऊन आली होती!

जिना चढताना तिला श्वास लागत असे. रात्री तिचे अंगही तापले. तिचे जेवण तर एखाद्या लहान मुलाच्या एवढे होते! तिच्याकडे पाहता पाहता मला वाटू लागले की विधात्याने त्यागाची पुतळीच माझ्यापुढे आणून बसविली आहे.

चंद्रकांताला भेटण्याचा अगदी ध्यास घेतला होता तिने. म्हणून दुसऱ्या दिवशी ती व मी आंबेगावला जायला निघाले. मोटारीत बसण्यापूर्वी तिने आपल्या कटाची सर्व हकीगत मला सांगितली. चंद्रकांत कलकत्त्याला आल्यापासून आपली मते कशी बदलली, अत्याचाराने देशाचे पाऊल पुढे पडणार नाही हे आपल्याला कसे पटले, पण आधी शपथ घेतलेली असल्यामुळे विजयबरोबर बॉंब टाकण्यात आपण कसा भाग घेतला, चंद्रकांतला गोत्यात आणण्याचा बेत फिसकटल्यामुळे विजय चिडून माफीचा साक्षीदार कसा झाला, पोलिसांनी हातात फोटो घेऊन सबंध बंगाल व महाराष्ट्र पालथा घातला तरी चंद्रकांत कसा मिळाला नाही, चंद्रकांतने आपल्याला किती लवकर मराठी बोलायला शिकविले, ही सारी हकीगत अद्‌भुतरम्य कथेसारखी तिने रसभरित रीतीने सांगितली. ती शेवटी म्हणाली, ''आणखी एक गंमत

सांगायची तुला. पण साक्षीदार हवा तिला! आज रात्री चंद्रकांतसमोर सांगेन ती मी.''
तिच्या या गमतीचा अर्थ काय? चंद्रकांताचे आणि तिचे लग्न ठरले असेल काय?
काहीच कळेना मला.

संध्याकाळी आंबेगावच्या पायवाटेपाशी मोटारवाल्याने आम्हाला सोडले. गाव
अर्धा मैल आत होते रस्त्यापासून. मी आल्याचे कळले, तर बाबूराव रागावतील,
शिवाय कल्पनेची आणि त्यांची ओळख करून देण्यात अर्थ नाही, हे लक्षात आणून
चांगला काळोख पडल्यावरच आम्ही गावाकडे जायला निघालो.

प्रथमच गावचे देऊळ लागले. आत खूप मंडळी जमली असावी असा भास
होत होता गलक्यावरून! काही तरी देवपण चालले असावे अशी माझी कल्पना
झाली. देवळाच्या मागच्या बाजूला झाडी होती. तिथे आम्ही क्षणभर उभ्या राहिलो.
वाटले– चंद्रकांत आत असला तर पुढचा हेलपाटा तरी वाचेल. आतून संभाषण
ऐकू येऊ लागले–

''पुन तो सगुण गेलो मा–''

''आणि तो जयवंत–''

''जावनेत. शिरां पडंव तेंचेर. हिकडे बगा रे सगळे. हो नारळ. ठेया एकेक जुण
हेचेर हात आणि घेया शप्पत! यदूळ जो जो जिवांक भियांक लागलो हुनान तो सगुण
'हत्तेच्या' हुनान हंयसून जांवक गेला. जातीत एकदोन जीव! पून या हलकट
जमीनदाराक फाल्यां उजवाडांक जितो नाय ठेवचंय्‌ .''

पुढचे ऐकायला धीरच झाला नाही मला! आधी त्यांचे बिऱ्हाड शोधून काढायला
पाहिजे होते. मी जवळजवळ धावू लागले. कल्पनेला त्याचा अर्थ कळेना. तिला
शक्ती नव्हती तरी ती माझ्याबरोबर येऊ लागली. बाबूरावांचे नाव घेऊन ते कुठे
राहतात हे एका खोपटात मी विचारले, पुरुष नव्हता कुणी आत. एक पंचेवजा
लुगड्याचा तुकडा नेसलेली बाई दऊत घेऊन बाहेर आली आणि तिने आम्हाला
अगदी जवळचा रस्ता दाखविला. चांदणे अंधुकच होते. बॅटरीच्या प्रकाशात आम्ही
त्या घरापाशी आलो. कुणी तरी माणसे बोलत होती. माझ्या जिवात जीव आला.
काळोखात आडोशाला उभी राहून मी ऐकू लागले. दोन्ही आवाज माझ्या ओळखीचे
होते. एक चंद्रकांताचा, दुसरा त्याच्या आईचा!

''केव्हासे गेले?''

''आताच!''

''कुणाबरोबर?''

''तो सगुण होडीवाला नाही का?''

''नदीकडे गेले की काय?''

''हुं.''

"कशाला?"

"पलीकडे ती निरा राहते ना? गावकराची बायको! बंध्याची मुलगी! तिला काय हो! अलीकडे तीन-चार दिवस हेच चाललंय. मी म्हणते, करायचंय काय आपल्याला? रांधलं, वाढलं, गप्प बसलं, नाव काय तुमचं?"

"माझं नाव– नाव– जयवंत शिरोडकर."

चंद्रकांत तीरासारखा निघाला.

"सारेच मेले सोळभोक!" म्हणत बाईने दार धाडकन लावून घेतले. हाकेच्या अंतरावर घरे दिसत होती. पण चंद्रकांत घाईने जिकडे गेला, तिकडेच जावे असे मला वाटले. त्या संभाषणातून वाईट अर्थ तर उघड निघत होता. उजळलेल्या चांदण्यात एक पायवाट स्पष्ट दिसत होती. आम्ही त्या वाटेने धावू लागलो. दूर असतानाच चंद्रकांतने कंपित स्वराने मारलेली विलक्षण हाक ऐकू आली, "सगुण– सगुण–"

मला त्या हाकेचा अर्थ कळेना. एखाद्याचा गळा दाबला असताना तो जसा ओरडेल, तशी ती हाक होती. माझे काळीज धडधडू लागले. हातपाय गळून गेले. कसे तरी पाय उचलीत नदीच्या किनाऱ्यावर आम्ही गेलो, चांदण्यात आणि विजेच्या दिव्याच्या प्रकाशात मी पाहिले. तो भयंकर क्षण! नदीच्या मध्यावर एक होडी बुडत होती. तिच्यातला मनुष्य पाण्यात गटांगळ्या खात होता. कुणी तरी इसम भरभर पोहून पैलतीराकडे जात होता. सगुण होडीवालाच असावा तो.

चंद्रकांताने एकदम नदीत उडी टाकून होडीच्या दिशेने पोहायला सुरुवात केली. होडी बुडाली– माझे पती खाली जात आहेत असे वाटले. मी मटकन खाली बसले. पुढे काय झाले ते मला कळलेच नाही.

काळ काही कुणाकरिता थांबत नाही. दिवसरात्रीच्या रूपाने त्याच्या पापण्यांची उघडझाप सारखी चाललेली असते.

ती काळरात्र संपली. लखलखीत उजाडले. पूर्व दिशेने कपाळावर सूर्यबिंबाचा कुंकुमतिलक रेखून लावला. तो पाहून माझ्या हृदयात कालवाकालव झाली.

चंद्रकांत पाण्यात तीन-चार घटका पोहत होता. पण त्याच्या हाताला काहीच लागले नाही. काठावर येऊन त्याने गावातले पोहणारे लोक नेले. पण काहीच पत्ता लागला नाही. उजाडल्यावर पत्ता लागला. नदीच्या प्रवाहाबरोबर वाहत जाऊन पलीकडच्या भागाला त्यांचे शरीर लागले होते. सासूबाई विमलला घेऊन आल्या, भाऊ आले; त्यांचे दुःख पाहून माझे दुःख हलके झाले. आपल्यासाठी दुसरी रडू लागली म्हणजे माणसाला समाधान वाटते हे मात्र खरे.

निरा मला भेटायला आली. तिला पाहताच मी रागाने तोंड फिरविले. हिच्यापायी मी विधवा झाले हा विचार माझ्या मनात आला. ही सुरूप सटवी जर नदीपलीकडे

राहत नसती तर माझे पती अपरात्री होडीतून तिकडे गेले असते कशाला? आणि सगुणाला आपला दावा साधायची संधी मिळाली असती तरी कशी?

मी तोंड फिरविलेले पाहून निरा डोळे पुशीत माझ्या पाठीवर हात ठेवून म्हणाली, ''तारा– वहिनीबाई नाहीस– माझी ताराच तू– तारा!''

बाळपणीच्या त्या हाकेने माझ्या भोवतालचे जग बदलले. निराचा हात हातात घेऊन घोगऱ्या आवाजाने मी म्हटले, ''निरा, इतकी वाईट कशी ग झालीस तू?''

नागाला डिवचावे तसे झाले. माझ्या पाठीवरला हात एकदम मागे घेऊन ती म्हणाली, ''मी वाईट झाले?''

''हो, इंदू तुला बंद्याची म्हणून हिणवी ते–''

''तारा, मी नाही वाईट झाले–''

''मग–''

''मला वाईट केले–''

''कुणी?''

''तुझ्या त्या वसंताने.''

माझा तर्क खरा ठरला. निराने स्फुंदत सर्व हकीगत सांगितली. बाबूरावांच्या दाव्याबिव्याच्या कामाकरिता वसंताला नेहमी आंबेगावला यावे लागे. निराचा नवराच त्याची सर्व बडदास्त ठेवी. दयामाया न ठेवता वसुलीचे काम तो करी. यामुळे सारे गाव त्याला वाकडे होते. निरा रूपाने बरी असल्यामुळे ती कुठेही गेली तरी नवऱ्याला तिचा संशय येई. गावकराचे ते दुसरे का तिसरे लग्न असल्यामुळे पहिल्या लग्नातली नव्हाळी त्याच्या वागण्यात मुळीच नव्हती. धड खायला-प्यायला नाही, धड गोड शब्द तिच्या दृष्टीस पडला, ती गरीब म्हणून आणि तो तिच्या मानाने श्रीमंत म्हणून दोघेही मोहाला बळी पडली. गावकराचे डोळे गेल्यावर कोडाचा महारोग करून गावातल्या लोकांनी त्याच्यावर सूड घेतला.

पुढला इतिहास काय! सगळीकडे सारखाच! गंगा स्वर्गातून खाली उतरवणे कठीण. एकदा उतरल्यावर ती पाताळाच्या तळापर्यंत जाते. वसंताचे कुठल्या तरी श्रीमंताच्या मुलीशी लग्न ठरले असल्यामुळे अलीकडे त्याने निराचा नादच सोडला होता. निरा चोरूनमोरून धंदा करी आणि चार पैसे मिळवी. बाबूराव आले त्यावेळी नवऱ्याने मदत मागण्याकरिता तिला त्यांच्याकडे पाठविले. त्यांनी तिला पाहिले आणि दररोज रात्री ते नदीपलीकडे जाऊन येऊ लागले.

रीतसर तपास सुरू झाला आणि कायद्याच्या जाळ्यात चंद्रकांत सापडतो की काय अशी भीती वाटू लागली.

त्यातल्या त्यात एक बरे होते. त्यांचे शरीर नदीच्या दुसऱ्या काठाला लागल्यामुळे

खटला ब्रिटीश कोर्टात चालणार होता, सावंतवाडीला चालायचा असता, तर वसंताचा संबंध त्यात आला असता. त्याने चंद्रकांताला आळखले असते, आणि–गावातल्या लोकांच्या साक्षी झाल्या. देवळात देवस्कीची सभा भरली होती हे सांगायला कुणीच चुकला नाही. पण पहिल्यांदा सगुण व मागाहून जयवंत देवळातून उठून गेले, असे प्रत्येकाच्या बोलण्यात आले. स्वयंपाकीणबाईने आधी होडीवाला येऊन हाक मारून गेला व मागून जयवंत नावाचा कुणी तरी माणूस चौकशी करून गेला असे सांगितले. आमच्या दोघींच्याही जबान्या झाल्या. पोलिसांनी इकडली तिकडली माहिती गोळा केली. जयवंत व सगुण पूर्वी एकाच गिरणीत नोकर होते, एकाच बिऱ्हाडात राहत होते, वगैरे हकीगत कळताच त्यांनी चंद्रकांताला अटक केली. सगुण व चंद्रकांत यांनी कट करून बाबूरावांना नदीत बुडविले असा तर्क त्यांनी बांधला. चंद्रकांताविरुद्ध पुरावा गोळा करताना माणिकरावांकडून त्यांना बरीच माहिती मिळाली असावी. कारण खटल्यात माणिकराव फिर्यादीतर्फे साक्षीदार म्हणून येणार होते.

पण खटल्याच्या दिवशी साराच नूर एकदम पालटला! सगुण स्वत: पोलिसांच्या स्वाधीन झाला. दोन-तीन वर्षांपूर्वी घर जप्त करून जमीनदारांनी आपला सत्यानाश केला म्हणून हा सूड घेतला असे त्यांनी सांगितले. बाबूराव दररोज रात्री नदीपलीकडे जाऊ लागले होते. होडी बुडाली तर आपल्यावर फारसे किटाळ येणार नाही असेही त्याला वाटले. एका होडीला मोठे भोक पाडून ते त्याने चिंध्यांनी चोंदून ठेवले होते. दुसऱ्या कुठल्याही तऱ्हेने खून झाला, तरी ते सगळ्या गावावर शेकल्यावाचून राहणार नाही, तेव्हा हा मार्ग आपणाला बरा वाटला. जयवंताला आपण या गोष्टीची पत्ता लागू दिला नव्हता. देवळातून आपण एकदम उठून गेलो म्हणून त्याला संशय येऊन तो आपल्या मागून आला असावा इत्यादी गोष्टी त्याने आपल्या जबानीत सांगून टाकल्या.

चंद्रकांत सुटणार म्हणून मी व कल्पना आनंदित झालो. आता साध्या साक्षीदारांइतकाच त्याचा खटल्याशी संबंध अशा कल्पनेत आम्ही गुंग होतो. पण सत्य कल्पनेपेक्षाही कधी कधी अधिक आश्चर्यकारक असते. जयवंताला सुखासुखी सोडण्याची पोलिसांना इच्छा नव्हती. त्यांनी माणिकरावांची साक्ष घेतली. ती चंद्रकांताच्या विरुद्ध झाली. सगुण आणि जयवंत ह्या दोघांनी होडी बुडविण्याचा कट केला असावा, मागून जयवंत म्हणून आलेला मनुष्य दुसराच कोणी तरी असेल, अशी शंका विरुद्ध बाजूच्या वकिलाच्या डोक्यात आली. खटल्याला हे वळण लागेल अशी कुणाचीच कल्पना नव्हती. लगेच स्वयंपाकीणबाईंची साक्ष घेण्यात आली. बाईंना ताबडतोब हजर ठेवण्याची दक्षताही ठेवण्यात आली होती. खटल्याला असे काही वळण लागेल याची आम्हाला कल्पनाच नव्हती.

झाले. क्षणात गाडे उलटले.

"त्या दिवशी रात्री आलेले जयवंत हे तेच का?"

हा प्रश्न ऐकताच चंद्रकांताची आई ओरडली, "छे:! हा तर माझा मुलगा!"

"तुमचा मुलगा? अहो, हा मराठा आहे!"

"कोण म्हणतो मराठा? हा माझा बेपत्ता झालेला मुलगा चंद्रकांत–"

चंद्रकांत ही अक्षरे कानांवर पडताच माणिकराव ताडकन उठून उभे राहिले म्हणे!

सगुणाला काळ्या पाण्याची शिक्षा झाली.

चंद्रकांताला पकडून बंगाल्यात नेले. त्या धक्क्याने कल्पनेने अंथरूण धरले ते धरलेच.

मरणोन्मुख कल्पनेजवळ लहानपणीच्या त्या सुकलेल्या बकुळीच्या माळेवर अश्रू ढाळीत मी बसू लागले. माझे आयुष्य– आयुष्य कसले? आगच ती! 'या आगीचाही उपयोग आहे. तुझी कहाणी तू अवश्य लिही.' म्हणून चंद्रकांताने कच्च्या कैदेतून अगदी गळ्याची शपथ घालून लिहिले. मी लिहू लागले पण पुढे– पुढे काय होणार?

चंद्रकांताच्या खटल्याच्या निकालाकरिता आम्ही दररोजची वर्तमानपत्रे मोठ्या उत्सुकतेने चाळीत होता. एके दिवशी संध्याकाळी कल्पना अगदी कासावीस झाली. आजची रात्र तरी उलटते की नाही असे वाटू लागले मला. डॉक्टरांनी सांगितल्याप्रमाणे मी औषध देतच होते. ते पाहून ती म्हणाली, "उल्काताई, पुरेत आता ती औषधं, मी बिल देते त्यांचं ते घेशील ना?"

तिचा भावार्थ न कळल्यामुळे मी काहीच बोलले नाही.

"चंद्रकांतसमोर गंमत सांगेन म्हणून म्हटलं होतं त्या दिवशी–"

तो भयंकर दिवस– त्याहूनही भयंकर अशी ती रात्र! कल्पनेचे त्या दिवशीचे मौजेचे बोलणे मी विसरून गेले होते.

"आता चंद्रकांत काही भेटणार नाही मला. तेव्हा तुलाच सांगते. चंद्रकांतानं कबूल केलं असतं तर विजयला न कळविता त्याच्याशी लग्न करण्याचा विचार होता माझा, पण त्यानं एकदम नकार दिला, तेव्हा मी विचारलं, दुसऱ्या कुठल्या तरी मुलीवर प्रेम असेल तुझं.

'होय!' त्याने हसत उत्तर दिले.

'अधिक कुणावर आहे? तिच्यावर की माझ्यावर?' मी रागाने प्रश्न केला.

'तिच्यावर.' तो शांतपणे म्हणाला.

'नाव काय तिचं?'

'उल्का.'

'मग तिच्याशी लग्न करणार असशील तू!'

'छे! नुसतं प्रेम करणार आहे तिच्यावर!' ''

नुसते प्रेम! निर्मळ प्रेम! आतापर्यंत मी अनुभविलेले प्रेम आणि हे प्रेम– कुठे दिवा आणि कुठे सूर्य!

त्या रात्री डोळ्याला डोळा देखील लागला नाही. चंद्रकांताचे माझ्यावर इतके उत्कट प्रेम आहे तर! त्याच्या शेवटच्या पत्रात ''उल्काताई, आंबेगावच्या गोरगरिबांची आई हो तू!'' हीच शेवटी अक्षरे नाहीत का? पण मी त्यांची आई झाले, तर माझ्या विमलचे सुख कमी नाही का होणार? होईना! मी भाऊंची, तशी विमल माझी मुलगी आहे. पोटात असताना सहा महिने तुरुंगातल्या अन्नावरच वाढला आहे तिचा पिंड!

भाऊंनी लिहिलेली हकिकत

आठ दिवस गेले. तिन्हीसांज टळून गेली. कल्पना आयुष्यातली पळे मोजीत होती. इतक्यात मी वर्तमानपत्र घेऊन बाहेर आलो. कल्पनेच्या अंथरुणापाशी बसून मी वाचू लागलो.

''विजय व कल्पना यांच्या कटातला तिसरा आरोपी चंद्रकांत याचा पूर्वीचा गुन्हा, खोटे नाव घेऊन समाजात वावरणे, वगैरे गोष्टींबद्दल चौकशी होऊन त्याला दहा वर्षे सक्त मजुरीची शिक्षा झाली.''

दहा वर्षे! माई, उल्का, कल्पना– कुणालाच रडे आवरेना! थोड्या वेळाने मी वाचू लागलो.

''आंबेगावच्या कैलासवासी जमीनदारांच्या पत्नी उल्काताई यांनी आपल्या सासूच्या संमतीने आपल्या सर्व जमिनींचा ट्रस्ट केला आहे. फक्त सरकारसारा भरण्याच्या अटीवर गावातील गरीब शेतकऱ्यांना जमिनी देण्याचे काम या ट्रस्टकडून होणार आहे–''

कल्पनेच्या मुखावर हास्य चमकले. क्षीण स्वराने ती उल्केला म्हणाली, ''उल्काताई, चंद्रकांत म्हणत असे ते खोटे नाही. तू उल्का! तुटलेला तारा– तुझ्या या प्रकाशात–''

तिला बोलवेना, थोडा वेळ तिचे डोळे बोलत होते– मग तेही– चंद्रकांत आम्हा सर्वांना दहा वर्षांनी भेटणार! दहा वर्षे! आणि कल्पना! केव्हा, कुठे भेटेल ती पुन्हा?

कल्पनेच्या निर्जीव देहाच्या एका बाजूला माई व दुसऱ्या बाजूला उल्का बसली

होती. माई– कल्पना– उल्का! माझ्यासारख्या पुरुषालाही गुरू शोभतील या! पुढच्या पिढीची स्त्री यापुढे पाऊल टाकील आणि–

विमल बोबड्या सुरात बाहेर गात होती–

'घलि एकच पणती मिणमिणती
म्हनु नको उच्यल च्यल लघबघ ती'

१४/१०/३३ ते ३/११/३३

■

www.ingramcontent.com/pod-product-compliance
Lightning Source LLC
Chambersburg PA
CBHW051137020726
47501CB00005B/1559
9788177668063